വി.കെ.ശ്രീരാമൻ

1953 ൽ തൃശൂർജില്ലയിലെ ചെറുവത്താനിയിൽ ജനിച്ചു. ചലച്ചിത്രനടൻ, കഥാകൃത്ത്, ടെലിവിഷൻ അവതാരകൻ എന്നീ നിലകളിൽ പ്രശസ്തൻ. വേറിട്ട കാഴ്ചകൾ എന്ന ടെലിവിഷൻ രേഖാപരമ്പരയും അതേ പേരിലുള്ള പുസ്തകവും ജനപ്രീതിയാർജ്ജിച്ചു.

കൃതികൾ : വേറിട്ട കാഴ്ചകൾ, ഇതരവാഴ്വുകൾ, യശോധരയുടെ ജന്മാന്തരങ്ങൾ, വാഴ്വും നിനവും, മാട്ട്

ഭാര്യ : ഗീത

മക്കൾ : ലക്ഷ്മി, ഹരികൃഷ്ണൻ

വിലാസം : ചെറുവത്താനി, കുന്നംകുളം, തൃശൂർജില്ല - 680523

മൊബൈൽ : 9447008459

E-mail : vksreeraman@gmail.com

Malayalam Language
V K Sreeramante Lekhanangal
(Essays)
by
V. K. Sreeraman

Published in March 2023
by Kairali Books Private Limited
Thalikkavu Road, Kannur.
Ph : 0497-2761200
E-Mail : kairalibooksknr@gmail.com

Cover Photo
Manoop Chandran

Cover Design
Prasanth Mangad

Printed at
Printing Park, Tly.

Price ₹ : 240.00
117/22-23/Sl.No.1425/500/NS 18.6
ISBN 978-93-93397-23-2

വി.കെ. ശ്രീരാമന്റെ ലേഖനങ്ങൾ

വി. കെ. ശ്രീരാമൻ

കൈരളി ബുക്സ്

ഉള്ളടക്കം

വടക്കാഞ്ചേരിയ്ക്കുള്ള ബസ്സ്

പണ്ടുപണ്ടേ ചെറുവത്താനിയിൽനിന്ന് വടക്കാഞ്ചേരിയ്ക്ക് ബസ്സുണ്ടായിരുന്നു. പുന്നയൂർക്കുളത്തുനിന്ന് അതു പുറപ്പെട്ടു. ചെറുവത്താനി, കുന്നുംകുളം വഴിയിലൂടെ വടക്കാഞ്ചേരിയിലെത്തുന്നു ഇന്നും. ചൊവ്വന്നൂർ, മരത്തംകോട്, പന്നിത്തടം, എരുമപ്പെട്ടി, നെല്ലുവായി, ഓട്ടുപാറ എന്നിങ്ങനെ വടക്കാഞ്ചേരിവരെയുള്ള സ്ഥലനാമങ്ങൾ വിചിത്രമാണെങ്കിലും ബസ്സിലിരുന്നു പുറത്തേക്കുനോക്കിയാൽ ഏതാണ്ടൊരേ സ്വഭാവത്തിലുള്ളതാണ് കാണുന്ന ചിത്രങ്ങൾ. ദൂരെ മലയുടെ താഴ്‌വാരംവരെ പാടം നീണ്ടുപരന്നുകിടക്കും. പാടത്തുകൂടെ വളഞ്ഞു തിരിഞ്ഞുപോകുന്ന കൈത്തോടുകളിൽനിന്ന് പൂക്കൈതകൾ ഉയരും. തോട്ടുവക്കിലെ കടപ്പാവിട്ടകളിൽ കാട്ടുമൈന പറന്നിരിയ്ക്കും. ഇത്തരം കാഴ്ചകൾ കണ്ടായിരിയ്ക്കില്ല പണ്ടു ചെറുവത്താനിയിലുള്ളവർ വടക്കാഞ്ചേരിയ്ക്കു പോയത്. യുദ്ധകാലത്ത് റേഷനിംഗ് ഇൻസ്പെക്ടറുടെ മുൻപിൽ ക്യൂനിന്നാൽ രണ്ടുവാര തുണി കിട്ടും. വടക്കാഞ്ചേരിയാണ് തലപ്പിള്ളി താലൂക്കിന്റെ ആസ്ഥാനം. ആ കാലത്ത് അന്നവസ്ത്രാദികൾ തരുന്നവർ ദൈവങ്ങളായിരുന്നു. താലൂക്ക് മുൻസിഫ്, മജിസ്ട്രേറ്റുകോടതിയും വടക്കാഞ്ചേരിയിലാണ്. ഒരാളുതന്നെ ആഴ്ചയിൽ മൂന്നുദിവസം മുൻസിഫായും മൂന്നുദിവസം മജിസ്ട്രേറ്റായും വേഷംമാറി ആ കോടതിയിലെ ന്യായപീഠത്തിലിരിയ്ക്കും. തഹസീൽ മജിസ്ട്രേറ്റ് എന്ന പദവിയും ഉണ്ടത്രെ. വടക്കാഞ്ചേരിക്കാരനായ ഒടുവിൽ കുഞ്ഞികൃഷ്ണമേനോൻ കവിയും കഥാകൃത്തും കൊച്ചി സംസ്ഥാനത്ത് തഹസീൽ മജിസ്ട്രേറ്റുമായിരുന്നു.

വടക്കാഞ്ചേരിയ്ക്കുള്ള പാതയ്ക്കിരുവശത്തും വളർന്നുയർന്നു നിൽക്കുന്ന വലിയവലിയ മാവുകളും ആൽമരങ്ങളും ആകാശത്തുവെച്ച് പരസ്പരം കൈകോർക്കുന്നു. ജീവസ്സുറ്റ ആ മേലാപ്പിനടിയിൽകൂടിയുള്ള യാത്ര, പക്ഷേ, അത്ര സുഖകരമായിരുന്നില്ല പണ്ട്. ഉരുളൻകല്ലുകളും കുഴികളും നിറഞ്ഞതായിരുന്നു റോഡ്.

പി.എൻ.മേനോനും ഭരതനും അബൂബക്കറും കലാമണ്ഡലം ഹൈദരാലിയും മാനി മുഹമ്മദുമൊക്കെ വടക്കാഞ്ചേരിക്കാരാണെന്നറിയുന്നത്

ബാല്യം പിന്നിട്ട ശേഷമാണ്. വടക്കാഞ്ചേരിയിലെ ഹൈദരാലിയുടെ വീട്ടിൽ ആദ്യമായി പോയത് അവസാനത്തെ കാഴ്ചയ്ക്കു വേണ്ടിയും. ഇനി ആരെക്കാണാനാണ് വടക്കാഞ്ചേരിയ്ക്കു പോകേണ്ടത്? 'സൂര്യകാന്തി'യിൽ യാഹ്യയില്ല. അവിടെ ഇപ്പോൾ അസ്മ ആന്തൂറിയം വളർത്തുകയാണെന്ന് ബോർഡെഴുതി വെച്ചിട്ടുണ്ട്. അവിടെനിന്ന് ആരും ഇനിയിങ്ങോട്ട് വരാനുമില്ല. അല്ലെങ്കിലും അവർ വടക്കാഞ്ചേരി വിട്ട് എങ്ങോട്ടും പോയിരുന്നില്ല. മിഠായി വാങ്ങാൻ പീടികിയിലേയ്ക്കോടുന്ന കുട്ടികളെപ്പോലെ ആയിരുന്നു അവർ. നെഞ്ചത്തടക്കിപ്പിടിച്ച മധുരവുമായി തേനീച്ചകളെപ്പോലെ കൂട്ടിലേയ്ക്കുതന്നെ തിരിച്ചുവന്നു. ആ മണ്ണിൽ കാലുവെച്ചു നിന്നുകൊണ്ടുള്ള ജനിജീവനമൃതികൾതന്നെയായിരുന്നു അവരുടെ കല. എന്നാൽ പി.എൻ.മേനോന്റെ കൂടെമാത്രം വടക്കാഞ്ചേരി കോടമ്പാക്കത്തേയ്ക്കുപോയി.

ഇന്നും ചിലർ അവശേഷിക്കുന്നുണ്ട് വടക്കാഞ്ചേരിയിൽ. ഗാന്ധി മൊയ്തൂട്ടി, മേക്കപ്പ്മാൻ മാധവേട്ടൻ അങ്ങനെ ചിലർ. മാധവേട്ടന്റെ പാർപ്പിടം ഖസാക്കിലെ രാജാവിന്റെ പള്ളിപോലെ കാടുകയറിക്കിടക്കുന്നു. കമ്മ്യൂണിസ്റ്റുപച്ചയും ആവണക്കിൻകാടും വകഞ്ഞ് മേറിയാൽ മീൻകൊത്തിയ മൃതദേഹം പോലുള്ളൊരു വീട്ടിൽനിന്ന് മാധവേട്ടൻ ഉമ്മറത്തേയ്ക്കിറങ്ങിവരും. ഒറ്റയ്ക്കാണ്; കൂട്ടില്ല, കുടുംബമില്ല മാധവേട്ടന്. മാധവേട്ടന്റെ ആരണ്യകം തുടങ്ങിയിട്ട് എത്രകാലമായെന്ന് ആർക്കും തിട്ടമില്ല. അനേകം നടന്മാരുടെ മുഖത്ത് മേക്കപ്പിട്ട മാധവേട്ടന്റെ ഇപ്പോഴത്തെ ജീവിതം ഒരു പ്ലാസ്റ്റിക്ക് സർജറിയിലൂടെപോലും അതിന്റെ പൂർവ്വരൂപം വീണ്ടെടുക്കില്ല. കളിക്കാൻ വരുന്ന കുട്ടികളും വല്ലപ്പോഴും വിരുന്നുമായി വരുന്ന കൂട്ടുകാരും കരികൊണ്ടും ചെങ്കല്ലുകൊണ്ടും ചുമരിൽ വരച്ചിട്ട ചിത്രങ്ങൾ എന്നോ കടന്നുപോയൊരു കലാജീവനത്തിന്റെ നരയെടുത്ത അടയാളങ്ങളാവുന്നു.

എത്രവേഗമാണ് ചില അടയാളങ്ങൾമാത്രം അവശേഷിപ്പിച്ചുകൊണ്ട് കാലം പാഞ്ഞുപോകുന്നത്! ഹൈദരാലി, മാനിമുഹമ്മദ്, അബൂബക്കർ, ഭരതൻ– ഇപ്പോഴിതാ ഒടുവിൽ ഉണ്ണികൃഷ്ണനൻ. ഒരു മായക്കണ്ണാടിയിലെന്നപോലെ കണ്ടു കൊതിതീരുംമുമ്പ് ആരാണീ വിസ്മയങ്ങൾ മായ്ച്ചുകളയുന്നത്.

കൂടുതൽ തെളിമയോടെ വീണ്ടുമെഴുതാനായി മായ്ച്ചതല്ല അതൊന്നും. ഇനി അങ്ങനെ ഒരിക്കൽക്കൂടി സംഭവിയ്ക്കില്ല. വടക്കാഞ്ചേരിയുടെ ഭൂപടത്തിൽ മണൽലോറികളും കരിങ്കൽക്വാറികളും റബ്ബർകാടുകളും നിറയുകയാണ്. ആടും പൈക്കളും മേഞ്ഞുനിന്ന പാടം മുറിച്ച് മാന്തിയെടുത്ത കുന്നുകളുമായി ടിപ്പറുകൾ പായുന്നു.

'പുഴയെ മണൽക്കച്ച മൂടി
വയൽ വെന്തു ചൂടുകട്ടയായ്
പല വഴിവാണിഭങ്ങളിൽ
ചിലതായി സൗഹൃദം, പ്രണയം, പ്രതീക്ഷകൾ'

-റഫീക്ക് അഹമ്മദ്.

ആറാംക്ലാസിൽ പഠിക്കുന്ന കാലത്ത് ചേച്ചിയുടെ മാല കട്ടെടുത്ത് പണയംവെച്ചു കിട്ടിയ കാശുമായി എം.ജി.ആറിനെ കാണാൻ വടക്കാഞ്ചേരിയിൽനിന്ന് മദിരാശിയ്ക്ക് വണ്ടി കയറിയിട്ടുണ്ട്, ഒടുവിൽ ഉണ്ണികൃഷ്ണൻ. ആ ശുദ്ധഗതിക്ക് അറുപത്തിരണ്ടാംവയസ്സിൽ മരിയ്ക്കുമ്പോളും വലിയ മാറ്റമൊന്നുമുണ്ടായിട്ടില്ല.

ഒരു ടെലിവിഷൻ ചാനലിനുവേണ്ടിയുള്ള അഭിമുഖത്തിന്റെ ആലോചനയ്ക്കുചെന്ന എന്നോട് ഒടുവിൽ ചോദിച്ചു, 'എന്താ നിങ്ങടെ വേറിട്ട കാഴ്ചാന്നു വെച്ചാ? എങ്ങനെ ആണത് പ്ലാൻ ചെയ്യുന്നത്?'

'സിനിമയുടെ തിരക്കുകൾ വിട്ട് ഉണ്ണ്യേട്ടൻ വടക്കാഞ്ചേരിയിൽതന്നെ തിരിച്ചെത്തിയിരിക്കുകയാണല്ലോ. പഴയകാലം ഓർക്കുകയും അതിന്റെ അനുഭവങ്ങൾ പറഞ്ഞുതരികയും ചെയ്യുന്ന രീതിയാണ് ഞാൻ ഉദ്ദേശിക്കുന്നത്. നമുക്ക് ഒരു ദിവസംകൊണ്ട് തീർക്കണം ഷൂട്ടൊക്കെ. വലിയ ബഡ്ജറ്റ് ഒന്നുമുള്ള പരിപാടിയല്ല. ന്യൂസ് പ്രോഗ്രാമാണ്.'

ഒരു സിഗരറ്റ് എടുത്തു കത്തിച്ച് ഉത്സാഹത്തോടെയായിരുന്നു മറുപടി. 'ശരി നമുക്ക് ചെയ്യാം. ഡയാലിസിസ് ഇല്ലാത്ത ദിവസം നോക്കണം. പിന്നെ ഞാൻ പഠിച്ച സ്കൂൾ, വായനശാല, പണ്ടത്തെ അമ്പലപ്പറമ്പ്, റെയിൽവേ ട്രാക്കിനടുത്ത ഓവുപാലത്തിന്റെ പടിക്കെട്ട് അങ്ങനെ എല്ലാം അറേഞ്ചു ചെയ്യണം. മാധവേട്ടനും ഹൈദരാലിയുമൊക്കെ വേണം. ഞാൻ നാളെ ഫോൺ ചെയ്യാം.'

'നാളെ വിളിക്കണം.' പോരുമ്പോൾ ഞാൻ ഓർമ്മിപ്പിച്ചു. പിറ്റേദിവസം രാവിലെ വിളി വന്നു.

'നാളെ ഡയാലിസിസുണ്ട്. മറ്റന്നാൾ ആയിക്കോട്ടെ ഷൂട്ടിംഗ്. സെറ്റ് റെഡിയാണ്.' ചിരിച്ചുകൊണ്ടാണ് അത്രയും പറഞ്ഞത്.

പിറ്റേദിവസം രാത്രി വീണ്ടും വിളി വന്നു.

'നാളെയല്ലേ ഷൂട്ടിംഗ് വെച്ചിരിക്കുന്നത്. നീ ഒരു കാര്യം കൂടി അറേഞ്ച് ചെയ്യണം. ഞാനതു പറയാൻ വിട്ടുപോയതാണ്.'

'എന്താണത്?' ഞാൻ ചോദിച്ചു.

'കരിയിട്ട് കത്തിച്ച് സ്റ്റീമെഞ്ചിൻകൊണ്ട് ഓടിക്കുന്ന ബസ്സ്. പണ്ടത്തെ ബസ്സൊക്കെ അങ്ങന്യാ. കരിബസ്സ് എന്നാണ് അതിനു പറയുക. എന്റെ ചെറുപ്പത്തിൽ തൃശൂർക്കെല്ലാം കരിബസ്സിലാണ് യാത്ര.

'ഉണ്ണിയേട്ടൻ തമാശ പറയുകയാണോ? അതൊക്കെ ബുദ്ധിമുട്ടാവില്ലേ?' അമ്പരപ്പോടെ ഞാൻ ചോദിച്ചു.

'അല്ലന്നേ, നിനക്കറിയാഞ്ഞിട്ടാ. കരിബസ്സില്ലെങ്കിൽ എന്റെ ചെറുപ്പകാലം എങ്ങനെ എടുത്താലും നന്നാവില്ല.' ഉണ്ണികൃഷ്ണൻ വിട്ടുവീഴ്ചയ്ക്കു തയ്യാറായില്ല.

'കരികത്തിച്ച് ഓടിയ്ക്കുന്ന ബസ്സൊക്കെ ഇക്കാലത്ത് എവിടന്ന് കിട്ടാൻ ഉണ്ണികൃഷ്ണേട്ടാ?' ഞാൻ അല്പം നിരാശയോടെ ചോദിച്ചു.

'പി.എസ്.എൻകാരുടെ അടുത്ത് അന്വേഷിച്ചാ മതി. അവിടെ ഷെഡ്ഡിൽ കാണും. ക്രൂഡോയിലും ഡീസലുമൊക്കെ വന്നപ്പോൾ കരിവണ്ടിയെല്ലാം ഷെഡ്ഡിൽ കേറ്റിയിട്ടിട്ടുണ്ടാവും. അന്വേഷിച്ചാ കിട്ടാതിരിയ്ക്കില്ല. ഉറപ്പാ.'

'നോക്കട്ടെ. ഞാൻ ഫോൺ താഴെവെച്ച് എന്താണ് ചെയ്യേണ്ടതന്നെറിയാതെ കുറെനേരം ഇരുന്നു. കരിവണ്ടിയില്ലാതെ ഷൂട്ടിംഗ് നടക്കില്ലെന്നാണ് പറയുന്നത്. ഒടുവിലൊരു ഉപായം തോന്നി. സത്യൻഅന്തിക്കാടിനെ വിളിച്ചുപറഞ്ഞു, 'ഈ ആപത്തിൽനിന്ന് എങ്ങനെയെങ്കിലും കാപ്പാത്തണം.'

അങ്ങനെ സത്യൻ ഇടപെട്ടിട്ടാണ് കരിബസ്സിൽനിന്ന് എന്നെ ഒഴിവാക്കിയത്.

ബുദ്ധിയ്ക്കും കൗശലത്തിനും മേൽക്കയ്യുള്ള ഈ ലോകത്ത് നിഷ്കളങ്കതയും സത്യസന്ധതയും സ്നേഹവായ്പുമെല്ലാം വിഡ്ഢി വേഷങ്ങളായാണ് പലപ്പോഴും ഗണിച്ചുപോരുന്നത്. അതുകൊണ്ടുതന്നെ മേൽപ്പറഞ്ഞ 'ദൗർബല്യ'ങ്ങളൊന്നും ഇല്ലാത്ത ഒരു സമൂഹം വിസ്മയകരമായ വേഗത്തിൽ വളർന്നു പരക്കുന്നുമുണ്ട് ഈ ഭൂമിയിൽ, മരുഭൂമിപോലെ. വേണ്ടാതീനങ്ങളെല്ലാം വെടിഞ്ഞ് നായാട്ടും ഇരപിടുത്തവും ഐച്ഛികവിഷയങ്ങളായെടുത്ത് നാം സ്വാശ്രയവിദ്യയുടെ ഉൽപ്പന്നങ്ങളായി പുതിയ തലയും മുറയും വാർത്തെടുക്കുന്നു. ഈ നായാട്ടുകാരുടെ സുരയും സോമയുമാണ് പണവും പ്രശസ്തിയും. എത്ര അനുഭവിച്ചാലും മതിവരാത്തതാണ് അതിന്റെ ലഹരി.

ആ ലഹരി എളുപ്പത്തിൽ ആസ്വദിക്കാം എന്ന ഉന്നത്തിൽ സിനിമയുടെ മായാലോകത്തിലേയ്ക്ക് കടന്നുവരുന്നവർ ഏറെയാണ്. എല്ലാ ഇന്ദ്രിയങ്ങളെയും സിനിമാലോകം മദോന്മത്തരാക്കുന്നു. എന്നാൽ ഓരോ അപരനും ശത്രുവാണിവിടെ. 'എന്റേത് തട്ടിയെടുക്കാൻ വന്നവൻ' എന്ന മട്ടിലാണ് പരസ്പരം കാണുന്നത്. കത്തി ഉള്ളിൽ ഒളിപ്പിച്ചുകൊണ്ട് ആലിംഗനം ചെയ്യുന്നു. അഭിവാദ്യങ്ങൾ അർപ്പിക്കുന്നു. ഓരോരുത്തരും തന്റെതന്നെ പ്രചാരകനാവുന്നു. വിപണിയുടെ എല്ലാ ആധുനികതന്ത്രങ്ങളും മറ്റേതുരംഗത്തേക്കാളും വേഗത്തിൽ സിനിമയിൽ പ്രയോഗിക്ക

പ്പെടുന്നുണ്ട്.

ഇങ്ങനെയുള്ള ഒരു 'ബ്ലാക്ക് മാജിക് വേൾഡി'ലേയ്ക്കാണ് വെറും കയ്യോടെ, ഉണ്മയും പൊയ്യും തിരിച്ചറിയാൻ കെല്പില്ലാത്തൊരു നാട്ടിൻപുറത്തുകാരൻ ചെന്നുകയറിയത്. എന്താണ് പറയേണ്ടത്, എന്താണ് ചെയ്യേണ്ടത് എന്നു പ്ലാൻ ചെയ്ത് പറയുകയും പ്രവർത്തിക്കുകയുമെന്നത് ഉണ്ണികൃഷ്ണനറിയില്ലായിരുന്നു. മനോവാഗ്കായങ്ങൾ പരസ്പരം വിയോജിച്ചുകണ്ടിട്ടില്ല. നിഷ്ക്കളങ്കമായ ഒരു ഗ്രാമജീവിതത്തിന്റെ ശരീരഭാഷ, അതുതന്നെയാണ് ഒടുവിൽ ഉണ്ണികൃഷ്ണൻ. കാലോ കണ്ണോ മൂക്കോ പല്ലോ ഒന്നും സിനിമാക്കാരന്റെ സൗന്ദര്യബോധത്തിന് നിരക്കുന്നതായിരുന്നില്ല. നശിച്ചുകൊണ്ടിരിക്കുന്ന നമ്മുടെ ശുദ്ധമായ ഗ്രാമങ്ങൾ അവശേഷിപ്പിച്ച മനുഷ്യരിലൊരാളായിരുന്നു അദ്ദേഹം. കളരി കെട്ടി അഭിനയം പഠിച്ചാലൊന്നും ഒടുവിൽ ഉണ്ണികൃഷ്ണനോ ശങ്കരാടിയോ മാമുക്കോയയോ കുതിരവട്ടം പപ്പുവോ ആയിത്തീരാൻ സാധ്യമല്ല എന്നാണ് എന്റെ പക്ഷം. ശ്രമിച്ചാൽ എല്ലാം ഒത്തുവന്നാൽ ചിലപ്പോൾ ഒരു ശിവാജി ഗണേശൻ വരെ ആവാം.

നാടകീയമായ, വ്യാകരണനിബദ്ധമായ ചിട്ടയിലേയ്ക്ക് ഒടുവിലിനെപ്പോലൊരു നടനെ പകർന്നാടിയ്ക്കുക ശ്രമകരമാണ്. കാരണം സ്വന്തം ഇച്ഛാശക്തി ഒന്നുകൊണ്ട് അതങ്ങനെ പരിണമിച്ചുണ്ടായതാണ്. 'ന്യൂഡൽഹി' പോലൊരു സിനിമയിൽ ഒടുവിൽ ഉണ്ണികൃഷ്ണൻ എന്ന നടന് ഒന്നും ചെയ്യാനില്ല. 'പ്രയാണം' സിനിമയിൽ ശിവാജി ഗണേശനും 'എക്ലൈമറ്റൈസ്' ചെയ്യാൻ കഴിയില്ല.

എം.ടി., എസ്.കെ.പൊറ്റെക്കാട്, ഉറൂബ്, ചെറുകാട്, വി.കെ.എൻ, ഒ.വി.വിജയൻ എന്നിങ്ങനെയുള്ളവരുടെ കഥാലോകത്തുകൂടെ സഞ്ചരിക്കുമ്പോഴാണ് ഒടുവിൽ ഉണ്ണികൃഷ്ണന്റെ ഭൂമിക നാമറിയുന്നത്. കാഞ്ഞിരപ്പള്ളിയിലെ എസ്റ്റേറ്റുടമ ചാക്കോച്ചന്റെ കുപ്പായം ധരിച്ചാൽ ഒടുവിൽ ഉണ്ണികൃഷ്ണന് ജീവഹാനി സംഭവിക്കും. ഈ പരിമിതിയ്ക്കുള്ളിൽ നിന്നുകൊണ്ടാണ് ആ ഗ്രാമീണനായ മനുഷ്യൻ ബദലുകളില്ലാത്ത നടനായി വളരുന്നത്. അഭിനയത്തിന്റെ ഈ വടക്കാഞ്ചേരി സ്കൂളിലെ മറ്റൊരു ഗോപുരമായിരുന്നു അബൂബക്കർ. വ്യാകരണനിബദ്ധമായ അഭിനയത്തിലേക്കും സ്വന്തം നിയമങ്ങളിലേക്കും ഒരേപോലെ ഗതാഗതം ചെയ്യാൻ അബൂബക്കറിന് കഴിയുമായിരുന്നു.

പി.എൻ.മേനോനും ഭരതനുമെല്ലാം ഈ നാടൻസൗന്ദര്യശാസ്ത്രത്തിന്റെ വിദഗ്ദ്ധമായ പ്രയോക്താക്കളായിരുന്നു. എം.ടി എഴുതിയ 'ഓളവും തീരവും' എന്ന കഥ പി.എൻ.മേനോൻ സിനിമയുടെ ബ്ലാക് ആന്റ് വൈറ്റിലേക്ക് വരച്ചുവെച്ചപ്പോഴാണ് മലയാളി ആദ്യത്തെ 'മലയാളസി

നിമ' കാണുന്നത്. മലയാളത്തിന്റെ ആ മഴയിൽ മധുവിന്റെയും ഉഷാനന്ദിനിയുടെയുമൊക്കെ കോടമ്പാക്കം കോസ്മറ്റിക്സ് ഒലിച്ചുപോകുന്നതും അന്നു മലയാളികൾ കണ്ടു. ഇന്ന് കോടമ്പാക്കത്തെ ഡയറക്ടേഴ്സ് കോളണിയിൽ 'ആരോഗ്യനികേതന'ത്തിലെ ജീവൻ മശായിയെപ്പോലെ സ്വന്തം നാഡിമിടിപ്പുകൾക്ക് കാതോർത്ത് മേനോൻ ഇരിയ്ക്കുന്നു. ഈ മലയാളിത്തം അല്പം ബാക്കിനിൽക്കുന്നത് ഹരിഹരനിലും സത്യൻ അന്തിക്കാടിലുമൊക്കെയാണ്. ഒടുവിൽ ഉണ്ണികൃഷ്ണൻ എന്ന നടന്റെ ദേഹവിയോഗത്തിൽ പക്ഷാഘാതം വന്നവനെപ്പോലെ സത്യൻ വീണുപോകുന്നതിന്റെ കാരണവും ഇവിടെ കണ്ടെത്താം. ഡോക്ടറായാലും പോലീസുകാരനായാലും തുന്നൽക്കാരനായാലും നിരന്തരമായ കർമ്മാനുഷ്ഠാനംകൊണ്ട് ഒരുവന്റെ ശരീരഭാഷ മാറിപ്പോകും. പത്രാധിപന്മാരും ജഡ്ജിമാരും മൗനികളായിത്തീരും, ധർമ്മസങ്കടത്താൽ. (സാൽവദോർ ദാലിയുടെ 'ദ ഹാർട്ട്' എന്ന പുസ്തകം ഓരോ തരക്കാരുടെയും വായു പരിണമിക്കുന്നതിനെക്കുറിച്ചു പറയുന്നു.)

ശുദ്ധഗതിക്കാരനായൊരു വടക്കാഞ്ചേരിക്കാരൻ ഉള്ളിൽ കൂമ്പിട്ട അഭിനയക്കമ്പവുമായി അരങ്ങിലും അണിയറയിലും ഏറെനാൾ അലഞ്ഞപ്പോൾ ഒടുവിൽ ഉണ്ണികൃഷ്ണനെന്ന നടനായിത്തീർന്നു. വടക്കാഞ്ചേരിയുടെ മണ്ണിന്റെ ഊറ്റമണ് ആ നാട്യപ്രയോഗത്തിന്റെ ഇച്ഛാശക്തിയായി വർത്തിക്കുന്നത് എന്നതുകൊണ്ടുതന്നെയാണ് ഈ നടന് പകരം വെക്കാൻ മറ്റൊരാളില്ലാതെ പോകുന്നത്.

എന്താണ് ആ മണ്ണിന്റെ ഊറ്റമെന്ന് ചോദിക്കാം. 'നന്മയിലും സ്നേഹത്തിലുമുള്ള കടുത്ത വിശ്വാസം' എന്ന് ഉത്തരം പറയാം. 'പകരക്കാരനെ എന്തുകൊണ്ട് ഉണ്ടാക്കിയെടുത്തുകൂടാ?' എന്നു ചോദിക്കാം. 'അറുപതുകൊല്ലംമുമ്പുള്ള വടക്കാഞ്ചേരിയും കേരളവും പുരാവൃത്തമായി മാറിയതിനാൽ അതിനു കഴിയില്ല' എന്നുത്തരം പറയാം.

'നിഴൽക്കൂത്ത്' പോലുള്ളൊരു സിനിമയിൽ ഒരുപക്ഷേ, സംവിധായകൻ ശ്രമിച്ചാൽ കൂടുതൽ മെച്ചപ്പെട്ടൊരു ഭൂമിക സൃഷ്ടിച്ചെടുക്കാമെന്നാവും, ഒടുവിലിന്റെ ആരാച്ചാരെക്കാളും. കാരണം, നിഴൽക്കൂത്തിൽ തനിക്കഭിനയിക്കാൻ കഴിയാത്തതുകൊണ്ട് മറ്റുള്ളവരെ ഉപയോഗിക്കുകയാണ് ഗോപാലകൃഷ്ണൻ. ആ സ്കൂളിൽ എല്ലാ നടീനടന്മാരും സംവിധായകന്റെ ടൂൾ മാത്രമാണ്. എന്നാൽ 'ദേവാസുര' ത്തിലും 'സർഗ്ഗ'ത്തിലുമൊക്കെ ഒടുവിൽ കയ്യേൽക്കുന്ന ചെറുതെങ്കിലും വലിയ വേഷങ്ങൾ എത്രകാലം ശീർഷാസനത്തിൽനിന്നാലും മറ്റൊരു നടനെക്കൊണ്ടും ചെയ്തൊപ്പിക്കാനാവില്ല.

പൂവ്വാംകുറുന്തലയും ചുട്ടിപ്പരലും തവളക്കണ്ണൻ നെല്ലും താമരക്കോ

ഴിയും നാടൊഴിഞ്ഞുപോകുന്നപോലെ മലയാളത്തിന്റെ മുദ്രകളോരോന്നായി അരങ്ങൊഴിഞ്ഞുപോവുകയാണ്. സിനിമയിൽ മിമിക്രിയുടെ മഴ തോർന്ന് ഇപ്പോൾ മരം പെയ്യുന്നു. ഇനി മലയാളത്തിന്റെ കുപ്പായമിട്ടു വരുന്ന ഋത്വിക് റോഷന്മാരിൽ നമുക്ക് പ്രതീക്ഷയർപ്പിക്കാം. മലയാള സിനിമയുടെ മൂശാരിമാർ ചെന്നൈവഴി മുംബൈക്കുള്ള ഫ്ളൈറ്റിൽ ഉയർന്നുയർന്നു പൊങ്ങുന്നതുകണ്ട് കൈവീശിക്കാണിയ്ക്കാം. നേരമുണ്ടെങ്കിൽ വടക്കാഞ്ചേരിയിലേയ്ക്കു തിരിഞ്ഞുനിന്ന് ഹൈദരാലിയുടെയും ഒടുവിൽ ഉണ്ണികൃഷ്ണന്റെയും സ്മരണയ്ക്കുമുന്നിൽ അഞ്ജലികളർപ്പിയ്ക്കാം.

ചെറുവത്താനിയിൽനിന്ന് ഇപ്പോഴും വടക്കാഞ്ചേരിയ്ക്ക് ബസ്സുണ്ട്. പുന്നയൂർക്കുളത്തുനിന്ന് വടക്കാഞ്ചേരിയ്ക്കു പോകുന്ന ബസ്സ്. വടക്കാഞ്ചേരിയിൽ കലാമണ്ഡലം ഹൈദരാലിയുടെ പ്രതിമ സ്ഥാപിക്കാൻ അദ്ദേഹത്തിന്റെ സ്നേഹിതർ ഒരുങ്ങുന്നുണ്ട്. പുന്നയൂർക്കുളത്തെ നാലാപ്പാട്ടുപറമ്പിലെ സർപ്പക്കാവിൽ, സാഹിത്യ അക്കാദമിയിൽനിന്ന് രക്ഷപ്പെടാൻ ആകാശത്തേയ്ക്കു പറക്കാനായുന്ന നാഗത്താനെപ്പോലെ നീർമാതളം നിൽക്കുന്നുണ്ട്.

ഈ മണ്ണ് ഊഷരമാവുകയാണ്. എങ്കിലും എനിക്കു ചെറിയ പ്രതീക്ഷ ബാക്കിയുണ്ട്. കളരികളും അക്കാദമികളും കലാമണ്ഡലങ്ങളും ജീവിതമെങ്ങനെ വേണമെന്ന് പഠിപ്പിക്കുന്ന പാഠശാലകളും നിഷ്ക്കരുണം നമ്മുടെ ചിദാകാശം കീഴടക്കുമ്പോഴും ഇവിടെ ചെറുവത്താനിയിൽ നിന്ന് വടക്കാഞ്ചേരിയ്ക്ക് ബസ്സു പോകുന്നുണ്ട്. പാതയ്ക്കിരുവശത്തുംനിന്നുകൊണ്ട് ആലുകളും മാവുകളും കൈകോർത്ത മേൽത്തട്ടുള്ള വഴിയിലൂടെ. ഞാൻ ആ ബസ്സിൽ കയറുന്നു. അവിടെച്ചെന്ന് മച്ചാട്ടു മലയിൽ കയറിനിന്നുനോക്കിയാൽ എനിയ്ക്ക് ആകാശത്ത് മേഘങ്ങൾ കൊണ്ട് ഭരതൻ ചിത്രം വരയ്ക്കുന്നത് കാണാനായെങ്കിലോ? ഹൈദരാലിയുടെ പാട്ടുകേൾക്കാനായെങ്കിലോ? അതെ, മുകളിൽനിന്നു നോക്കിയാലേ അറിയൂ, താഴ്വാരത്തെ ഏതിടവഴിയിലൂടെയാണ് ഉണ്ണികൃഷ്ണൻ നടന്നുപോയതെന്ന്.

(2006)

ഇലകൾ പച്ച പൂക്കൾ മഞ്ഞ

എന്നുമുതലാണ് മനുഷ്യർ പരസ്പരം ചീത്തവിളിയ്ക്കാനായി ലൈംഗികഅവയവങ്ങളുടെ പേര് ഉപയോഗിച്ചു തുടങ്ങിയതെന്നറിയാമോ നിങ്ങൾക്ക്? എനിയ്ക്കറിയില്ല. ഞാൻ ആറാംക്ലാസുവരെ മാത്രമേ പഠിച്ചിട്ടുള്ളൂ. കള്ളൻ, ചതിയൻ, വഞ്ചകൻ, ദ്രോഹി, ദുഷ്ടൻ, ഹൃദയശൂന്യൻ എന്നിങ്ങനെയൊക്കെയാണ് പണ്ട് ചീത്ത വിളിച്ചിരുന്നതെന്ന് പുരാണങ്ങൾ വായിക്കുമ്പോൾ മനസ്സിലാകുന്നു. പിന്നെ ജാതിപ്പേരു വന്നു-ചീത്തവിളിക്കാനായിക്കൊണ്ട്. മനുഷ്യരുടെ ഉത്തമമായ അവയവങ്ങൾ എങ്ങനെയാണ് നീചസ്ഥാനത്തു വന്നത്? ഈശ്വരനിയോഗമായ ഇണചേരൽ എങ്ങനെയാണ് പാപകർമ്മമായത്?

താരാജൂൺ എന്ന പേരിൽ കൊച്ചുപുസ്തകമെഴുതിയിരുന്ന ചൊവ്വുക്കാരൻ ജോസിന് അങ്ങനെ പല സംശയങ്ങളുമുണ്ട്. അറുപത്തഞ്ചുവയസ്സു കഴിഞ്ഞെങ്കിലും താരാജൂൺ ഇപ്പോഴും സാഹിത്യവൃത്തിയിൽ നിന്നു പിന്മാറിയിട്ടില്ല. കഥാസാഹിത്യത്തിൽനിന്നു മാറി പൊതുജനനന്മയെ ലക്ഷ്യമാക്കിയുള്ള രചനകളിലാണ് ഈയിടെയായി ശ്രദ്ധ. 'നിങ്ങൾക്കൊരാൺകുഞ്ഞ്', 'കണ്ണുണ്ടായാൽ പോരാ കാണണം' എന്നെല്ലാമാണ് പുതിയ പരമ്പരയിലെ കൃതികളുടെ പേരുകൾ.

1964-ൽ ആണ് ആദ്യകൃതിയായ 'സുന്ദരിമാരുടെ ദുശ്ശീലം' അച്ചടിച്ചത്. വിതരണവും താരാജൂൺ തന്നെ. ജൂൺമാസത്തിലാണ് ജോസിന്റെ ജനനം. ജൂണിൽ ഉദയം ചെയ്ത താരം എന്ന അർത്ഥത്തിലാണ് താരാജൂൺ എന്ന തൂലികാനാമം സ്വീകരിച്ചത്. മുപ്പത്തിരണ്ടു പേജുകൾ മാത്രമുണ്ടായിരുന്ന ആ പുസ്തകത്തിന്റെ ആദ്യപതിപ്പായ ആയിരം കോപ്പികൾ രണ്ടാഴ്ചകൊണ്ടാണ് വിറ്റുതീർന്നത്. ആദ്യകൃതിയോടുള്ള ഇഷ്ടംകൊണ്ട് ആ പുസ്തകത്തെ പരാമർശിക്കുമ്പോൾ ജോസ് 'ദുശ്ശീലം' എന്നേ പറയൂ. അമ്പതുപൈസയാണ് വിലയിട്ടിരുന്നതെങ്കിലും മദ്രാസ്, കോയമ്പത്തൂർ, ബാംഗ്ലൂർ എന്നിവിടങ്ങളിലുള്ള വായനക്കാർക്ക് 'ദുശ്ശീലം' രണ്ടും മൂന്നും രൂപ കൊടുത്തു വാങ്ങേണ്ടിവന്നിട്ടുണ്ട്. കോപ്പികളുടെ ദൗർലഭ്യംതന്നെ കാരണം. വായനക്കാരുടെ ആവശ്യപ്രകാരം 'ദുശ്ശീലം' പലതവണ അച്ചടിക്കേണ്ടിവന്നു. അത് മറുനാ

ടൻ മലയാളികളെയും നാടൻമലയാളികളെയും ആനന്ദപുളകിതരാക്കി. സാഹിത്യക്കളരിയുടെ പുത്തറവന്ദനം വൻവിജയമെന്നുകണ്ട താരാജൂൺ 'ദുശ്ശീല'ത്തെ തുടർന്ന് 'പുളകത്തിന്റെ പൊന്നരുവി, 'മങ്കമാരുടെ മാര ലീല', 'പ്രൗഢകളുടെ ഫ്യൂഡലിസം', 'ബാലികമാരുടെ രതിലീലകൾ', 'മദംപൊട്ടിയ മനുഷ്യാത്മാക്കൾ', 'കുത്തഴിഞ്ഞ നൈലോൺസാരി' എന്നിങ്ങനെ നിരവധി കൃതികൾ രചിച്ച് പ്രസിദ്ധീകരിച്ചിട്ടുണ്ട്. തൃശ്ശൂരിൽ നിന്ന് 'ലോലിത' എന്നൊരു ദ്വൈവാരിക പത്തുവർഷത്തോളം പുറത്തിറക്കി. അതിന്റെ പ്രിന്ററും പബ്ലിഷറും എഡിറ്ററും താരാജൂൺ തന്നെയായിരുന്നു.

അതിനിടെ 1967-ൽ കോട്ടയം പാറക്കൽ പോളിന്റെ മകൾ ഡോളിയെ വിവാഹം കഴിച്ചു. ഈ ദമ്പതികൾക്ക് പുഞ്ചിരി, പഞ്ചമി, രഞ്ജിനി, മഞ്ജരി എന്നിങ്ങനെ നാലുപെൺമക്കളുണ്ടായി. നാലുപേരെയും വിവാഹം കഴിച്ചുകൊടുത്തു. അവർ ഭർതൃഗൃഹങ്ങളിൽ സസന്തോഷം ജീവിക്കുന്നു. ജോസും ഡോളിയും തനിച്ചാണ് താമസം. ഡോളി തൃശ്ശൂർ അമല ആശുപത്രി ജീവനക്കാരിയായിരുന്നു. ഇപ്പോൾ വെള്ളയപ്പം ഉണ്ടാക്കി വിൽക്കുന്നു. ഇടയ്ക്കൊക്കെ പ്രസവശുശ്രൂഷയ്ക്കും പോകും. ജോസിന് തൃശൂർ വടക്കേ ബസ്സ്റ്റാന്റിൽ സൈക്കിൾ ചക്രങ്ങൾ ഘടിപ്പിച്ച പുസ്തകക്കടയുണ്ട്.

- എന്തായിരുന്നു സാഹിത്യരചനയിലേക്കു പ്രവേശിക്കാൻ കാരണം? സുന്ദരിമാരുടെ ദുശ്ശീലം പോലെ സെക്സിന് പ്രാധാന്യമുള്ള ഒരു കൃതിയുണ്ടാക്കാൻ സാഹചര്യം എന്താണ്?

കെ.പി.കേശവമേനോന്റെ 'ജീവിതചിന്തകൾ' എന്ന ഗ്രന്ഥം വായിച്ചപ്പോൾ ഉണ്ടായ ആത്മധൈര്യത്തിൽനിന്നാണ് ആദ്യകൃതിയായ സുന്ദരിമാരുടെ ദുശ്ശീലം എഴുതുവാൻ പുറപ്പെട്ടത്. ജീവിതചിന്തകളിൽ കേശവമേനോൻ ഊന്നിപ്പറയുന്ന ഒരു കാര്യമുണ്ട്. നമുക്ക് ശരിയെന്നു തോന്നുന്ന കാര്യങ്ങൾ ചെയ്യാൻ മടിയ്ക്കരുത്. വിശേഷിച്ചും മറ്റുള്ളവർക്ക് സന്തോഷമുണ്ടാക്കുന്ന കാര്യങ്ങൾ.

- സുന്ദരിമാരുടെ ദുശ്ശീലം ഒരു അശ്ലീലസാഹിത്യകൃതിയല്ലേ? ജീവിതചിന്തകൾ എങ്ങനെയാണ് അതെഴുതാൻ പ്രേരകമായത്?

അശ്ലീലം എന്നാൽ സഭ്യമല്ലാത്തത് എന്നാണർത്ഥം. സഭ്യമല്ലാത്തത് എന്നാൽ സഭാമര്യാദകൾ ചേരാത്തത് എന്നേ അർത്ഥമുള്ളൂ. സഭയിൽവെച്ച് ചെയ്യരുതാത്തതും എന്നാൽ മനുഷ്യന് ഒഴിവാക്കാനാവാത്തതുമായ പല കാര്യങ്ങളുമുണ്ട്. ഉറക്കം, വിസർജ്ജനം, മൈഥുനം എന്നിങ്ങനെ പലതും. സഭയ്ക്ക് പുറത്തു ചെയ്യേണ്ട കാര്യങ്ങളൊക്കെ ചീത്തയും അധമവും ആണെന്നു കരുതുന്നത് തെറ്റല്ലേ? ഞാൻ പറഞ്ഞു

വരുന്നത് എല്ലാ ജീവജാതികളിലും കുടികൊള്ളുന്ന വികാരമാണ് സെക്സ്. രതിയില്ലെങ്കിൽ ഈ പ്രപഞ്ചത്തിന് ജീവനില്ല, ആനന്ദമില്ല, ശൂന്യമായിരിക്കും സർവ്വവും. ആ രതിയെ മനുഷ്യൻ എന്തിനാണ് ഇത്രയ്ക്കു നിന്ദ്യമായി കണക്കാക്കുന്നത്? എല്ലാ ചലനവും രതിയുടെ ഭിന്നമുഖങ്ങളല്ലേ? ഇത്തരം ചിന്തകൾ എന്റെ മനസ്സിൽ ഉത്തരം കിട്ടാതെ ഉഴലുന്ന കാലമായിരുന്നു അത്. എനിക്കു വലിയ വിദ്യാഭ്യാസമൊന്നുമില്ല. വീട്ടിൽ പ്രാരാബ്ധമായിരുന്നു. അപ്പന് ആറുമക്കൾ. അഞ്ചാമനായിരുന്നു ഞാൻ. പന്ത്രണ്ടാമത്തെ വയസ്സിൽ മാർഅപ്രേം ബാങ്കിൽ പ്യൂൺ ആയി ജോലിയ്ക്കു കയറി. എനിക്ക് ആ പണി വേഗം മടുത്തു. എന്റെ ഒപ്പമുള്ള കുട്ടികൾ സ്കൂളിൽ പോകുന്നു, കളിക്കുന്നു. ഞാൻ മേശ തുടയ്ക്കുന്നു, ബാത്ത്റൂം വൃത്തിയാക്കുന്നു. ഒരു ജൂൺ 28 എന്റെ ജന്മദിനമായിരുന്നു. റവന്യൂ സ്റ്റാമ്പ് വാങ്ങാൻ തന്ന പതിമൂന്നുരൂപയുമായി ഞാൻ മദിരാശിയ്ക്കു വണ്ടി കയറി. തേനാംപട്ടയിൽ ഒരു ടീസ്റ്റാളിൽ പണി കിട്ടി. അവിടെയും ക്ലീനിംഗ് തന്നെ. അവിടുന്ന് കോടമ്പാക്കത്തേക്കു ചാടി. തലശ്ശേരിക്കാരൻ ഭാസ്കരൻ നടത്തിയിരുന്ന ശ്രീ അയ്യപ്പ ഹോട്ടലിൽ സപ്ലയർ ആയി ചേർന്നു. അവിടെവെച്ചാണ് യഥാർത്ഥത്തിൽ ഈ സാഹിത്യത്തിലേയ്ക്കു ഞാൻ പ്രവേശിക്കുന്നത്. മലയാളികളും തമിഴരും ഉണ്ടായിരുന്നു അയ്യപ്പഹോട്ടലിൽ ജോലിക്കാരായിട്ട്. ഹോട്ടലിന്റെ മാടിയിലാണ് ഞങ്ങൾ കിടക്കുക. പത്തുപതിനഞ്ചു പേരുണ്ടാവും. എല്ലാവർക്കും ചെറിയൊരു തകരപ്പെട്ടിയോ ലതർബാഗോ കാണും സ്വന്തം സാധനങ്ങൾ സൂക്ഷിച്ചുവെക്കാൻ. അതിനകത്ത് ഒട്ടുമിക്ക ജോലിക്കാരും പുസ്തകങ്ങൾ ഒളിപ്പിച്ചുവെച്ചിട്ടുണ്ടാവും. മുതലാളിയോ മാനേജരോ കണ്ടാൽ കുഴപ്പമാണ്. ആ പുസ്തകങ്ങൾ എല്ലാം തമിഴ് ഭാഷയിലുള്ളതാണ്. ഞാനും തമിഴ് പഠിച്ചു. തമിഴ് ഭാഷ പഠിക്കാൻ വളരെ എളുപ്പമാണ്. തമിഴ് പഠിച്ചത് ഈ പുസ്തകങ്ങൾ വായിച്ചിട്ടാണ്. പട്ടുപ്പൂച്ചിയിൽ പൈത്യം, പൺ പെടുത്താതെ മാമാ, കാവൽനിലയത്തിൽ പേയ് എന്നിങ്ങനെ പല പുസ്തകങ്ങളും വായിച്ചപ്പോഴാണ് എനിക്ക് എന്തുകൊണ്ട് ഇത്തരം കഥകൾ മലയാളത്തിൽ എഴുതിക്കൂടാ എന്ന ചിന്തയുണ്ടാവുന്നത്. പക്ഷെ, ഞാനത് മനസ്സിൽ അടക്കിവെച്ചു. എഴുതാനുള്ള സാഹചര്യങ്ങൾ അയ്യപ്പഹോട്ടലിൽ ഒത്തുകിട്ടിയിരുന്നില്ല. പിന്നെ അവിടെനിന്ന് പോന്നു. സിനിമാനടൻ മുതുകുളത്തിന്റെ സഹായിയായി കൂടിയപ്പോഴാണ് എഴുതാനുള്ള മോഹം വീണ്ടും ഉയർന്നുവന്നത്. മുതുകുളത്തിന്റെയടുത്ത് പലരും വരും. തിരക്കഥാകൃത്തുക്കൾ, നാടകരചയിതാക്കൾ, ഗാനമെഴുത്തുകാർ അങ്ങനെ പലരും. ഇവരിലേറെപ്പേരും സിനിമയിലേക്കുള്ള വഴി തേടി നാട്ടിൽനിന്ന് പുറപ്പെട്ടു പോന്നവരായി

രുന്നു. ഏതെങ്കിലും ഹോട്ടലിലോ ബേക്കറിയിലോ പകൽ ജോലി ചെയ്ത് രാത്രിയായാൽ സാഹിത്യരചന നടത്തുന്നവരാണ്. ബേപ്പൂർ മണി എന്ന ഒരാൾ അവിടെ നാടകപ്രവർത്തനവുമായി നടന്നിരുന്നു. അയാൾ പിന്നീട് ക്യാമറാമാനായിത്തീർന്നു.

അങ്ങനെ പലതരം ആൾക്കാരുമായുള്ള സമ്പർക്കം എനിക്കു പുതിയൊരു ഉണർവ്വും വെളിച്ചവും തന്നു. എഴുതാൻ ഞാനും ശ്രമിച്ചുനോക്കി. പക്ഷെ പേനയെടുത്താൽ അയ്യപ്പഹോട്ടലിൽ വെച്ചു വായിച്ച തമിഴ് പുസ്തകത്തിലെ കഥകളാണ് മനസ്സിൽ പൊന്തിവരിക. ഞാൻ ചില വരികളൊക്കെ കുത്തിക്കുറിച്ച് മുതുകുളം കാണാതെ ഒളിപ്പിച്ചുവെക്കും. എന്റെ സാഹിത്യം തെറ്റാണ് എന്നൊരു ചിന്ത എന്നെ വല്ലാതെ അലട്ടിയിരുന്നു. അങ്ങനെ ധർമ്മസങ്കടത്തിലായ കാലത്താണ് കെ.പി.കേശവമേനോന്റെ ജീവിതചിന്തകൾ വായിക്കുന്നതും എഴുതാൻ തുടങ്ങിയതും.

- തെറ്റാണ് എന്നു കരുതിയത് ശരിയാണ് എന്ന് കണ്ടെത്തിയതെങ്ങനെയാണ്?

പുരാണത്തിലും ഇതിഹാസത്തിലും എന്നുവേണ്ട ഭാരതീയ സംസ്കാരപ്രകാരമുള്ള ആരാധനാസമ്പ്രദായത്തിലും തന്ത്രത്തിലുമെല്ലാം സെക്സിന് ഉത്തമസ്ഥാനമാണ് കൽപ്പിച്ചിട്ടുള്ളത്. സെക്സ് നിഷിദ്ധമോ പാപമോ അല്ല. ഖജുരാഹോ തൊട്ട് നമ്മുടെ നിലവിലുള്ള ക്ഷേത്ര ചുവർ ചിത്രങ്ങൾവരെ അതാണ് തെളിയിക്കുന്നത്. അടിച്ചമർത്തപ്പെട്ടപ്പോഴാണ് സെക്സ് അപകടകാരിയായി മാറിയത്. ഡോ.സി.കെ.എൻ നായരുടെ പുരാണ വിചിത്ര കഥാസാഗരം വായിച്ചിട്ടുണ്ടോ? അതിലെ 'സ്വാഹയും പത്നിമാരും' എന്ന അധ്യായം നോക്കിയാൽ മതി. അഗ്നിദേവന്റെ പിന്നാലെ കാമാതുരകളായി സംഗമത്തിനാഗ്രഹിച്ച് നടന്നത് മുനിപത്നിമാരാണ്. വെറും മുനിമാരുടെ പത്നിമാരല്ല, സപ്തർഷികളുടെ പത്നിമാർ. അതുപോലെ കാമദേവന്റെ കഥ വായിച്ചിട്ടില്ലേ? ശിവപുരാണം നോക്കിയിട്ടുണ്ടോ? എന്താണ് ഗോപികമാരും കൃഷ്ണനും തമ്മിലുള്ള ബന്ധം? അതൊക്കെ വായിക്കുകയും ഈ ദേവന്മാരെ ആരാധിക്കുകയും ചെയ്യുന്ന ഭാരതത്തിൽ ഞാൻ സെക്സിന് പ്രാധാന്യമുള്ള കഥയെഴുതിയാൽ കുറ്റമായി, ശിക്ഷയായി, ഐ.പി.സി 294 ബി. എന്റെ പുസ്തകം വായിച്ചാൽ ലൈംഗിക അരാജകത്വമുണ്ടായി ഇന്ത്യാരാജ്യം കുട്ടിച്ചോറാവും എന്നാണ് പറയുന്നത്. ഈ മന്ത്രിമാരും മഠത്തിലെ സ്വാമിയുമെല്ലാം എന്റെ പുസ്തകം വായിച്ചിട്ടാണോ ഇക്കണ്ട പുകിലൊക്കെ ഉണ്ടാക്കിയത്? മന്ത്രിയുടെയും സ്വാമിയുടെയും കഥകൾ പത്രങ്ങളിലൂടെ വായിച്ചപ്പോൾ എനിക്ക് ഒരുതരത്തിൽ ആശ്വാസമാണുണ്ടായത്.

- അതെന്തേ ആശ്വാസം തോന്നാൻ കാരണം?

അവരിലെ മനുഷ്യത്വം തീരെ നശിച്ചിട്ടില്ലല്ലോ എന്നോർത്തായിരുന്നു ആശ്വാസം. ചില പുരോഹിതന്മാരുടെയും എല്ലാം നടത്തം കണ്ടാൽ ഞങ്ങൾക്ക് സെക്സ് എന്നൊരു സാധനത്തെപ്പറ്റി കേട്ടറിവുപോലുമില്ലേ എന്നാണ് തോന്നുക. അതാണ് യഥാർത്ഥ കാപട്യം. അടിച്ചമർത്തിവെച്ചാലാണ് പൊട്ടിത്തെറിക്കുക. കഞ്ചാവ് നിരോധിച്ചു. ചാരായം നിരോധിച്ചു. നെതർലാണ്ടിൽ ഇതൊക്കെ വാങ്ങാൻ കിട്ടും എന്നാണ് അവിടെപ്പോയി വന്ന ഒരു മേനോൻ പറഞ്ഞത്. അതുകൊണ്ട് ഒരു കുഴപ്പവും ഉണ്ടായിട്ടില്ലത്രെ.

- അഗ്നിദേവനും കാമദേവനും ശിവനുമെല്ലാം സങ്കല്പങ്ങളല്ലേ? അവിടെ രതി എന്നുപറയുന്നത് സുപ്രീംസെക്സിനെക്കുറിച്ചാണ്. ശുദ്ധരതി, ശുദ്ധകാമം. താങ്കളെഴുതിയ 'മങ്കമാരുടെ മാരകേളി' അങ്ങനെയാണോ?'

ശുദ്ധകാമം, ശുദ്ധരതി എന്നൊക്കെപ്പറഞ്ഞാൽ എന്താണ് മാഷെ? ശരീരം ഇല്ലാണ്ട് ഈ കളി വല്ലതും നടക്കുമോ? ജീവാത്മാ പരമാത്മാ രതി എന്നൊക്കെപ്പറഞ്ഞാൽ പാവപ്പെട്ട എന്നെപ്പോലുള്ളവർക്ക് വല്ല പിടീം കിട്ട്വോ? പിന്നെ രതീദേവിയും കാമദേവനും അഗ്നിദേവനുമെല്ലാം സങ്കല്പങ്ങളാണെങ്കിൽ താരാജൂണിന്റെ മങ്കമാരുടെ മാരകേളിയിലെ സാവിത്രിക്കുട്ടിയേയും അവളെ പ്രേമിച്ച കറവക്കാരൻ വേലായുധനേയും ജീവാത്മാവും പരമാത്മാവുമായി കണ്ടുകൂടെ? പിന്നെ ഈ മാതിരി തത്വം പറഞ്ഞതുകൊണ്ടൊന്നും സാധാരണക്കാരന്, അതായത് നമ്മുടെ ജനസംഖ്യയിൽ എഴുപത്തഞ്ച് ശതമാനത്തിനും ഒരു പ്രയോജനവും ഉണ്ടാവില്ല. നേരം വെളുത്താൽ അന്തിയാവോളം കഷ്ടപ്പെട്ട് ജോലി ചെയ്ത് നടുവൊടിഞ്ഞ് അന്തിക്ക് കുടിലിലെത്തുന്നവന് ജീവാത്മാവ്, പരമാത്മാവ് എന്നൊന്നും പറഞ്ഞിട്ട് കാര്യമില്ല. അവന് ശരീരത്തിന്റെ വേദനയും ക്ഷീണവും മാറ്റാൻ ഇത്തിരി മദ്യം വേണം, ഭക്ഷണം വേണം, സെക്സ് വേണം. അവർക്കുള്ളതാണ് താരാജൂൺ എഴുതുന്ന പുസ്തകങ്ങൾ; വലിയവർക്ക് ഉള്ളതല്ല. അതിന് വേറെ ആൾക്കാരുണ്ടല്ലോ. കുടുംബത്തോടെയല്ലാതെ ജീവിക്കുന്ന നിരവധി തൊഴിലാളികളുണ്ടിവിടെ. അതുപോലെ ജവാന്മാർ, പരദേശങ്ങളിൽ പണിയെടുക്കുന്ന ആൾക്കാർ. അവരെയൊക്കെ താരാജൂണിന്റെ സാഹിത്യം രതി സന്നദ്ധമാക്കുന്നു. നിങ്ങളുടെ ഭാഷയിൽ ആത്മരതിയിലേക്ക് അവർ പ്രവേശിക്കുന്നു എന്നു പറയാം.

- ജോസ് ഓഷോയെപ്പറ്റി കേട്ടിട്ടുണ്ടോ?

അതൊക്കെ വലിയ വലിയ പണക്കാരുടെ മാഷന്മാരല്ലേ? താരാജൂൺ നാലുചക്രമുള്ള തള്ളുവണ്ടിയിൽ കൊച്ചുപുസ്തകം വിറ്റ് നടക്കുന്നവൻ.

ഓഷോയ്ക്ക് റോൾസ് റോയ്സ് താരാജൂണിന് തള്ളുവണ്ടി. ഒന്നേമുക്കാൽ സെന്റിൽ ഞാൻ തന്നെ ചുവരുവച്ച് ഉണ്ടാക്കിയ വീട്ടിലാണ് ഞാനും എന്റെ ഭാര്യയും കുടുംബവും കഴിയുന്നത്. എന്നെപ്പോലെയുള്ളവർക്കുവേണ്ടിയാണ് ഞാൻ എഴുതുന്നത്. ഇവിടെ ടാർപണിയ്ക്ക് പോകുന്നവരുണ്ട്, കേബിളിടാൻ കാന കുഴിക്കുന്ന തമിഴന്മാരുണ്ട്. കോൺക്രീറ്റു പണിക്ക് പോകുന്നവരുണ്ട്. അവരോടൊക്കെ ഓഷോയെ അറിയുമോ എന്നു ചോദിച്ചുനോക്കൂ. അറിയില്ല എന്നേ പറയൂ. എന്നാൽ താരാജൂണിന്റെ പുളകത്തിന്റെ തേനരുവി വായിച്ചിട്ടുണ്ടോ എന്നു ചോദിക്കുക. അല്ലെങ്കിൽ പട്ടുപൂചത്ചിയിൽ പൈത്യം പടിച്ചിരിക്കാ എന്ന് ചോദിക്കുക. അവരുടെ മുഖം വികസിക്കുന്നത് കാണാം. കണ്ണുകൾ വിടരുന്നതു കാണാം. എന്റെ പുസ്തകങ്ങൾ വായിച്ചിട്ടാരും ആത്മഹത്യ ചെയ്തില്ല. ജീവിതം ആനന്ദകരമാണ്, ഉത്സവമാണ് എന്നവർ മനസ്സിലാക്കും. അവർ ഈ ലോകത്തെ സ്നേഹിക്കാൻ തുടങ്ങും.

• എന്നിട്ട് എന്തേ ഇപ്പോൾ എഴുത്ത് നിർത്തിയത്?

നമ്മുടെ ഭരണകൂടം സമ്മതിക്കണ്ടെ മാഷെ? ഒൻപത് കേസുണ്ടായിരുന്നു എന്റെ പേരിൽ. അതിൽ എട്ടെണ്ണം തള്ളി. ഒന്ന് ബാക്കിയുണ്ട്. അതും വിട്ടുപോകുമായിരുന്നു. മജിസ്ട്രേറ്റിനോട്, ഞാൻ ചെയ്തതിൽ എന്താണ് തെറ്റ് എന്ന് ചോദിച്ചകാരണം അത് തള്ളാതെ വെച്ചിരിക്കുകയാണ്. കോടതിയോട് ഒന്നും ചോദിക്കാൻ പാടില്ലെന്ന് എനിക്ക് അറിയില്ലായിരുന്നു. ഞാൻ ആറാംക്ലാസുവരെ മാത്രമേ പഠിച്ചിട്ടുള്ളു.

• എന്താണ് താങ്കളുടെ സാഹിത്യലോകത്തിന്റെ ഇപ്പോഴത്തെ അവസ്ഥ?

നശിപ്പിച്ചില്ലേ, പഞ്ചായത്തുതോറും ബ്ലൂ സിനിമ കളിക്കുന്ന ഓരോ കൊട്ടക വന്നു. വലിയ വീട്ടിലെ മക്കൾക്ക് ഇന്റർനെറ്റിൽ കയറാം. ഇടത്തരക്കാർക്കും ഗൾഫുകാർക്കും നീലകാസറ്റ്. എല്ലാംകൂടി ഈ രംഗത്തെ നശിപ്പിച്ചുകളഞ്ഞു.

• എന്തേ നശിപ്പിച്ചുവെന്ന് പറഞ്ഞത്? നന്നായി വളർന്നു എന്നല്ലേ പറയേണ്ടത്?

അല്ല. കാരണം എന്റേയും സൈലം ആലുവയുടെയുമെല്ലാം പുസ്തകങ്ങളിൽ കഥയുണ്ടായിരുന്നു. ജീവിതഗന്ധിയായ കഥകൾ. ആ കഥകളിലെ ചില മുഹൂർത്തങ്ങളിൽ മാത്രമാണ് നമ്മുടെ ജീവിതത്തിലെന്നപോലെ സെക്സ് മറ നീക്കി പ്രത്യക്ഷപ്പെടുന്നത്. ബ്ലൂഫിലിമിൽ എന്താണ് കാണുന്നത്? അത് അശ്ലീലം, അശ്രീകരം, അരാജകത്വം എന്നൊക്കെ പറഞ്ഞാൽ ശരിയാണ്. മനുഷ്യമനസ്സുകളിലേക്ക് ഭാവനയുടെ തോണിയിറക്കിയിട്ടാണ് ഞങ്ങൾ കഥയെഴുതിയത്. നീലച്ചിത്രകാര

നോ? രണ്ട് ശരീരങ്ങളുടെ ഗോഷ്ടികൾ ചിത്രീകരിക്കുന്നു. ഒന്ന് ക്രിയാത്മകവും, മറ്റേത് വിനാശകരവുമാണ്. അതാണ് ഞാൻ നശിപ്പിച്ചു എന്ന് പറഞ്ഞത്. ഗോളടി മാത്രമായാൽ ഫുട്ബോൾ കളിയിൽ എന്ത് രസം? പലപല പ്രതികൂല സാഹചര്യങ്ങളിലൂടെ പന്ത് ഗോൾപോസ്റ്റിലേക്ക് മുന്നേറണം. ഒടുവിൽ ഗോളിയേയും വെട്ടിച്ച് ഗോളടിക്കണം. അപ്പോഴാണ് ആനന്ദമൂർച്ഛയിൽ ജനം ആർത്തുവിളിക്കുന്നത്. ഇപ്പോൾ ഷൂട്ടൗട്ടും പെനാൽട്ടിയും മാത്രമേയുള്ളൂ.

- അതുകൊണ്ടാണോ താരാജൂൺ സോദ്ദേശസാഹിത്യത്തിലേക്ക് കടന്നത്?

എന്നു പറയാൻ പറ്റില്ല. നിങ്ങൾക്കൊരാൺകുഞ്ഞ് എന്ന പുസ്തകം സദുദ്ദേശപരവും അതേസമയം സന്തോഷത്തിന് വേണ്ടിയുള്ളതുമാണ്, സുരതക്രിയ പാപമായും മലിനമായ കർമ്മമായും കരുതുന്ന സ്ത്രീകൾ കൂടുതലും പെൺകുഞ്ഞുങ്ങൾക്കാണ് ജന്മം നൽകുക എന്നത് എന്റെ ഒരു കണ്ടെത്തലാണ്. യേശുദാസിന് ആൺമക്കളുണ്ടാവാനുള്ള കാരണവും ആ പുസ്തകത്തിൽ ഞാൻ വിവരിച്ചിട്ടുണ്ട്.

- എന്തായിരുന്നു 'ലോലിത' എന്ന വാരികയുടെ തന്ത്രം? താങ്കളായിരുന്നല്ലോ മുഖ്യപത്രാധിപർ?

തന്ത്രമൊന്നുമില്ല. ഒരു സാധാരണവാരികയായിരുന്നു അത്. സാഹിത്യം സംസ്കാരം, രാഷ്ട്രീയം, വിനോദം എന്നിവയൊക്കെ അതിലുണ്ടായിരുന്നു. പിന്നെ സെക്സിന് പ്രാധാന്യമുള്ള കഥകൾക്കായി എട്ട് പേജുകൾ മാറ്റിവെക്കും. ലോലിത മാത്രമല്ല അങ്ങനെ പല മാസികകളിലും ഇറങ്ങിയിരുന്നു. അതിലൊന്നായിരുന്നു ഭാരതധ്വനി. ഗീത എന്ന പേരിലും മാസികയുണ്ടായിരുന്നു.

- താങ്കളുടെ സാഹിത്യവും അംഗീകരിക്കപ്പെട്ട സാഹിത്യവും തമ്മിൽ വ്യത്യാസമൊന്നുമില്ലെന്നാണോ വിശ്വസിക്കുന്നത്?

എന്തു വ്യത്യാസമാണുള്ളത്? ഇപ്പോൾ കേരളസാഹിത്യഅക്കാദമി പ്രസിഡണ്ടായിരിക്കുന്ന ആൾ എഴുതിയ സാഹിത്യം നിങ്ങൾ കേട്ടിട്ടില്ലേ?

അക്കരെയിക്കരെ നിന്നാലെങ്ങനെ ആശതീരും.
ഒന്നുകിൽ ആൺകിളി അക്കരയ്ക്ക്
അല്ലെങ്കിൽ പെൺകിളി ഇക്കരയ്ക്ക്...'

അതുപോലെ ഇരയിമ്മൻതമ്പിയുടെ 'പ്രാണനാഥനെനിയ്ക്കു നൽകിയ പരമാനന്ദ സുഖം' എന്താണ്?'

(2005)

ചക്കരമാവിലെ ജോർജ് ഒന്നാമൻ

എഴുപതുകളിൽ ചാവക്കാട്-ഗുരുവായൂർ പ്രദേശങ്ങളിൽ നിന്നുണ്ടായ നവതരംഗ മലയാള സിനിമിയുടെ അഗ്രാസനൻ ആയിരുന്നു പാലുവായിക്കാരൻ ജോർജ്ജ്മാസ്റ്റർ. സിനിമയുടെ മാത്രമല്ല തർക്കം, രാഷ്ട്രീയമീമാംസ, സാഹിത്യം ചിത്രകല, സംഗീതം, എന്നിവയുടെ സഭകളിലും ജോർജ്ജ് തന്നെയായിരുന്നു പ്രധാനി.

ഉഗ്രപ്രതിരോധശേഷിയുള്ള കൊമ്പൻമീശ, കരിങ്കൽക്വാറിയുടെ ശബ്ദം, ഒട്ടകത്തോലിന്റെ ടെക്സചറിലുള്ള കുപ്പായം, തോളിലൊരു ചാക്കുസഞ്ചി- അക്കാലത്ത് ബുദ്ധിജീവികൾക്ക് ഇങ്ങനെ ഒരു ഗ്രന്ഥിസഞ്ചി വളരാറുണ്ട്. എം.ഗോവിന്ദന്റേതാണ് ഈ ഉപജ്ഞാനമെന്നും പക്ഷമുണ്ട്- ഇതൊക്കെയാണ് ജോർജ്ജിന്റെ ബാഹ്യപ്രകൃതിയെങ്കിലും മനസ്സ് ചക്കരമാമ്പഴം പോലെയാണെന്നാണ് ജ്ഞാനികളും ജ്ഞാനാർത്ഥികളുമായി പാലുവായിൽ എത്തുന്ന തീർത്ഥാടകർ പറയുന്നത്. അധ്യാപകൻ എന്ന നിലയിൽ അദ്ദേഹത്തിന്റെ വാത്സല്യവും സ്നേഹ വും കാരുണ്യത്തിന്റെ തലോടലും അനുഭവിച്ച വിദ്യാർത്ഥികൾ ജോർജ്ജ് മാസ്റ്ററുടെ ഷഷ്ടിപൂർത്തി ഗംഭീരമായി ആഘോഷിക്കാൻ ഒരുങ്ങിയതാണ്. മാസ്റ്റർ 'ലളിതമാണ് സുന്ദരം', 'ചെറുതാണ് ചേല്' എന്നിങ്ങനെയുള്ള തത്വോപദേശങ്ങൾ ചെയ്ത് അവരെ പിന്തിരിപ്പിച്ചുകൊണ്ട് മാതൃക കാട്ടി. മാഷ് ഒരു ചക്കരമാവാണെന്നാണ് കാട്ടുമാടം നാരായണനും പി. വികൃഷ്ണൻനായരുമൊക്കെ രേഖപ്പെടുത്തിയിട്ടുള്ളത്. ആ ചക്കരമാവിന്റെ ചോട്ടിലിരുന്ന് പി.കെ കോരുവിന്റെ നക്ഷത്രദീപിക മുതൽ എം. എൻ റോയിയുടെ റാഡിക്കൽ ഹ്യൂമനിസം വരെയും പൊറാട്ടുനാടകം തൊട്ട് തർക്കോവസ്കിയുടെ ഭ്രമാത്മക ദർശനെ വരെയും തലങ്ങുംവിലങ്ങും ചർച്ചചെയ്യപ്പെട്ടു. പലപ്പോഴും ബർലിനിൽനിന്ന് നേരിട്ടുകൊണ്ടുവന്ന വോഡ്കയും കണ്ടാണശ്ശേരിക്കാരുടെ നീരറിവുകളും ദാർശനിക പ്രതിസന്ധികളിൽനിന്ന് ചർച്ചകളെ മുന്നോട്ടു നയിച്ചു.

അപൂർവ്വമായെങ്കിലും ചർച്ചകൾ അക്രമാസക്തമാകാറുണ്ട്. അപ്പോൾ ലാറിബേക്കറിന്റെ മനുഷ്യാലയ ചന്ദ്രികപ്രകാരം നിർമ്മിച്ച ഇഷ്

ടികപ്പുരയുടെ പോടുകളിൽനിന്ന് പുൽച്ചാടികൾ, ഗൗളികൾ, പഴുതാര കൾ എന്നിങ്ങനെ പൂർവ്വികരായ പല ശാസ്ത്രജ്ഞരും തലനീട്ടി പുറ ത്തുവരും. കീടനാശിനികൾ തളിക്കുകയോ ഇഷ്ടികച്ചുമര് പ്ലാസ്റ്റർ ചെ യ്യുകയോ വേണമെന്ന് അഭിപ്രായപ്പെട്ട ഓട്ടുകമ്പനിക്കാരൻ അളിയനോ ട് ജോർജ്ജ് ഖലീൽജിബ്രാന്റെ കവിത ചൊല്ലി.

'യുവർ ഹൗസ് ഈസ് യുവർ ലാർജർ ബോഡി
ഇറ്റ് ഗ്രോസ് ഇൻ ദ സൺ
ആന്റ് സ്ലീപ്സ്
ഇൻദ സ്റ്റിൽനസ്സ് ഓഫ് നൈറ്റ്
ആന്റ് ഇറ്റ് ഈസ് ഡ്രീംലെസ്'

ഖലീൽജിബ്രാന്റെ ദർശനങ്ങൾ പിന്നെ മൽസ്യന്യാത്തിലേക്കു ജിദ്ദു കൃഷ്ണമൂർത്തിയിലേക്കും തഥാഗതനിലേക്കുമെല്ലാം ഒഴുകിപ്പരക്കും. അ ങ്ങനെയാണ് നിർവാണത്തിലെത്തുക. ചർച്ചകൾ യുദ്ധകാണ്ഡത്തിലേ ക്ക് പ്രവേശിക്കുമ്പോൾ ആലീസ് അടുക്കളയിൽനിന്ന് വിളിച്ച് പറയും, 'വല്ല ചക്കയോ മാങ്ങയോ എടുത്ത് ഇവറ്റകളുടെ തൊള്ളയിൽ വച്ചു കൊടുക്ക് ജോർജ്ജേ.'

ആലീസ് ഉദ്ദേശിക്കുന്നത് ക്യാപിറ്റലിസ്റ്റ് തന്ത്രമാണ്. വിപ്ലവത്തിനാ യി അലമുറയിടുന്നവന്റെ വായിൽ ബ്രഡ് ഇട്ടുകൊടുത്താൽ പിന്നെ കു റേ നേരത്തേയ്ക്കവൻ മിണ്ടില്ല. അതു ചവച്ച് രസിച്ചങ്ങനെ ഇരിയ്ക്കും. റാഡിക്കൽ ഹ്യൂമനിസ്റ്റും സൂഫിയുമായ കുഞ്ഞഹമ്മദ് ഇടപെടും.

കൂട്ടത്തിൽ പറയാൻ വിട്ടുപോയി, മാസ്റ്റർ അടിയുറച്ച ട്രോഡ്സ്കി യിസ്റ്റാണ്. പലതരത്തിലുള്ള ജ്ഞാനമാർഗ്ഗങ്ങളും ചക്കരമാഞ്ചോട്ടിൽ വന്ന് ജോർജ്ജിനെ ഉപദേശിക്കുകയും പ്രലോഭിപ്പിക്കുകയും ചെയ്തി ട്ടുണ്ടായെങ്കിലും ജോർജ്ജ് ഒരിക്കലും തന്റെ നിലപാട് മാറ്റിയിട്ടില്ല.

'മാറാത്തവൻ മനുഷ്യനല്ല.' എന്ന് ഉപദേശിച്ച ഒരു സൈദ്ധാന്തിക നോട് മറുപടി പറഞ്ഞത് ഇങ്ങനെയാണ്:

'മാറുന്നവന്റെ മാറ്റുരയ്ക്കുന്നത് ഞാനീ ട്രോഡ്സ്കിയിസത്തിന്റെ കല്ലിലാണ്. നിങ്ങൾ എന്റെ അപ്പവും വീഞ്ഞും സ്വീകരിച്ച് സന്തോഷ വാന്മാരായിരിക്കുക.'

തെങ്ങുകൾക്ക് മണ്ഡരി ബാധിച്ചപ്പോഴും മനുഷ്യർക്ക് എലിപ്പനി വ ന്നപ്പോഴും യുദ്ധവും കടലാക്രമണമുണ്ടായപ്പോഴുമൊക്കെ ജോർജ്ജ് അ തിനെ ട്രോഡ്സ്കിയിസത്തിലൂടെയാണ് നേരിട്ടത്. നാട്ടിൽ ട്രോഡ്സ് കിയിസ്റ്റുകൾ അധികമുണ്ടായിരുന്നില്ല. ആറുകോടി ജനത്തിന് അര ട്രോ ഡ്സ്കി എന്ന് സി.വി.രാമൻ പറയുന്നു.

അങ്ങനെ ചക്കരമാവിൽ പല തത്വചിന്തകളും പൂത്തുകായ്ച്ചു പഴുത്തു കിളികൊത്തി നിന്ന് കാലത്താണ് പവിത്രൻ 'യാരോ ഒരാൾ' എന്ന സിനിമയുടെ ആലോചനയുമായി ആമ്രകുഞ്ചത്തിലെത്തുന്നത്. (ശാന്തിനികേതത്തിലും ഒറ്റപ്പാലം എൻ.എസ്.എസ്കോളേജിലും പാലൂവായിലും മാത്രമാണ് ഇപ്പോൾ ആമ്രകുഞ്ചങ്ങൾ നിലവിലുള്ളത്.)

ഇഷ്ടികച്ചുമരിൽ സീയ്യെൻ കരുണാകരൻ തീർത്ത ലാസ്റ്റ്സപ്പർ റിലീഫിനുതാഴെയുള്ള ആ കിടപ്പിൽ ഒരു റിലീഫ് ആവശ്യപ്പെടുന്നതായി ജോർജ്ജ് മനസ്സിലാക്കി. ജോർജ്ജും കിടന്നുകൊണ്ടാണ് വിഷയത്തിലേക്ക് പ്രവേശിച്ചത്.

ജോർജ്ജ് : ആരുടെയാണ് കഥ, എന്താണ് കഥാസാരം? (ശബ്ദത്തിൽ വീരരസവും ഭാവത്തിൽ ശാന്തവും കലരുന്നു)

പവിത്രൻ: (മേൽത്തട്ടിലെ വാർപ്പിൽ പിടിപ്പിച്ചിട്ടുള്ള പലതരം മദ്യകുപ്പികളിലൂടെ വരുന്ന പ്രകാശം പച്ച, നീല, ചുവപ്പ് എന്നിങ്ങനെയുള്ള നിറങ്ങൾ വീഴ്ത്തുന്നുണ്ട് പവിത്രന്റെ മുഖത്തും ശരീരത്തിലും). അങ്ങനെ പറയത്തക്ക കഥയൊന്നുമില്ല മാഷേ.

ജോർജ്ജ് : കഥയില്ലായ്മയാണോ തീം?

പവിത്രൻ : എന്നുചോദിച്ചാൽ അല്ല, മെഡിക്കൽകോളേജിലെ മോർച്ചറിയിൽ സൂക്ഷിച്ചിരിക്കുന്ന തന്റെ പ്രിയപ്പെട്ട സുഹൃത്തിന്റെ ജഡംകാണാൻ ഹരി എല്ലാദിവസവും പോകുന്നു. അവിടെ ഡോക്ടറായി ജോലിചെയ്യുന്ന ഹരിയുടെ ഭാര്യക്കത് സൈ്വര്യക്കേട് ആകുന്നു. അവർ ഹരിയെ ഡൈവോഴ്സ് ചെയ്ത് മറ്റൊരാളെ വിവാഹം കഴിക്കുന്നു. ഇവർ മൂന്നുപേരുംകൂടെ കോഴിക്കോട്ടെ കടപ്പുറത്ത് കാറ്റുകൊള്ളാൻ നടക്കുമ്പോൾ ഹരിയോട് മുൻഭാര്യ ഹൈപ്പർടെൻഷനുള്ള മരുന്നുകൾ കൃത്യമായി കഴിയ്ക്കുന്നില്ലേ എന്നു ചോദിക്കുന്നു. ഒരുദിവസം പതിവുപോലെ ഹരി മോർച്ചറിയിലെത്തുന്നു. അപ്പോൾ മോർച്ചറിയിലെ സ്പിരിറ്റ് പെട്ടിയിൽനിന്ന് സുഹൃത്തിന്റെ ജഡം എഴുന്നേറ്റ് പുറത്തേക്ക് നടക്കുന്നു. പകരം ഹരി ആ തൊട്ടിയിൽ കയറിക്കിടക്കുന്നു.

ജോർജ്ജ് : എന്തിനാണ് ഹരി മോർച്ചറിയിൽ കയറിക്കിടന്നത്?

പവിത്രൻ : ശവം എഴുന്നേറ്റുപോയാൽ മോർച്ചറിയുടെ വാച്ച്മാന്റെ പണി പോകില്ലേ? അതോണ്ടാ പകരം കിടന്നത്.

ജോർജ്ജ് : ത്രികോണ പ്രേമത്തിനുള്ള സാധ്യതയുണ്ട് കഥയിൽ. ശ്രദ്ധിക്കണം. ആരാണ് തിരക്കഥ?

പവിത്രൻ : ഞാൻ തന്നെയാണ്.

ജോർജ്ജ് : നീ തന്നെയാവും സംവിധാനവും അല്ലേ?

പവിത്രൻ : എന്നായാലും വേണ്ടതല്ലേ അത് എന്നാണ് നിലമ്പൂർ ബാലേട്ടൻ ചോദിച്ചിട്ടുള്ളത്. മാഷ്ക്കും ആവാം.

ജോർജ്ജ് : എന്തിനാണ് നീ ഇങ്ങനെ ഒരു സിനിമ എടുക്കുന്നത് എന്ന് ചിന്തിച്ചിട്ടുണ്ടോ?

(ചോദ്യം വളരെ ഗൗരവത്തിലാണ്)

പവിത്രൻ : വേറെ പണിയൊന്നും അറിയാത്തോണ്ടാന്ന് വെച്ചോളൂ.

ജോർജ്ജ് : അപ്പോൾ ഈ പണി അറിയാം എന്നു ഒരു ധ്വനി ഉണ്ടല്ലോ?'

പവിത്രൻ : മാഷ് കുട്ട്യോളെ പഠിപ്പിയക്ക്ണ പണി ചെയ്യണപോലെ എന്നു കൂട്ട്യാ മതി. (ഇപ്പോൾ ഒരുകാറ്റുവീശി. ഓലപ്പട്ടകൾ ആടി. അത് കുപ്പികളിൽ വീണ സൂര്യപ്രകാശത്തെ മറയ്ക്കുകയും തെളിയിക്കുകയും ചെയ്യുന്നു. പവിത്രന്റെ മുഖത്ത് നിറങ്ങൾ നൃത്തം ചെയ്യുന്നു)

ജോർജ്ജ് : എപ്പോഴാണ് ഷൂട്ടിംഗ് തുടങ്ങുന്നത്?

പവിത്രൻ : അടുത്താഴ്ച കോഴിക്കോട്ടുവെച്ച് തുടങ്ങാനാണ് പ്ലാൻ.

ജോർജ്ജ് : പണം മുടക്കുന്നത് ആരാണ്?

പവിത്രൻ : ഞാൻ തന്നെ.

ജോർജ്ജ് : പണത്തിന്റെ സോഴ്സ്?

പവിത്രൻ : വീടും പറമ്പും പണയംവെച്ചു.

ജോർജ്ജ് : സിനിമ ഓടി പണം കിട്ടി കടംവീട്ടി വീടും പറമ്പും തിരിച്ചെടുക്കാമെന്നു കരുതുന്നുണ്ടോ?

പവിത്രൻ : അതേതിരുൾക്കുഴി മേലുരളട്ടെ
വിടില്ല ഞാനീ രശ്മികളെ...'

ജോർജ്ജ് : അപ്പോൾ എല്ലാം തീരുമാനിച്ചുകഴിഞ്ഞു. ഈ സംരംഭത്തിനുവേണ്ടി ഞാനെന്താണ് ചെയ്യേണ്ടത്?

പവിത്രൻ : (പതിവിലും വണ്ണമുള്ള ഒരു ബീഡി ചുണ്ടത്തുവെച്ച്) ഇതൊന്നു കത്തിച്ചുതന്നാൽ മതി.

ജോർജ്ജ് : (ബീഡി കത്തിച്ചുകൊടുക്കുന്നതിനിടയിൽ) ഷൂട്ടിംഗ് കഴിയുംവരെ കത്തിച്ചുതരേണ്ടി വരുമോ?

പവിത്രൻ : (പുക മേലോട്ടൂതിക്കൊണ്ട്) വേണ്ട. മാഷ്ടെ കാറ് ഷൂട്ടിംഗിന് ഒരു മാസം തരണം.

ജോർജ്ജ് : (മറുപടിയൊന്നും പറയാതെ ചിന്തയുടെ കയത്തിലേയ്ക്ക് മലർന്നുവീഴുന്നു. എനിയ്ക്ക് ഒന്ന് ആലോചിക്കണം.

'ആലോചിക്കാനൊന്നുമില്ലാ പവീ, നിനക്ക് എപ്പോ വേണേച്ചാലും കാറ് എടുത്ത് കൊണ്ടുപോയിക്കോളൂ. മാഷ് സൈക്കിളുമ്മലാ സ്കൂളീ

പ്പോണത്.' എന്നുപറഞ്ഞുകൊണ്ട് അവലോസുണ്ടയും കട്ടൻചായയുമായി ആലീസ് പ്രവേശിയ്ക്കുന്നു. ഇത്തരം പ്രതിസന്ധിഘട്ടങ്ങളിൽ ആലീസ് ഒരു മാലാഖയെപ്പോലെ പ്രത്യക്ഷപ്പെടാറുണ്ടെന്ന് ജ്ഞാനികൾ എഴുതിവെച്ചിട്ടുള്ളത് സത്യമായി ഭവിയ്ക്കുന്നു.

ജോർജ്ജ് : പക്ഷേ, ഒരു കാര്യം. ഞാൻ കാറിനോടൊപ്പം ഡ്രൈവറെ അയയ്ക്കും. യാതൊരു കാരണവശാലും വേറെ ഒരാളും എന്റെ കാർ ഓടിയ്ക്കരുത്. പ്രത്യേകിച്ച് സ്ഥലകാലബോധങ്ങൾക്കപ്പുറത്തേക്ക് ചിന്തിക്കുന്ന നീ.

മാസ്റ്ററുടെ പ്രഖ്യാപനം തെല്ലുച്ചത്തിലാകയാൽ ആലീസ് മാലാഖ അകത്തേയ്ക്കുതന്നെ പറന്നുപോകുന്നു. എല്ലാ വ്യവസ്ഥകളിലും പവിത്രൻ ഒപ്പുവെക്കുന്നു.

സിനിമയുടെ ഷൂട്ടിംഗ് തുടങ്ങുന്നതിന്റെ രണ്ടുദിവസം മുമ്പുതന്നെ ജോർജ്ജിന്റെ അംബാസിഡർ കാർ ഡ്രൈവർ വേലായുധന്റെ സാരഥ്യത്തിൽ കോഴിക്കോട്ടെത്തി. ഗതാഗതം തുടങ്ങി. ക്യാമറാമാൻ മധു അമ്പാട്ട് മെല്ലെയാണ് നടന്നിരുന്നതെങ്കിലും ഷൂട്ടിംഗ് അതിവേഗം മുന്നോട്ടുപോയി.

അവസാനത്തെ സീൻ അവസാനത്തെ ദിവസം തന്നെയാണ് ചിത്രീകരിച്ചത്. കഥയിൽ മകരമാസത്തിലെ മുപ്പെട്ടു വെള്ളിയാഴ്ച നടന്ന സംഭവം സിനിമയിൽ മകരത്തിലെ മുപ്പെട്ടുവെള്ളിയാഴ്ച തന്നെ ഷൂട്ട് ചെയ്യണമെന്നാണ് പൂനെ ഫിലിം ഇൻസ്റ്റിറ്റ്യൂട്ടിന്റെ അടുത്തുള്ള പൂനെ ലോ കോളേജിലും പഠിപ്പിക്കുന്നത് എന്നാണ് പവിത്രൻ പറഞ്ഞത്. 'യഥാ കഥാ തഥാ ചിത്രം' - അതാണ് സിദ്ധാന്തം.

ഷൂട്ടിംഗ് പാക്കപ്പ് ചെയ്തശേഷം ചെലവൂർ വേണുവിന്റെ അധ്യക്ഷതയിൽ മനിശ്ശേരി മുഹമ്മദ് തൊട്ട് സുകുമാരൻ വേങ്ങേരി വരെയുള്ളവരെ പങ്കെടുപ്പിച്ചുകൊണ്ടുള്ള സമാപനസമ്മേളനമുണ്ടായി, എയർലൈൻസ് ഹോട്ടലിൽ. പുതുക്കുടി ബാലേട്ടനും ലാന്റ്സ്കേപ്പ് വിജയരാഘവനും രാമദാസ് വൈദ്യരും മറ്റും മംഗളം പറഞ്ഞ് നേരത്തെ പോയി. രാത്രി പന്ത്രണ്ടുമണിയോടടുക്കുന്നു. ചൂളമേടിലെ ശവങ്ങൾപോലെ ഇനിയും മരിച്ചിട്ടില്ലാത്തവർ പരീക്ഷീണരായി നോക്ട്ടേൺ ലഹരിയിൽ വേച്ചുവേച്ചുപോയി.

രാത്രിയുടെ രണ്ടാംയാമം കഴിഞ്ഞു. നത്തുകൾ ഒത്തുമൂളി. അനന്തരം സംവിധായകൻ ഡ്രൈവർ വേലായുധനോട് ഈ വിധം അരുളിച്ചെയ്തു:

'നീ നിന്റെ കർത്തവ്യം സ്തുത്യർഹമായ രീതിയിൽ ചെയ്തു തീർ

ക്കുന്നു. അതിനാൽ നീ വാഴ്ത്തപ്പെട്ടവനാകുന്നു.'

'ആമേൻ.' നിർമ്മാണനിർവ്വഹണം ആർ.കെ.നായർ പിൻതാങ്ങി.

'ആകയാൽ വേലായുധാ, ഞങ്ങൾക്കാരാധിക്കുന്നതിനുവേണ്ടി നീ ബിംബമായിമാറുക. നിന്റെ ലക്ഷ്യങ്ങൾ ഞാൻ പൂർത്തീകരിക്കും. കാറിന്റെ ചാവിയും നിന്റെ അറിവിന്റെ 'കീ'യും എന്നെ ഏൽപ്പിക്കുക.'

കിടന്നുകൊണ്ടുതന്നെ കാറിന്റെ താക്കോൽ എടുത്ത് ഒരു ഗ്ലാസിലിട്ട് അതിൽ സോഡാ ഒഴിച്ച് വേലായുധൻ പവിത്രന്റെ നേരെ നീട്ടി.

'ഈ പാനപാത്രം നീ സ്വീകരിക്കുക.'

വേലായുധന് ശബ്ദം നൽകിയത് ഗ്വാളിയോർ വേണുവാണ്.

പുഷ്പയിലും കോറണേഷനിലും സെക്കന്റ്ഷോ വിട്ട നേരമാണ്. ബീച്ച് ആശുപത്രിഭാഗത്തുനിന്ന് ഒരു കറുത്ത അംബാസിഡർ കാർ അലറിവിളിച്ചുകൊണ്ട് ചെറൂട്ടിപാതയും മുറിച്ച് ഓവർ ബ്രിഡ്ജിലൂടെ മാനാഞ്ചിറ ഭാഗത്തേക്ക് പാഞ്ഞുപോകുന്നു. നൈറ്റ്ഷോ വിട്ട് കോട്ടുവായിട്ട് പതുക്കെ കിടപ്പറയിലേക്ക് പോകുന്ന വാഹനങ്ങൾ അതുകണ്ട് അമ്പരക്കുന്നുണ്ട്.

ഇപ്പോൾ അംബാസിഡർ ഒരു ട്രാഫിക്ക് ഐലന്റിനു മുകളിലൂടെ പറക്കുന്നു. തെക്കുനിന്നു പതുക്കെ വടക്കോട്ടു പോയിരുന്ന ഒരു ഹെറാൾഡ് കാറിനുമുകളിൽ ട്രാഫിക്ക് ഐലന്റ് ഇരുമ്പുകുട, കറുത്ത അംബാസിഡർ മുതലായവ ലാന്റ് ചെയ്യുന്നു.

ഒരു ജുഡീഷ്യൽ മജിസ്ട്രേറ്റിന്റേതാണ് ആ പാവം ഹെറാൾഡ് കാറെന്നും വേണ്ടത്ര ഉറപ്പില്ലാതെ ഐലന്റ് പണിത കരാറുകാരനെ ശിക്ഷിക്കണമെന്നും മറ്റും പത്രത്തിൽ വാർത്ത വന്നു.,

'ഒരാഴ്ചകൂടി കാറിന്റെ ആവശ്യമുണ്ട്.' പവിത്രൻ ജോർജ്ജ് മാസ്റ്റർക്ക് ഫോൺ ചെയ്തു. 'ആവശ്യമൊക്കെ കഴിഞ്ഞിട്ട് കൊണ്ടുവന്നാൽ മതി. നിനക്ക് സുഖംതന്നെയല്ലേ കുട്ടീ.' ആലീസാണ് ഫോൺ എടുത്തിരുന്നത്.

ഓവർബ്രിഡ്ജിനു താഴെ പാരഗൺ ലോഡ്ജിനടുത്തുള്ള വർക്ക് ഷോപ്പിൽ കേളികേട്ട പണിക്കാരുണ്ടായിരുന്നു ആ കാലത്ത്.

യുദ്ധത്തിലെന്നപോലെയാണ് അംബാസിഡറിന് ഓപ്പറേഷനും പ്ലാസ്റ്റിക്ക് സർജറിയുമൊക്കെ നടന്നത്. ഡ്രൈവർ വേലായുധൻ, ഭാര്യ പ്രസവിക്കാൻ കിടക്കുന്ന ലേബർ റൂമിന്റെ പുറത്ത് അസ്വസ്ഥനായി അങ്ങോട്ടുമിങ്ങോട്ടും ഉലാത്തുന്ന ഭർത്താവിന്റെ അഭിനയം കാഴ്ച വെയ്ക്കുന്നു. കെട്ടുകണക്കിന് കാജാ ബീഡികൾ വലിച്ചുതള്ളി പുകമറ സൃഷ്ടിക്കുന്നു.

കോഴിക്കോട്ടുനിന്ന് മടങ്ങി കണ്ടാണശ്ശേരിയിലുള്ള വീട്ടിലെത്തിയിരിക്കുകയാണ് പവിത്രൻ. കാൽമുട്ടിനും നെറ്റിയ്ക്കും ചെറിയ പരിക്കുണ്ടായത് കരിയാൻ തുടങ്ങിയിരിക്കുന്നു. നെറ്റിയിലെ പ്ലാസ്റ്റർ എടുത്തിട്ടില്ല. കാറും വേലായുധനും ഒന്നും സംഭവിക്കാത്ത മട്ടിൽ ചക്കരമാക്കലേക്ക് പോയിട്ടുണ്ട്. മാസ്റ്ററോട് നടന്നതൊന്നും പറയാതിരിയ്ക്കാൻ പ്രത്യേകം 'സന്തോഷ'മൊക്കെ കൊടുത്തിട്ടാണ് വേലായുധനെ അയച്ചിട്ടുള്ളത്. ഷൂട്ടിംഗ് ബഡ്ജറ്റ് കുറച്ച് കൂടിപ്പോയി. സാരമില്ല, എന്തായാലും കാറുകണ്ടാൽ ഇപ്പോൾ അങ്ങനെ സാഹസത്തിനിടയിൽ മോന്ത തകർന്നതാണെന്ന് ആർക്കും ഊഹിക്കാൻപോലും കഴിയില്ല. വേണമെങ്കിൽ അല്പം ഗാംഭീര്യം കൂടിയിരിക്കയാണ്. ഇത്തരമോരോന്ന് ചിന്തിച്ചിരിക്കേ ജോർജ്ജിന്റെ അംബാസിഡർ തെങ്ങിൻപറമ്പിലൂടെ പവിത്രന്റെ മുറ്റത്തേക്ക് പതുക്കെ നടന്നുവന്നു. ജോർജ്ജ് തന്നെയാണ് ഡ്രൈവ് ചെയ്തിരുന്നത്. ഹണിമൂൺ ഉദിച്ചപോലെ വാമഭാഗത്ത് ആലീസ് ശോഭിച്ചു.

'ഞാൻ അങ്ങോട്ട് വരാനിരിക്കുകയായിരുന്നു.' ഉമ്മറത്തുനിന്ന് എഴുന്നേറ്റ് മുറ്റത്തേക്കിറങ്ങിച്ചെന്ന് പവിത്രൻ മിഥുനങ്ങളെ സ്വാഗതം ചെയ്തു.

'ഷൂട്ടിംഗ് കഴിഞ്ഞതല്ലേയുള്ളു. നീ കുറച്ചുദിവസം റെസ്റ്റെടുക്ക് പവീ.' ആലീസ് പവിത്രനെ ആശ്വസിപ്പിച്ചു.

'എപ്പോഴാണ് എഡിറ്റിംഗ്?' ജോർജ്ജ്.

'രണ്ടാഴ്ച കഴിഞ്ഞേയുള്ളു.' പവിത്രൻ പറഞ്ഞു.

'എല്ലാം നീ ആഗ്രഹിച്ചതുപോലെതന്നെ ചെയ്യാൻ സാധിച്ചില്ലേ?' ജോർജ്ജ് ചോദിച്ചു.

'എറെക്കുറെ, സാറ്റിസ്ഫൈഡാണ്.'

'പണം തികഞ്ഞോ?'

'കുറച്ചു കടംവാങ്ങേണ്ടിവന്നു പാക്കപ്പിന്.'

'പണത്തിന് എന്തെങ്കിലും ആവശ്യമുണ്ടെങ്കിൽ പറയാൻ മടിക്കണ്ട.' ജോർജ്ജ്.

അതിനിടെ പവിത്രന്റെ ചേച്ചി ഭാരതി, ചായയും കുന്നൻപഴവുമായി വന്നു. ആലീസ് അതുവാങ്ങി എല്ലാവർക്കും കൊടുക്കുന്നു. എല്ലാവരും ചായ കുടിക്കുന്നു. ആദ്യം ജോർജ്ജാണ് എഴുന്നേറ്റത്.

'അപ്പോൾ ഞങ്ങളിറങ്ങുന്നു. എന്തെങ്കിലും ആവശ്യമുണ്ടേൽ വിളിയ്ക്കണം. അല്ലാ, എന്താ നീ ഫോണിന് അപ്ലൈ ചെയ്യാത്തത്?'

'അതിന് ഞാൻ വല്ലപ്പോഴുമല്ലേ ഇവിടെ വരുന്നത് മാഷേ.'

'ഇനി അങ്ങനെ പോരാ. ഈ വലിയ വീടുംപറമ്പുമൊന്നും ഇങ്ങനെ ശൂന്യമായി കിടന്നാൽപോരാ. ഭാരതിയ്ക്കും മറ്റു പെങ്ങന്മാർക്കുമൊ ക്കെ അവരുടെ കുടുംബമില്ലേ? നിനക്കും വേണ്ടേ അത്? ഒരു കല്യാണത്തെ പ്പറ്റി ചിന്തിക്ക്. ഭാരതിചേച്ചിയോടുംകൂടിയാണ് ഞാൻ പറയുന്നത്.' ജോർ ജ്ജ് ഭാരതിചേച്ചിയെ നോക്കുന്നു.

'അതിന് ഈ മുടീം താടിയുമൊക്കെ ഒന്നു വെട്ടിവെടിപ്പാക്കി മനു ഷ്യർ ഇടണപോലുള്ള ഷർട്ടും മുണ്ടുമൊക്കെ ഇട്ട്, ഒരു ഉത്തരവാദത്തി ല് നടന്നാലല്ലേ പെണ്ണുകിട്ടൂ. ഇന്നാള് ഒരുത്തീല് പെണ്ണുകാണിക്കാൻ കൊണ്ടുപോയി. അവിടെച്ചെന്ന് ഏതാണ്ടൊക്കെ പറ്റ്യേതാ. പെണ്ണിന്റെ അച്ഛന്റെ അച്ഛൻ അവിടെ ചാരുകസേരയിൽ കിടക്കുന്നുണ്ടായിരുന്നു. പഴയ മിലിട്ടറിക്കാരനായ അയാളോട് ഇവൻ ബീഡി ചോദിച്ചു. അങ്ങ ന്യാ അതു മൊടങ്ങ്യേത്.' ഭാരതിചേച്ചി തന്റെ പരാധീനത പറഞ്ഞ് അ കത്തേക്കു പോയി.

ജോർജ്ജും ആലീസും കാറിനടുത്തേക്ക് നടന്നു. പവിത്രൻ ദീർഘ നിശ്വസം വിട്ടു. 'എന്തായാലും ഒരാപൽഘട്ടം കഴിഞ്ഞുപോയിരിക്കുന്നു. ധനനഷ്ടമുണ്ടായാലും പ്രതിസന്ധിയിൽനിന്ന് രക്ഷപ്പെട്ടല്ലോ. നടന്നതൊ ക്കെ മാഷ് അറിഞ്ഞിരുന്നെങ്കിൽ എന്താവുമായിരുന്നു സ്ഥിതി? കന്നി നെ വാങ്ങാൻ ചന്തക്കുപോയ ഉണ്ണീരി മുത്തപ്പാ നിങ്ങള് കാത്തു.'

കാറിന്റെ ഡോർ തുറക്കുന്നതിനിടെ ചിരിച്ചുകൊണ്ട് ജോർജ്ജ് പവി ത്രനെ നോക്കി പറഞ്ഞു.

'ഒരു ട്രാഫിക് ഐലന്റ് ഇടിച്ചുതകർത്ത് ജഡ്ജിയുടെ കാറിന്റെ മു കളിൽ കയറിനിന്നവനാണെന്നേ തോന്നില്ല ഇവനെക്കണ്ടാൽ ഇപ്പോൾ. ഇത്ര നല്ല പണിക്കാര് കോഴിക്കോട്ടുണ്ടെന്ന് ഞാൻ മനസ്സിലാക്കിയിട്ടു ണ്ടായിരുന്നില്ല.'

ജോർജ്ജ് കാറിൽ കയറി.

ആലീസ് നേരത്തെ കയറിയിരുന്നു. അവർ ചിരിച്ചുകൊണ്ട് പവിത്ര നുനേരെ കൈവീശി കാണിച്ചു.

ജോർജ്ജ് കാർ സ്റ്റാർട്ടു ചെയ്തു. പവിത്രൻ എന്തോ പറയാനോങ്ങി കാറിനടുത്തേക്കു വരുന്നു. ഒന്നും പറയേണ്ട എന്ന് ആംഗ്യം കാണിച്ചു കൊണ്ട് ജോർജ്ജ് പവിത്രന്റെ നെറ്റിയിലേക്ക് ചൂണ്ടി ചോദിച്ചു. ' ഈ തിരുമുറിവ് എങ്ങനെ സംഭവിച്ചതാണെന്നാ പറഞ്ഞത്?'

'ഷൂട്ടിംഗിനിടെ ഒരു...' പവിത്രൻ പതറി.

'സാരമില്ല. വൂൺഡ്സ് ആർ ഹീൽ, ബട്ട് സ്കാർസ് റീമെയിൻ.'

ജോർജ്ജ് പറഞ്ഞു.

‘അതൊക്കെ പണ്ടത്തെ പറച്ചിലാ. ഇപ്പോ ബ്യൂട്ടിപാർലറിൽ ചെന്ന് ഇരുന്നുകൊടുത്താൽ മതി. സ്കാറൊക്കെ എങ്ങടാ പോയീന്നറീല്യ. അതൊക്കെ മോഡേൺ സയൻസിന്റെ ഗുണം തന്ന്യാ. കോസ്മറ്റിക് സർജറി വരെ ചെയ്യുന്ന ബ്യൂട്ടീഷ്യൻമാരുണ്ട്...’

ആലീസിനെ തടഞ്ഞുകൊണ്ട് പവിത്രൻ വിളിച്ചു. ‘മാഷേ ഞാൻ...’

‘നീ നിന്റെ കർത്തവ്യം സ്തുത്യർഹമായ രീതിയിൽ ചെയ്തുതീർത്തിരിക്കുന്നു. ആകയാൽ നീ വാഴ്ത്തപ്പെട്ടവനാകുന്നു.’ ജോർജ്ജ്.

‘ആകയാൽ ഞങ്ങൾക്കാരാധിക്കുന്നതിനുവേണ്ടി നീ ബിംബമായി ഇരിക്കുക.’ ആലീസ് വാചകം പൂർത്തീകരിച്ചു.

ജോർജ്ജ് കാർ വിട്ടു.

(2006)

മേടു മുതൽ തോടുവരെ

ഒറ്റപ്പാലത്തെ ലക്ഷ്മി സിനിമാടാക്കീസിനടുത്തുകൂടെ കോൺവെന്റ് റോഡിലേക്കു പോകുന്ന ഇടവഴിയിൽ ഒരു വീട്ടുപടിയ്ക്കൽ ഇങ്ങനെ എഴുതിവെച്ചിരിക്കുന്നതു കാണാം.

'കവളപ്പാറ കൊട്ടാരം'

'കിളിച്ചുണ്ടൻമാമ്പഴം' എന്ന സിനിമയുടെ ഷൂട്ടിംഗ് കാലത്ത് ഒറ്റപ്പാലത്ത് താമസിക്കുമ്പോഴാണ് വെള്ളച്ചായമടിച്ച ഇരുമ്പുഗേറ്റിൽ വെൽഡുചെയ്ത് പിടിപ്പിച്ചിരിക്കുന്ന ആ അക്ഷരങ്ങൾ ശ്രദ്ധയിൽ പെട്ടത്. പ്രിയാ സ്റ്റോർസിലെ ബഷീറാണ് പിന്നീട് പറഞ്ഞുതന്നത്, അവിടെയാണ് ഇപ്പോഴത്തെ കവളപ്പാറ മൂപ്പിൽനായർ താമസിക്കുന്നതെന്ന്.

'ഒന്നു ചെന്നുകണ്ടാലോ?'

'എന്തിനാ?' ബഷീർ എന്നോടു ചോദിച്ചു.

'വെറുതെ. അങ്ങനെ ഒരു നാട്ടുനടപ്പുണ്ടല്ലോ. മഹാരാജാവിനെ മുഖം കാണിക്യാ. നാടുവാഴിയെ ചെന്നുകാണുക എന്നൊക്കെ.'

'എന്തായാലും ങ്ങള് കുത്തനെ അങ്ങട് പോണ്ടേ. ഞാൻ ആദ്യം ഒന്നന്വേഷിക്കട്ടെ. മയമുള്ള പ്രകൃതമാണോ മൂപ്പിലാന്റെതോന്ന്. ചെല പ്പോ രാജ്യഭരണം പോയേന്റെ ദേഷ്യം ഞമ്മളോടായിരിക്കും കാണിക്ക്യാ.'

ബഷീറു പരിചയപ്പെടുത്തിത്തന്ന രണ്ടാളെ തുണ കൂട്ടിയിട്ടാണ് ഞാൻ സത്യനാഥനുണ്ണിമൂപ്പിൽനായരെ കാണാൻ ചെന്നത്. കൃഷ്ണൻ നമ്പൂതിരിയും ഫിറോസും.

'രാജേന്ദ്രനുണ്ണിനായരാച്ചാ എങ്ങന്യാ പെരുമാറാന്ന് മുൻകൂട്ടി തീരുമാനിക്കാൻ പറ്റില്യാ. എന്നാ സത്യനാഥനുണ്ണിനായർ സാധുപ്രകൃതാ.' കൃഷ്ണൻനമ്പൂതിരി പറഞ്ഞു.

കൃഷ്ണൻനമ്പൂതിരി കവളപ്പാറയിലെ അംഗങ്ങളുമായി അടുപ്പമുള്ള ആളാണെന്നാണ് ബഷീർ പറഞ്ഞിരുന്നത്.

'ഇങ്ങടെ വർത്താനം കേട്ടിട്ട് നമ്മള് കുത്തനെ അങ്ങട് ചെന്നാ...?'

ഫിറോസിന് തെല്ലു ശങ്കയുണ്ടായിരുന്നു.

'നിങ്ങള് ആദ്യം വാതിൽക്കലേക്കു ചെല്ലൂ, ഞാൻ പിന്നാലെ വരാം.' ഞാൻ കൃഷ്ണൻനമ്പൂതിരിയോട് പറഞ്ഞു.

'കൊച്ചിയേയും സാമൂതിരിയേയും അതുപോലെത്തന്നെ ഇംഗ്ലീഷുകാരെയും ഒരുപോലെ ഇടങ്ങേറിലാക്കിയിട്ടുള്ളയാളാണ് പണ്ടത്തെ കവളപ്പാറമൂപ്പിൽനായർ. നമ്മളെ മൂന്നാളെയും സുയിപ്പാക്കാൻ ഇപ്പത്തെ മൂപ്പിൽനായരെക്കൊണ്ടും പറ്റും.'

'വരൂ, കയറി ഇരിയ്ക്കൂ.' പൂമുഖത്തിന്റെ അരവാതിൽക്കൽ ഒരു പെൺകുട്ടി വന്നു പറഞ്ഞിട്ടു പോയി.

'നേരം ഒരുമണി ആവാൻ പോണൂ. നമ്മള് വന്ന നേരം നന്നായില്ല.' ഞാൻ പറഞ്ഞു.

'സാരല്യ. നമ്മള് വരുംന്ന് കണ്ണൻവക്കീല് വിളിച്ച് പറഞ്ഞേക്കണു. പിന്നെന്താ?'

കൃഷ്ണൻനമ്പൂതിരി എന്നെ സമാധാനിപ്പിച്ചു.

മറപ്പലകയ്ക്കപ്പുറത്തുനിന്ന് കൈകൂപ്പി ആദ്യം പ്രത്യക്ഷപ്പെട്ടത് സത്യനാഥനുണ്ണിമൂപ്പിൽ നായരായിരുന്നു.

ഞങ്ങൾ എഴുന്നേറ്റുനിന്നു.

മൂപ്പിൽനായർ അഴിയിട്ട മരക്കസേരയിലിരുന്നു.

'ഇരിയ്ക്കൂ.'

ഞങ്ങൾ ഇരുന്നു.

ആരും ഒന്നും മിണ്ടിയില്ല. എന്താണ് പറയേണ്ടത്, എങ്ങനെയാണ് തുടങ്ങേണ്ടത് എന്ന് എനിക്കും വലിയ പിടിയുമുണ്ടായിരുന്നില്ല.

'എന്നെ മനസ്സിലായിട്ടുണ്ടാവും.'

കൃഷ്ണൻനമ്പൂതിരിയുടെ ചോദ്യത്തിന് സത്യനാഥനുണ്ണി മറുപടിയായി ഒന്നു ചിരിച്ചതേയുള്ളു.

അപ്പോഴേക്കും സരളനേത്യാരും ഗൗരിനേത്യാരും വന്നു.

'ഇപ്പോഴത്തെ കവളപ്പാറ മൂപ്പിൽനായർ അങ്ങാണല്ലോ.?' ഞാൻ ചോദിച്ചു.

അതിനും ചിരിച്ചു സത്യനാഥനുണ്ണി.

ഈശ്വരാ എങ്ങനെയാണ് കാര്യങ്ങൾ ചോദിച്ചറിയുക...ഞാനാകെ ധർമ്മസങ്കടത്തിലായി. എങ്കിലും ധൈര്യം സംഭരിച്ചുകൊണ്ട് പറഞ്ഞു, 'കവളപ്പാറസ്വരൂപത്തിന്റെ ചരിത്രമൊക്കെ ഒന്നറിഞ്ഞാൽ കൊള്ളാമെന്നുണ്ട്.'

'ചരിത്രം പഠിയ്ക്കാനൊന്നും സമയം കിട്ടിയില്ല. പറഞ്ഞുതരാൻ ആരും ഉണ്ടായിരുന്നില്ല. വിദ്യാഭ്യാസം, വിവാഹം, ബാങ്കുജോലിയുമായി ഇന്ത്യമുഴുവനും കറക്കം. അങ്ങനെ ജീവിതംമുഴുവനും ഓരോ രോ തത്രപ്പാടിലായിരുന്നു. ഇപ്പോൾ വയസ്സ് അറുപത്തിയഞ്ചായി. ഉദ്യോഗത്തിൽ

നിന്ന് പിരിഞ്ഞു. രണ്ടുപെൺകുട്ടികളാണ് എനിയ്ക്ക്. അവരുടെ വിവാഹം കഴിഞ്ഞു. ഇനി പ്രത്യേകിച്ച് ജോലിയൊന്നുമില്ല. ഇനിയിപ്പോ വേണച്ചാൽ ചരിത്രം പഠിയ്ക്കാം. വരുന്നവരോട് പഴയ പ്രതാപങ്ങളെപ്പറ്റിയൊക്കെ പറഞ്ഞിരുന്ന് കാലം കഴിയ്ക്കാം.'

സത്യനാഥനുണ്ണിയുടെ വാക്കുകളിൽ തെല്ലു നീരസം കലർന്നിരുന്നുവെന്നു എനിയ്ക്ക് തോന്നി.

'ഇപ്പോഴത്തെ മൂപ്പിൽനായർ താങ്കളല്ലേ?'

'അതെ. അപ്പുക്കുട്ടനുണ്ണി, കൊച്ചുണ്ണി, കുഞ്ഞുകുട്ടനുണ്ണി, രാജനുണ്ണി എന്നൊക്കെയാണ് എനിയ്ക്ക് മുമ്പെയുണ്ടായിരുന്നവരുടെ പേരുകൾ. അപ്പുക്കുട്ടനുണ്ണിയ്ക്ക് മുമ്പുണ്ടായിരുന്ന മൂപ്പിൽനായന്മാരുടെ പേരുകളൊന്നും വലുതായി ഓർമ്മയില്ല.'

കവളപ്പാറയുടെ ചരിത്രം സത്യനാഥനുണ്ണിമൂപ്പിൽ നായർക്കുമാത്രമല്ല, ആർക്കും വലുതായിട്ടറിയില്ല. അത് എവിടെയും എഴുതപ്പെട്ടിട്ടുമില്ല. ഏതൊരു വള്ളുവനാട്ടുകാരനെയും പോലെ കാതോടുകാതോരെ പറഞ്ഞുവന്ന ചില കഥകളേ സത്യനാഥനുണ്ണിയ്ക്കറിയൂ. അറിഞ്ഞ കഥകളാവട്ടെ പറഞ്ഞുഫലിപ്പിക്കാൻ സത്യനാഥനുണ്ണി മൂപ്പിൽനായർക്കു വശവുമില്ല.

പടിഞ്ഞാറ് ഓങ്ങല്ലൂർ മേടുമുതൽ കിഴക്ക് കണ്ണിയാപുറം തോടുവരെയും വടക്ക് മുണ്ടക്കോട്ട് കുറുശ്ശി മുതൽ തെക്ക് നിളാനദിവരെയുമാണ് വള്ളുവനാട്ടിലെ കവളപ്പാറ സ്വരൂപം. ഓങ്ങല്ലൂർ, മാന്നന്നൂർ, പനയൂർ, വാണിയങ്കുളം, കൈല്യാട്, ത്രാങ്ങാലി, എറുപ്പ, മുണ്ടായ, കാരക്കാട് എന്നിങ്ങനെ തൊണ്ണൂറ്റിയാറ് ദേശങ്ങളാണ് മൂപ്പിൽനായരുടെ ഭരണത്തിനു കീഴിലുണ്ടായിരുന്നത്.

കേരളചരിത്രത്തിലും കൊച്ചിരാജാവിന്റെ ചരിത്രത്തിലുമൊക്കെ കവളപ്പാറ പരാമർശിക്കപ്പെടുന്നത് നായർ മാടമ്പി, നാടുവാഴി പ്രഭൂ, നാടൻ ജന്മി എന്നിങ്ങനെയെല്ലാമാണ്. വലിയ ചക്രവർത്തിമാരുടെയും നെടിയരാജാക്കന്മാരുടെയും ചരിത്രം പഠിക്കുകയും എഴുതുകയുമൊക്കെ ചെയ്ത നമ്മുടെ ചെറിയ ചരിത്രകാരന്മാർക്ക് കവളപ്പാറ മൂപ്പിൽനായർ ഒരു 'ഛോട്ടാ ജമീന്ദാർ' മാത്രമാവുന്നത് സ്വാഭാവികം. മൂപ്പിൽനായർ ഒന്നാമൻതൊട്ട് 1925 ൽ നാടുനീങ്ങിയ കേണൽ അപ്പുക്കുട്ടനുണ്ണി മൂപ്പിൽനായർവരെയുള്ളവരുടെ ചരിത്രം വള്ളുവനാട്ടുകാർക്ക് പോലും ഇന്ന് കല്പിതകഥയാണ്. 'ശക്തൻതമ്പുരാൻ' എന്ന പുസ്തകത്തിൽ കൊച്ചിയ്ക്കും സാമൂതിരിയ്ക്കും അതുപോലെതന്നെ ബ്രിട്ടീഷുകാർക്കും ഒരുപോലെ തലവേദനയായിരുന്നു കവളപ്പാറ മൂപ്പിൽനായർ എന്നു പറ

യുന്നുണ്ട് പുത്തേഴത്ത് രാമൻമേനോൻ. നെടിയിരിപ്പിനും പെരുമ്പടപ്പിനും പുന്നത്തൂർ, കൊല്ലംകോട് മുതലായ സാമന്തന്മാർക്കും ഇടയിൽ ഇണങ്ങിയും പിണങ്ങിയുമൊക്കെയാണെങ്കിലും ഒന്നു കുറവായിരം നായർപടയുടെ പിൻബലത്തോടെ തലയുയർത്തിനിന്നിട്ടുണ്ട് കവളപ്പാറ ഡൈനാസ്റ്റി.

'ഇവരെയൊന്നും പരിചയപ്പെടുത്തിയില്ലല്ലോ?' ഗൗരിനേത്യാരെയും സരളാനേത്യാരെയും നോക്കി കൃഷ്ണൻനമ്പൂതിരി സത്യനാഥനുണ്ണിയോടു ചോദിച്ചു.

'എനിക്കു നാലു സഹോദരിമാരാണ്. ഗൗരി, സരള, രമണി, ഇന്ദിര, രാജേന്ദ്രനുണ്ണി, പ്രതാപനുണ്ണി, രവീന്ദ്രനുണ്ണി എന്നിങ്ങനെ മൂന്നു സഹോദരന്മാരും ഉണ്ട്. പാർവ്വതി നേത്യാരെന്നാണ് അമ്മയുടെ പേര്. വിജയം നേത്യാരെന്നാണ് ഡോക്യുമെന്റ്സിലൊക്കെ. പെൺസന്തതികളുടെ പേരിനൊപ്പം 'നേത്യാർ' എന്നു ചേർക്കും. പുരുഷനാണെങ്കിൽ 'ഉണ്ണി' എന്നും. മൂത്തയാളെ മൂപ്പിൽനായരെന്നും വിളിക്കും. മൂത്ത പെൺസന്തതി അമ്മനേത്യാരാണ്. മരുമക്കത്തായമാണെന്ന് പ്രത്യേകം പറയേണ്ടതില്ലല്ലോ.'

'ഈ വീടോ?'

'ഇത് കൊട്ടാരംവക തന്നെയാണ്. ഇവിടെ വാടകക്കാരായിരുന്നു മുമ്പ് താമസിച്ചിരുന്നത്. ഞങ്ങളൊക്കെ ജോലിക്കാര്യങ്ങളുമായി പുറത്തായിരുന്നു. സഹോദരിമാരൊക്കെ ഭർത്താക്കന്മാരുടെ കൂടെയും. കുറച്ചേ ആയിട്ടുള്ളു ഇവിടെ പാർപ്പുതുടങ്ങിയിട്ട്.'

'താങ്കളെ അരിയിട്ടു വാഴിച്ചിട്ടുണ്ടോ?'

'അതിന് അരി വേണ്ടേ ഇവിടെ, ഇട്ടുവാഴിക്കാൻ?'

'കവളപ്പാറസ്വരൂപത്തിന് ഇപ്പോഴും കൊട്ടാരവും ഭൂസ്വത്തുമൊക്കെയുണ്ടല്ലോ. പിന്നെന്താണിങ്ങനെ പറയുന്നത്?'

'ഭൂസ്വത്തൊക്കെ ഉണ്ട്. മേടുമുതൽ തോടുവരെയെന്നാണ് കേട്ടുകേൾവി. സായ്പ്പിന്റെ കാലത്തുതന്നെ കവളപ്പാറയുടെ കാലക്കേട് തുടങ്ങി. പ്രായപൂർത്തിയായ ആൺസന്തതികളില്ലാത്ത അക്കാലത്ത് സ്വരൂപം ഈസ്റ്റിന്ത്യാകമ്പനി ഏറ്റെടുത്തു. നടത്തിപ്പ് കോർട്ട് ഓഫ് വാർഡ്സിനെ ഏൽപ്പിച്ചു. അപ്പുക്കുട്ടനുണ്ണി മൂപ്പിൽനായർക്കു പ്രായപൂർത്തിയായപ്പോൾ അദ്ദേഹത്തെ അരിയിട്ടുവാഴിച്ചു കൊട്ടാരത്തിൽ പാർപ്പിച്ചിരുന്നു. അദ്ദേഹത്തിന്റെ പിരീഡാണ് ഒരുപക്ഷേ, കവളപ്പാറ സ്വരൂപത്തിന്റെ സുവർണ്ണകാലം.'

'ഇപ്പോൾ സ്ഥാനമേറ്റ് കൊട്ടാരത്തിൽ പാർക്കുന്നതിന് താങ്കൾക്കെ

ന്താണ് തടസ്സം?'

ഞാൻ സത്യനാഥനുണ്ണിയോട് ചോദിക്കുമ്പോൾ വെറുതെ എന്തിനാണീവക കാര്യങ്ങളെപ്പറ്റിയൊക്കെ ചോദിക്കുന്നതെന്ന ഭാവത്തിൽ ഗൗരിനേത്യാരും സരളാനേത്യാരും എന്നെ നോക്കുന്നുണ്ടായിരുന്നു.

'തടസ്സം വളരെ പ്രധാന തടസ്സംതന്നെ. കൊട്ടാരവും ഭൂസ്വത്തുക്കളുമൊക്കെ കേസിലാണ്. സ്വത്തു ഭാഗംവെക്കാൻ തൊള്ളായിരത്തി അറുപത്തഞ്ചിൽ കൊടുത്ത ഭാഗവ്യവഹാരം ഒറ്റപ്പാലം കോടതിയിൽ ഇപ്പോഴും നടക്കുകയാണ്. പ്രിലിമിനറി വിധി വന്നുകഴിഞ്ഞു. ഫൈനൽ ഡിക്രി ഉടൻ ഉണ്ടാകുമെന്നാണ് കണ്ണൻവക്കീൽ പറയുന്നത്. കേസ്സുകൊടുക്കുന്ന കാലത്തുണ്ടായിരുന്ന അന്യായക്കാരൊക്കെ കാലം കഴിഞ്ഞുപോയി. ഇനിയിപ്പോൾ എന്റെ അമ്മയുടെ താവഴിക്കുള്ള ഒമ്പത് അവകാശികളാണ് ഉള്ളത്. വിധി വന്നാൽ മാത്രമേ അവിടെ താമസിക്കാനും കൈവശം വെക്കാനും പറ്റൂ. കേസു തുടങ്ങി അമ്പതുകൊല്ലം ആവുമ്പോഴേക്കും വിധി വരും എന്നാണ് പ്രതീക്ഷ.'

സത്യനാഥനുണ്ണി ചിരിച്ചു.

'അരിയിട്ടു വാഴിക്കുന്നതിനെന്താണ് തടസ്സം?'

'അരിയിട്ടു വാഴിച്ചിട്ടും സ്ഥാനം കയ്യേറ്റിട്ടും മൂപ്പിൽനായരാണെന്നു പറഞ്ഞിട്ടും പ്രത്യേകിച്ചൊന്നും ഉണ്ടാവാൻ പോകുന്നില്ല. ഭൂനിയമം വന്ന് സ്വത്തുക്കളൊക്കെ അന്യാധീനപ്പെട്ടില്ലേ? മാളികച്ചുവടു കൊട്ടാരമൊക്കെ ഒന്നു നേരെയാക്കണം. അവിടെപ്പോയി താമസിക്കണം. അമ്പലോം ചിറയുമൊക്കെ അടുത്താണ്. അന്ത്യാളനെയും ആര്യങ്കാവിലമ്മയെയുമൊക്കെ ദർശിക്കാനും തൊഴാനും എപ്പോഴും കഴിയുമല്ലോ. അത്രയൊക്കെയോ എനിക്ക് ആഗ്രഹങ്ങളുള്ളൂ. ഇപ്പോൾ കൊട്ടാരമൊക്കെ കാടുപിടിച്ചുകിടക്കുകയാണ്. നരിച്ചീറും കന്നാലീം നാട്ടുകാരുമൊക്കെയാണ് അവിടെ താമസം. ശീട്ടുകളിക്കാരും വാറ്റുകാരു മൊക്കെ ഉണ്ട് അവിടെ. ഒഴിഞ്ഞ മദ്യക്കുപ്പികളും സിഗരറ്റുകുറ്റികളും ശീട്ടുകളുമൊക്കെ ചിതറിക്കിടക്കുന്നതു കണ്ടു. ഓടിളകി പലയിടത്തും ചോർന്നൊലിച്ചിട്ടുണ്ട്. ഞങ്ങളൊക്കെ ജനിച്ചുവളർന്ന സ്ഥലമാണ്. ചെന്നു കണ്ടാൽ സങ്കടം തോന്നും.' സത്യനാഥനുണ്ണി പറഞ്ഞുനിർത്തി.

'കൊട്ടാരത്തിനെന്നല്ല ഒരു വീടിനും ഇങ്ങനെ ഒരു സ്ഥിതി വരരുതേ എന്നാണ് ഞങ്ങളുടെ പ്രാർത്ഥന.' സരള നേത്യാരണതു പറഞ്ഞത്. അവരുടെ കണ്ണുകളിൽ നനവു പടരുന്നുണ്ടായിരുന്നു.

വേണാടു കുലശേഖരപ്പെരുമാളുടെ അംഗരക്ഷകനായിരുന്നുവത്രെ മൂപ്പിൽനായർ ഒന്നാമൻ. കുലശേഖരപ്പെരുമാളുടെ ദൂതുമായി കൊല്ലം

ചെങ്കോട്ടവഴി മധുരയിലെ പാണ്ഡ്യരാജാവിന്റെ കൊട്ടാരത്തിലേക്കു പോയ ആ പടനായരെ കാട്ടിൽവെച്ച് കൊള്ളക്കാർ തടഞ്ഞു. അയാൾ ആര്യങ്കാവിലമ്മനെ വിളിച്ചു പ്രാർത്ഥിച്ചു. 'അമ്മ രക്ഷിക്കണേ' താമസിച്ചില്ല. കുറെ അശ്വാരൂഢരായ ഭടന്മാർ അവിടെ പാഞ്ഞെത്തി, കൊ ള്ളക്കാരോടേറ്റുമുട്ടി അവരെ തുരത്തി. പടനായർ രക്ഷപ്പെട്ടു. പാണ്ടിനാട്ടിലെത്തി ദൂതു കൊടുത്തു. നായരെ രക്ഷിക്കാൻ അശ്വാരൂഢരായെത്തിയ ഭടന്മാർ അവിടെ കുടികൊണ്ടിരുന്ന ആര്യങ്കാവിലമ്മയുടെ ഭൂതങ്ങളായിരുന്നുവത്രെ. ദൗത്യം നിറവേറ്റി തിരിച്ചുവന്ന പടനായരിൽ വേണാട്ടരചൻ സംപ്രീതനായി. ദേവിപ്രീതിക്കു പാത്രമായിരിക്കുന്നു തന്റെ ദൂതൻ എന്നു രാജാവിനു മനസ്സിലായി. രാജാവ് അയാ ളുടെ കൈയിൽ ഒരു രത്നം പതിച്ച വാൾ കൊടുത്തുകൊണ്ട് കല്പിച്ചരുളി, 'നമ്മുടെ സാമ്രാജ്യത്തിൽനിന്ന് നിനക്കിഷ്ടമുള്ളയിടം പിടിച്ചെടുത്ത് ചത്തും കൊന്നും അവിടുത്തെ നാടുവാഴിയായി വാണുകൊൾക' ഉടവാളും ചുഴറ്റി നായർ വടക്കോട്ടു യാത്ര ചെയ്തു. നിളാനദിയുടെ വടക്കേക്കരയിൽ കുറെ സ്ഥലം വെട്ടിപ്പിടിച്ച് അവിടെ നാടുവാഴിയായി സ്വയം സ്ഥാനാരോഹണം ചെയ്തുവെന്നാണ് ഐതിഹ്യം.

കൊച്ചിയും സാമൂതിരിയും ബ്രിട്ടീഷുകാരോട് കവളപ്പാറ സ്വരൂപം തങ്ങൾക്കവകാശപ്പെട്ടതാണെന്നും നായർ തങ്ങളുടെ ആശ്രിതനാണെന്നുമുള്ള വാദങ്ങൾ ഉന്നയിച്ചപ്പോഴെല്ലാം മൂപ്പിൽനായർ പറഞ്ഞതിങ്ങനെയാണ്, 'കൊച്ചിയുടെയോ സാമൂതിരിയുടെയോ അല്ല കവളപ്പാറസ്വരൂപം. നെടിയിരുപ്പിനെപ്പോലെയും പെരുമ്പടപ്പിനെപ്പോലെയും കവളപ്പാറ ഒരു നാട്ടുരാജ്യമാണ്. കവളപ്പാറ മൂപ്പിൽനായർ ആരുടെയും ആശ്രിതനോ ആജ്ഞാനുവർത്തിയോ അല്ല. അവരെപ്പോലെ ഞാനും ഒരു നാടുവാഴിയാണ്. ഈ മലനാടുമുഴുവൻ എന്റെ പൂർവ്വീകർക്കവകാശം തന്നത് വേണാട് വാണ കുലശേഖരപ്പെരുമാളാണ്. കുലശേഖരന്മാരുടെ പിന്തുടർച്ചക്കാരുതന്നെയാണ് പെരുമ്പടപ്പുസ്വരൂപവും. പൂർവ്വീകർ പാണ്ഡ്യരാജ്യത്തുനിന്ന് കൊണ്ടുവന്നു കുടിയിരുത്തിയ ആര്യങ്കാവിലമ്മയാണ് ഞങ്ങളുടെ പരദേവത. സ്വരൂപത്തിലെ തൊണ്ണൂറ്റിയാറുദേശങ്ങളും ആര്യങ്കാവു ഭഗവതിയ്ക്കും തൃപ്പടിദാനം നടത്തി ദാസന്മാരായി നാടുവാഴുന്നവരാണ് ഞങ്ങളുടെ പരമ്പര!

പെരുമാക്കന്മാരിൽനിന്ന് സിദ്ധിച്ചതാണെന്നും പെരുമാക്കാന്മാരുടെ താവഴിയാണെന്നും കേരളത്തിലെ ഒട്ടുമിക്ക രാജാക്കന്മാരും നാടുവാഴികളും സ്ഥിരംപാടുന്ന പല്ലവിയാണെന്ന് കേരളചരിത്രമന്വേഷിക്കുന്ന വരൊക്കെ പരിഹസിക്കുന്നുണ്ട്.

ഇന്നും തൊണ്ണൂറ്റിയാറു ദേശങ്ങളുള്ള പരദേവതയാണ് ആര്യങ്കാവിൽ ഭഗവതി. മേടുമുതൽ തോടുവരെയാണ് ഭഗവതിയുടെയും തട്ടകം. മീനം ഇരുപത്തിയൊന്നാംതീയ്യതിയാണ് ആര്യങ്കാവുപൂരം.

മീനം ഒന്നാംതീയ്യതി ഉച്ചയ്ക്ക് പറയൻകോമരം ഉറഞ്ഞുതുള്ളി കല്പന നടത്തുന്നതോടെ പൂരം തുടങ്ങും. അന്നുതൊട്ട് പൂരംവരെ ഇരുപത്തിയൊന്നുദിവസം രാത്രി പുലരുവോളം പാവക്കൂത്തുണ്ടാവും. ശ്രീരാമാവതാരം തൊട്ട് പട്ടാഭിഷേകം വരെ കമ്പരാമായണം പാടി സാരം പറയും, 'കുത്തുകവി പാടുക' എന്നാണതിനു പറയുക. കൂത്തുകവി പാടാൻ പുലവരാണെത്തുക.

'ശാകാത്തം എട്ടുനൂറെഴിന്മേൽ ചടയിൻ വാഴ്വ്
നണ്ണിയ വെണ്ണല്ലൂർ തന്നിലെ കമ്പനാടൻ
പണ്ണിയ രാമകതൈ പങ്കു നീക്കത്തം നാളിൽ
കണ്ണിയ അരങ്കർ മുന്നൈ കവി അരങ്കേറ്റിനാർ.'

ശകാബ്ദം 807 മീനമാസത്തിലെ അത്തംനാളിൽ തിരുവണ്ണനല്ലൂരിൽ കമ്പരാമായണകഥ അരങ്ങേറിയെന്നാണ് പറയപ്പെടുന്നത്.

പണ്ഡിതനും പ്രതിഭയുമെല്ലാമായിരുന്നെങ്കിലും കമ്പർ മടിയനായിരുന്നുവത്രെ. ചോളരാജാവിന്റെ ആസ്ഥാനകവിയുമായിരുന്നു. മറ്റു കവികളേക്കാൾ എന്തോ പ്രത്യേക പരിഗണന രാജാവ് എപ്പോഴും കമ്പർക്ക് നൽകിപ്പോന്നു. ഓട്ടക്കൂത്തൻ മുതലായ കവികൾക്ക് ആയതിനാൽ കമ്പരോട് വിരോധവും രാജാവിനോട് പരിഭവവുമുണ്ടായിരുന്നു. കവികളുടെ ഉൾപ്പോരു മനസ്സിലാക്കിയ രാജാവ് സദസ്സിലെ കവികളോട് ഏഴു ദിവസത്തിനുള്ളിൽ രാമായണകഥ ചമൽക്കാരത്തോടെ ഒരു പ്രദർശന കാവ്യശില്പമായി എഴുതുവാൻ കല്പിച്ചു. ഓട്ടക്കൂത്തൻ പ്രഭൃതികൾ അത് ആറുദിവസത്തിനുള്ളിൽ എഴുതി തീർത്തു. ആറാംദിവസം രാത്രിയാണ് മടിയനായ കമ്പർ എഴുതാൻ ആരംഭിച്ചതുതന്നെ. എഴുതിക്കൊണ്ടിരിക്കുമ്പോൾ ഉറങ്ങിപ്പോവുകയും ചെയ്തു. പിന്നെ വെളുക്കാൻ നേരത്താണ് കമ്പരുണർന്നത്. കമ്പർ നെഞ്ചത്തു കൈവെച്ചുകൊണ്ട് ഉറക്കെ പറഞ്ഞു,

'പൊഴുതു വിടിഞ്ചിതോ അമ്മാ' നേരം പുലർന്നല്ലോ അമ്മേ എന്നു സാരം.

കമ്പർ അതു പറഞ്ഞുതീർന്നതും ദേവി പ്രത്യക്ഷപ്പെട്ട് 'എഴുതി മുടിഞ്ചിതേ കമ്പാ' എന്നു പറഞ്ഞുകൊണ്ട് ഒരു ഗ്രന്ഥം കമ്പരുടെ കയ്യിൽ വെച്ചുകൊടുത്തു. ആ ഗ്രന്ഥമാണത്രേ 'കമ്പരാമായണം.' ചോളരാജാവാണ് തിരുവണ്ണനല്ലൂരിൽ ഇതിനെ പാവക്കൂത്തായി ആദ്യം അര

ങ്ങേറ്റിയത്. കവളപ്പാറസ്വരൂപത്തിൽ പണ്ടൊരിക്കൽ സന്താനമില്ലാതിരുന്ന കാലത്ത് അന്നത്തെ മൂപ്പിൽനായരായിരുന്ന ഗണപതിരവിയുണ്ണി കൂനത്തറ ചിന്നത്തമ്പിപ്പുലവരെക്കൊണ്ട് ആടൽപ്പറ്റായി ചിട്ടപ്പെടുത്തി ആരിയങ്കാവില് അരങ്ങേറ്റിയതാണ് ഇന്നുമിവിടെ നടക്കുന്ന കമ്പരാമായണം പാവക്കൂത്ത്. മറ്റു ക്ഷേത്രങ്ങളിലെ കൂത്തിനൊന്നും ബാലകാണ്ഡം കഥ പതിവില്ല. മാൻതോലിൽ തീർത്ത നൂറ്റിഅൻപത് തോൽപ്പാവകൾ കവളപ്പാറ കൊട്ടാരത്തിൽ ഇതിനായി സൂക്ഷിച്ചിരുന്നു. ആര്യങ്കാവിലെ പാവകളോളം മികച്ച പാവകൾ ഭാരതത്തിലെവിടെയും ഉണ്ടായിരുന്നില്ലെന്നാണ് കൂനത്തറക്കാർ ഇപ്പോഴും വിശ്വസിക്കുന്നത്.

അമ്പലപ്പറമ്പിലെ കൂത്തുമാടത്തിനഭിമുഖമായി പുറത്ത് മൂന്നറകളുള്ള പണ്ടാക്കുടിലുണ്ട്. ആര്യങ്കാവിലമ്മയും അന്തിമഹാകാളനും തൃപ്പറ്റഭഗവതിയും ഈ കുടിലിലേക്കു കൂത്തുകാണാൻ എഴുന്നെള്ളുമത്രെ. ഈ കുടിലിന്നവകാശികൾ എറുപ്പദേശത്തെ നായ്ക്കന്മാരാണ്. ദിവസേന കൂത്തുമാടത്തിലെ വിളക്കിനു തിരികൊണ്ടുവരുവാനുള്ള അവകാശം കൂനത്തറവടക്കുംമുറിയിലെ മണ്ണാന്മാർക്കുള്ളതാണ്. കൂത്തുകവിപ്പാട്ടുകാർ പുലവന്മാരാണ്. കൃഷ്ണൻകുട്ടിപ്പുലവരും പാലപ്പുറം അണ്ണാമലപ്പുലവരും കൂനത്തറരാമചന്ദ്രപ്പുലവരുമൊക്കെയാണ് ഇപ്പോൾ കൂത്തുപറയുന്നവർ. പണ്ട് ആര്യങ്കാവിലെ കൂത്തുകാണാൻ നാനാദേശത്തുനിന്നും ആളുകൾ വന്നുനിറയുമായിരുന്നു.

'ഇന്ന്, മനുഷ്യവർഗ്ഗത്തിൽപെട്ട ഒരു കുട്ടിപോലും കൂത്തുകാണാൻ പോവാറില്ല. ഭഗവതിമാരും അന്ത്യാളൻതേവരും കാണുന്നുണ്ടല്ലോ എന്ന വിശ്വാസത്തിൽ പാവം പുലവന്മാർ പുലരുംവരെ ഇന്നും കൂത്തുപറഞ്ഞു പോരുന്നു എന്നേയുള്ളു.'

കണ്ണൻ വക്കീലാണതു പറഞ്ഞത്.

ആര്യങ്കാവിലെ കുതിരവേലക്കുപോയി പാടത്തുമറിഞ്ഞുവീണ് കൈത്തണ്ടപൊട്ടി പ്ലാസ്റ്ററിട്ട് വിശ്രമിക്കുകയായിരുന്നു കണ്ണൻവക്കീൽ. കവളപ്പാറ കാര്യം നോക്കാൻ കോടതി നിശ്ചയിച്ചിട്ടുള്ള റിസീവർ കൂടിയാണ് കണ്ണൻ.

'കവളപ്പാറ മൂപ്പിൽനായന്മാരുടെ ചരിത്രം വല്ലയിടത്തും എഴുതപ്പെട്ടിട്ടുണ്ടോ?' ഞാൻ കണ്ണനോടു ചോദിച്ചു.

'ഇല്ല എന്നുതന്നെ പറയേണ്ടിവരും. പുത്തേഴന്റെ ശക്തൻ തമ്പുരാൻ എന്ന ഗ്രന്ഥത്തിൽ ഒരധ്യായമുണ്ട്. അതു സായിപ്പിന്റെ കാലത്തെ കോർട്ട് ഓഫ് വാർഡ്സിനെപ്പറ്റിയും കമ്മീഷണർഭരണത്തെപ്പറ്റിയുമൊക്കെയാണ്. മൂപ്പിൽനായർ കൊച്ചിക്കും സാമൂതിരിക്കും മാത്രമല്ല ബ്രിട്ടീഷു

കാർക്കും ഒരു കീറാമുട്ടി ആയിരുന്നുവെന്ന് ഒരു കമന്റുണ്ട് പൂന്തോഴന്റെ വക. പിന്നെ 'ഐതിഹ്യമാല'യിൽ കൊട്ടാരത്തിൽ ശങ്കുണ്ണി ഒരു കഥയിലും മൂപ്പിൽനായരെ പരാമർശിക്കുന്നുണ്ട്. 'ആര്യങ്കാവു ഭഗവതിയാണ് കവളപ്പാറയുടെ പരദവേത. ആര്യങ്കാവിലെ നായരുവേലക്ക് മീനം ഇരുപത്തിയൊന്നിന് കവളപ്പാറ മൂപ്പിൽനായരെ മഞ്ചലിൽ എഴുന്നെള്ളിച്ചുകൊണ്ടുവരും. രാത്രി പല്ലക്കിലാണ് സർവ്വാഭരണവിഭൂഷിതനായി നായർ എഴുന്നെള്ളുക. പല്ലക്കിന്റെ തണ്ടേറ്റുക നായന്മാരാണ. കവളപ്പാറയുടെ തണ്ടേറ്റുകാരനായിരുന്ന ഒരു ഗോപാലക്കുറുപ്പ് ഇപ്പോഴും കൂനത്തറയിലുണ്ട്. ചെന്നുകണ്ടാൽ ഒരുപക്ഷെ, പഴയ കഥകളെന്തെങ്കിലും കിട്ടീന്നുവരും.'

ഗോപാലക്കുറുപ്പ് പടിയ്ക്കൽതന്നെയുണ്ടായിരുന്നു. ഞങ്ങളെ പ്രതീക്ഷിച്ചിട്ടെന്നപോലെ. ഫിറോസിനെ സൂക്ഷിച്ചുനോക്കി ഗോപാലക്കുറുപ്പ് ചോദിച്ചു.

'ഇയ്യാള് കൊറച്ചീസം മുമ്പും ഇബടെ വന്നൂലോ. പോട്ടം പിടിക്കാനാണെന്നും പറഞ്ഞിട്ട്.'

'അതേ ഞാൻ വന്നിരുന്നു.' ഫിറോസ് പറഞ്ഞു.

'എന്നിട്ടെന്റെ പോട്ടം എവിടെ? കൊണ്ടന്ന്ട്ടുണ്ടോ?'

'ഇല്ല...ഞാൻ കൊണ്ടന്ന് തരാം.'

ഫിറോസ് തെല്ലൊന്നു പരുങ്ങി.

'വയസ്സെത്രയായി?' ഞാൻ തെല്ലുച്ചത്തിൽ ഗോപാലക്കുറുപ്പിനോട് ചോദിച്ചു.

'പതുക്കെ ചോയിച്ചാൽ മതി. ചെവിയൊക്കെ കേൾക്കാം. വയസ്സ് ഈ തുലാമാസത്തിൽ തൊണ്ണൂറ്റിരണ്ടു കഴിഞ്ഞു. ചിത്ര നക്ഷത്രം. എന്റെ മുഴുവൻ പേര് കാട്ടിൽമഠം ലക്ഷ്മിഅമ്മ മകൻ ഗോപാലക്കുറുപ്പ്. അച്ഛന്റെ പേര് പറങ്ങോടൻനായർ. കുറുപ്പ് എന്നുള്ളത് കവളപ്പാറേന്നുള്ള സ്ഥാനപ്പേരാണ്. എന്റെ ഏട്ടൻ കേശവക്കുറുപ്പും മൂപ്പിൽനായരുടെ തണ്ടേറ്റക്കാരനായിരുന്നു.'

'എന്താ ഈ തണ്ടേറ്റക്കാരൻ എന്നുവെച്ചാൽ?'

'മീനം ഇരുപത്തിയൊന്നാംതീയ്യതിയാണ് നായരുവേല. എറുപ്പയിലെയും കാരക്കാട്ടെയും കുതിരകൾ ഇതിന് അകമ്പടി സേവിക്കും. അസ്സല് തണ്ടും തടീമുള്ള നായന്മാരാണ് കുതിരയെ എഴുന്നെള്ളിച്ചു കൊണ്ടോവുക. കയിലിയാട്, തൃപ്പറ്റ, അന്ത്യാളൻ കാവ്, ആര്യങ്കാവ് എന്നീ നാലു കാവുകളിലേം വെളിച്ചപ്പാടന്മാർ വേലക്കു മുമ്പിലുണ്ടാവും. ഈ വേലയിലാണ് മൂപ്പിൽനായർ കൊട്ടാരത്തിൽനിന്ന് ഉത്സവം കാണാൻ

എഴുന്നെള്ളുക. പഞ്ചവാദ്യോം ഉണ്ടാവും. നായരെ മഞ്ചലിൽ ചുമക്കാനും അകമ്പടിക്കുമായി പതിനെട്ട് പടനായന്മാരുണ്ടാവും. നാലുപേർ മുന്നിലും നാലുപേർ പിന്നിലുമായി മഞ്ചലിന്റെ തണ്ടു ചുമക്കും. വാളും പരിചയുമെന്തി അഞ്ചാളുമുമ്പിലും അഞ്ചാളു പിന്നിലും. ആര്യങ്കാവിലെത്തിയാൽ മഞ്ചലിറക്കി തണ്ടേറ്റക്കാരും അകമ്പടിക്കാരും മാറിനിൽക്കും. പിന്നെ മൂപ്രിൽനായർ ദേവിയെ തൊഴുത് നിലപാടുതറയിൽ കേറിനിൽക്കും. കോമരം തുള്ളിവന്ന് നായരോട് കല്പന പറയും. അങ്ങന്യൊക്കെയാണ് ചടങ്ങ്. രാത്രീല് ആഭരണങ്ങളൊക്കെച്ചാർത്തി പ്രത്യേകം പല്ലക്കിലാണ് നായർ എഴുന്നെള്ളുക. ആ പല്ലക്ക് വേണാട്ടുരാജാവ് സമ്മാനിച്ചതാണത്രെ. മൂപ്പിൽനായരെ തണ്ടിലേറ്റിയിട്ടുണ്ട് ഞാൻ. ഇപ്പോൾ ആ ആചാരമൊന്നും ഇല്ല്യാണ്ടായി. നായർക്കും കാലക്കേടായി. 'രണ്ടുനാലുദിനംകൊണ്ടൊരുത്തനെ തണ്ടിലേറ്റി നടത്തുന്ന...' എന്ന ശ്ലോകം കേട്ടിട്ടില്ലേ അതുമാതിരിയായി കഥ.'

'ഇപ്പോഴും തണ്ടേറ്റാൻ വിളിച്ചാൽ പോകാൻ തയ്യാറാവുമോ?'

'അതിനൊന്നും ഇനി കൂട്ട്യാ കൂടില്ല. വേണച്ചാൽ വാളും പരിചേം പിടിച്ചുനടക്കാം. വയസ്സായില്ലേ. പക്ഷേ, സൂക്കേടൊന്നും ഇല്ല്യാട്ടോ. കണ്ണിനും ചെവിടിനുമൊന്നും മങ്ങലൂല്ല്യ. എന്നാ വല്ലപ്പോഴും ഇടയ്ക്കൊരു തലചുറ്റല് വരും. അപ്പോ ഷോർണ്ണൂർ മദനമോഹനൻ ഡോട്ടറുടെ ആസ്പത്രീപ്പോയി ഇഞ്ചക്ഷൻ ചെയ്യും. എന്നാ കേക്കണോ മിനിഞ്ഞാന്ന് ഇഞ്ചക്ഷൻ ചെയ്യാമ്പോയപ്പോ ഒരു ചതിപറ്റി.'

'എന്തു ചതിയാ പറ്റിയത്?'

ഗോപാലക്കുറുപ്പ് ഉടുത്തിരുന്ന തോർത്തുമുണ്ട് പൊക്കി ഇടത്തേ തുടയുടെ മുകൾഭാഗം എനിക്കു കാണിച്ചുതന്നു. ചുവന്നുതടിച്ചിരിക്കുന്നു.

'എന്താ ഇത്?'

ഞാൻ ചോദിച്ചു.

'ചന്തിയ്ക്കാ ഇഞ്ചക്ഷൻ വെയ്ക്കാ. അവടെ അഞ്ചാറ് പെണ്ണുങ്ങള്ണ്ട്. കുതിരപോലത്തെ ജാത്യാ. അതില് വാണിയങ്കുളത്തുകാരത്തി ഒരുത്തിണ്ടാർന്നു. അവളാണ് സൂചി കേറ്റണത്ച്ചാ തീരെ വേദനിക്കയ്ക്കില്ല. എന്നാ മിനിഞ്ഞാന്ന് അവള് ലീവാർന്നു. അവിടെ വേറൊര്ത്തീണ്ട്. പട്ടാമ്പിക്കാർത്ത്യാ. അവള് എന്നെ വന്നിട്ട് ഒന്ന് തൊട്ടുതലോടി. ഞാൻ ചോയിച്ചു എനിക്കു പെണ്ണുപോരാമ്പറ്റോന്ന്. അവൾക്കത് അത്ര സുകിച്ചില്ലാന്ന് തോന്നണു. ആ ദേഷ്യത്തിന് അവള് പറ്റിച്ച പണ്യാ ഇത്. സൂചി എല്ലുമ്മെ കൊണ്ടിട്ടുണ്ടാവുംന്നാ തോന്നണത്. അവള് ഇഞ്ചക്ഷൻ ചെയ്തപ്പോ...'

'ഇപ്പോഴത്തെ മൂപ്പിൽനായരെ കണ്ടിട്ടുണ്ടോ?'

'ഞാൻ കണ്ടിട്ടില്ല കുട്ട്യേ. ആരാന്നും എന്താ പേരെന്നും ഇനിക്ക് നിശ്ചല്ല്യാ. അപ്പുണ്ണിമൂപ്പിനായരെ കണ്ടിട്ടുണ്ട്.'

ഞാൻ ഗോപാലക്കുറുപ്പിന് സത്യനാഥനുണ്ണിയുടെ ഫോട്ടോ കാണിച്ചുകൊടുത്തു. അതു തിരിച്ചുംമറിച്ചും നോക്കി എനിക്കുതന്നെ മടക്കിത്തന്നു.

'എനിക്ക് നിശ്ചല്ല്യട്ടോ. സ്വത്തും സൊരൂപൊക്കെ അന്യം നിന്നുപോയില്ലേ. അപ്പോ മൂപ്പിൽനായരും പോയി. ഒരാള് കോയമ്പത്തൂരുണ്ടാർന്നു. പിന്നൊരാള് തൃശ്ശൂരും. ഇപ്പോളാള് ബാങ്ക് ജോലിക്കാരനാന്നാ കേട്ടിരിക്കണത്.'

'കൊട്ടാരത്തിലൊക്കെ ഒന്നുപോയി നോക്കിക്കൂടേ?'

'പോണംന്ന് ഇല്ല്യാണ്ടല്ല. കണ്ടാ സങ്കടം വരും. കാടും പൊന്തേം കേറികിടക്കാ അവിട്യ്യാക്കെ. കുട്ടിയ്ക്കറിയോ രണ്ടുലക്ഷത്തി എൺപതിനായിരം പറ നെല്ല് പാട്ടമളന്നിരുന്ന സ്ഥലാ അത്. പതിനെട്ട് കളപ്പുരേം അതിനൊക്കെ പത്തായോം കൊളോം കൊളപ്പൊരേം. നൂറുകണക്കനാ കാര്യസ്ഥന്മാർ. അപ്പുക്കുട്ടനുണ്ണി മൂപ്പിൽനായർ ബിലാത്തീലൊക്കെപോയിട്ടുള്ള ആളാണ്. എന്റെ ചെറുപ്പത്തില് കാറ് എന്ന വാഹനം ഞാനാദ്യം കണ്ടത് കവളപ്പാറ കൊട്ടാരത്തിന്റെ മിറ്റത്താ. പണ്ട് കവളപ്പാറനായരുടെ നാടുപിടിച്ച സാമൂരി, നായരുടെ ഉടവാളും പരിചയും കൊണ്ടുപോയത്രേ. അന്നത്തെ ഇളയനായർ വേഷം മാറിച്ചെന്ന് സാമൂരിയുടെ കോലോത്ത് സേവകനായി കൂടി. സാമൂതിരിയുടെ വാല്യക്കാരനായ ഐരുതൊടി പണിക്കരെയും കാറോത്ത് പണിക്കരെയും പാട്ടിലാക്കി. തിരുവിലങ്ങാട് അമ്പലത്തിൽ തൊഴാൻ പോയ സാമൂരിയുടെ കൈയ്യീന്ന് വാളും പരിചയും തട്ടിയെടുത്ത് കവളപ്പാറയിലെത്തീത്രെ. അതിൽ ക്ഷോഭിച്ച സാമൂരി സൈന്യവുമായി കവളപ്പാറയിലേക്കു വന്നു. പക്ഷേ, വേണാട് കോവിലകംകൂറ് എന്ന് മുദ്രവെച്ച വെള്ളിത്തകിട് കണ്ട് തിരിച്ചുപോയീന്നാ കഥ. പിന്നെ കവളപ്പാറ മൂപ്പിൽനായർ നാട്ടിലെ പ്രധാന നായന്മാരെയൊക്കെ വിളിച്ച് സ്വരൂപം ബലപ്പെടുത്തി. കൂനത്തറ ചക്കുണ്ണുനായർ, എറുപ്പപതിയാത്തു നായർ, പുത്തൻമഠം നായർ, കല്ലാനശ്ശേരി നായർ, കാഞ്ഞിങ്ങാട്ടുനായർ, മണ്ണേങ്കോട്ടുനായർ, വാക്കര നായർ, കല്ലാനശ്ശേരി നായർ, വാക്കടട ചെമ്പ്ര നായർ തൊടങ്ങി ഒന്നു കുറവായിരം നായന്മാരും കവളപ്പാറയിൽ പിന്നിൽ ഒറച്ചുനിന്നു. അക്കാലത്താണത്രെ കൂനത്തറ നഗരവും മൂപ്പിൽനായർ ഉണ്ടാക്കിയത്. കച്ചവടത്തിനായി വൈശ്യവെള്ളാലചെട്ടിയാന്മാരെ കുടുമ്മത്തോ

ടെ ഇബടെ കൂനത്തറയിൽ കൊണ്ടുവന്നു പാർപ്പിച്ചു. കൂനത്തറയിൽ താമസമാക്കിയ ചെട്ട്യാന്മാരിൽ വലിയ പണ്ഡിതന്മാരും ഉണ്ടായിരുന്നു. അങ്ങനെയങ്ങനെ പറയാച്ചാൽ ഈ നാട്ടില് കവളപ്പാറേടെ മുദ്ര ഇല്ലാത്ത ഒരു മൺതരീം ഉണ്ടാർന്നില്ല. ഇപ്പോ അതൊക്കെ ആർക്കാ അറിയാ, അല്ല അറിയാൻ ആർക്കാ മോഹം?

'നേരം ഒരുപാടായി. ഞങ്ങളിറങ്ങട്ടെ?' ഞാൻ ചോദിച്ചു.

'നാടെവിട്യാ?'

'കുന്നങ്കൊളത്താ.'

ഓ, കൊച്ചി ശീമക്കാരനാണ് അല്ലേ?'

ഞാനതിന് മറുപടിയൊന്നും പറഞ്ഞില്ല.

മദിരാശി സംസ്ഥാനത്തിലെ രാജകുടുംബങ്ങളിലെ കുട്ടികൾക്കു വേണ്ടിമാത്രമുള്ള വിദ്യാലയമാണ് ന്യൂവിങ്ടൺ കോളേജ്. അവിടെയായിരുന്നു അപ്പുക്കുട്ടനുണ്ണി പഠിച്ചത്. 1914 ലാണ് അപ്പുകുട്ടനുണ്ണി കവളപ്പാറസ്വരൂപത്തിന്റെ മൂപ്പിൽനായരായി സ്ഥാനാരോഹണം ചെയ്യുന്നത്. അപ്പുകുട്ടനുണ്ണി മൂപ്പിൽനായരുടെ കഥകൾ പഴയതലമുറയിൽ പെട്ട പലർക്കും അറിയാം. ഒരു വായനശാല കവളപ്പാറയിൽ സ്ഫാചിച്ചത് അപ്പുകുട്ടനുണ്ണിയാണ്. ഒറ്റപ്പാലത്തുകാരെ ക്രിക്കറ്റു കളിക്കാൻ പഠിപ്പിച്ച് കവളപ്പാറയിലൊരു ക്രിക്കറ്റ് ക്ലബ്ബും മൂപ്പിൽനായരുടെ വകയായി നിലവിൽ വന്നു. പാണ്ടിയിൽനിന്ന് തമിഴരെ കൊണ്ടുവന്നാണ് കൊട്ടാരക്കെട്ടിന്റെ മുറ്റത്ത് ഉദ്യാനമുണ്ടാക്കിയത്. കൊട്ടാരമുറ്റത്ത് നാട്ടുകാർക്ക് പേരറിയാത്ത പൂമരങ്ങളും ചെടികളും പൂത്ത പരിമളം പാലക്കാടൻ കാറ്റിൽ അലിഞ്ഞുചേർന്ന കാലമായിരുന്നു അത്. നൃത്തം, സംഗീതം, നാടകം, കഥകളി, പുരാണപാരായണം, ചിത്രമെഴുത്ത്, ജാലവിദ്യ എന്നിങ്ങനെ കൊട്ടാരത്തിൽ ദിവസേന ഓരോരോ തരത്തിലുള്ള കലാപരിപാടികൾ അരങ്ങേറി. തൊണ്ടിക്കുളം അനന്തരാമഭാഗവതരും മുണ്ടായ രാമഭാഗവതരും എണ്ണപ്പാടം വെങ്കിട്ടരാമഭാഗവതരുമൊക്കെ കുളിച്ചുണ്ട് സ്ഥിരം സംഗീതകച്ചേരി നടത്തിയിരുന്നവരിൽ പ്രമുഖരായിരുന്നു.

അക്കാലത്താണ് കവളപ്പാറ കളിയോഗം എന്ന പേരിൽ കൊട്ടാരത്തിൽ സ്ഥിരമായി ഒരു കഥകളി സംഘത്തിന് മൂപ്പിൽനായർ രൂപം നൽകിയത്. പാട്ടിന് വെങ്കിട്ട കൃഷ്ണഭാഗവതരും വേഷത്തിന് നാരായണൻനായരും ചുവന്നതാടിക്ക് കുട്ടിരാമപ്പണിക്കരും പെൺവേഷത്തിന് വടക്കൻ രാമൻനായരും ചുട്ടിക്ക് ഗോവിന്ദൻനായരുമായിരുന്നു പ്രധാനികളായി നിയോഗിക്കപ്പെട്ടത്. ഇവർക്കെല്ലാം കൊട്ടാരത്തിൽത്തന്നെ ഓരോരോ ജോലികളും കൊടുത്ത് സ്ഥരമായി താമസിപ്പിക്കുകയായിരുന്നു.

മദിരാശിയിലെ ജസ്റ്റിസ് പാർട്ടിയിലെ എക്സിക്യൂട്ടീവ് അംഗമായിരുന്നു അപ്പുകുട്ടനുണ്ണി മൂപ്പിൽനായർ. പാർട്ടിയുടെ പ്രതിനിധി സംഘം ഒരു നിവേദനവുമായി ലണ്ടനിലേക്കു പോയപ്പോൾ സംഘത്തോടൊപ്പം മൂപ്പിൽ നായരുമുണ്ടായിരുന്നു. മൂപ്പിൽനായർ കപ്പലുകയറി കടലുകടന്ന് പോയത് അന്ന് നമ്പൂതിരിമാർക്കിടയിൽ വലിയ ആക്ഷേപത്തിനിടയാക്കി. നമ്പൂതിരിമാരുമായുള്ള ബന്ധം മൂപ്പിൽനായർക്ക് പ്രധാനമാണ്. അക്കാലത്ത് കപ്പൽയാത്ര നിഷിദ്ധമായ ഒരു കാര്യമായിട്ടാണ് നമ്പൂതിരിമാർ കരുതിപ്പോന്നത്. ലണ്ടനിലെത്തിയ മൂപ്പിൽനായർക്ക് ഇതു സംബന്ധിച്ച കത്ത് കവളപ്പാറനിന്ന് ബന്ധുക്കൾ എഴുതി, മടക്കത്തിൽ ഒറ്റപ്പാലത്ത് തീവണ്ടിയിറങ്ങിയ മൂപ്പിൽനായർ വരിക്കാശ്ശേരി മനക്കലെ കാവു നമ്പൂതിരിയോടൊപ്പം ഭക്ഷണം കഴിച്ചശേഷമാണ് കവളപ്പാറയിലെത്തിയത്. ആഢ്യന്മാരിൽ ആഢ്യനായ വരിക്കാശ്ശേരി കാവു നമ്പൂതിരിയോടൊപ്പം ഇരുന്ന് ഇലയിട്ടുണ്ടാൽ പിന്നെ ആക്ഷേപം ബാക്കിനിൽക്കില്ലല്ലോ.

1920–21 കാലത്തെ വെള്ളപ്പൊക്കത്തിൽ വീടുവിട്ടിറങ്ങേണ്ടിവന്നവരെ മൂപ്പിൽനായർ പാർപ്പിടവും ഭക്ഷണവും വസ്ത്രവും നൽകി സംരക്ഷിച്ചു. ആയതിൽ സന്തോഷിച്ച ബ്രിട്ടീഷ് ഗവൺമെന്റ് മൂപ്പിൽനായരെ ടെറിട്ടോറിയൽ സൈന്യത്തിന്റെ ഓണററി ക്യാപ്റ്റനായും മാപ്പിള ലഹളയെ നേരിട്ടതിന് കേണൽ പദവി നൽകിയും ആദരിച്ചിട്ടുണ്ട്.

കേണൽ അപ്പുക്കുട്ടനുണ്ണി മൂപ്പിൽനായരെ പറ്റിയുള്ള കഥകൾ വള്ളുവനാട്ടിലെ പഴമക്കാരിലിന്നും പച്ചപിടിച്ചുനിൽക്കുന്നുണ്ട്. പക്ഷെ സത്യനാഥനുണ്ണിയ്ക്ക് അതൊന്നുമറിഞ്ഞുകൂടാ. ഒരുപക്ഷെ, ചരിത്രം അദ്ദേഹത്തെ നിരുന്മേഷവാനും നിരാശിതുമാക്കുന്നു.

(2003)

ഒന്നും ഒന്നും രണ്ടല്ല

പാലക്കാട് ടൗൺഹാളിനു പിന്നിലായി, വൃന്ദാവൻ കോളനിയിൽ ബാലാജി ഹോസ്പിറ്റലിനടുത്ത് വി.ആർ.സി നിയലം എന്ന് ഗേറ്റിൽ എഴുതിവെച്ചിട്ടുള്ളൊരു വീടുകാണാം. ഒറ്റപ്പാലത്തിനടുത്തുള്ള മണ്ണൂർദേശക്കാരായ രാമനും വാസുവുമാണ് ഈ വീട്ടിൽ താമസിക്കുന്നത്. കുറച്ചുകൂടി വിശദമായി പറഞ്ഞാൽ വെള്ളറോട് കല്ലങ്കാട് കാമ്പിയുടെ മൂത്തമകൻ വാസുവും മണ്ണൂര് കന്നത്തു കുട്ടന്റെ പതിനൊന്നാമത്തെ മകൻ രാമനും കുടുംബസമേതം ഈ വീട്ടിൽ കഴിയുന്നു. രാമനും വാസുവിനും അറുപത്തിയഞ്ചുവയസ്സു കഴിഞ്ഞു. ഒരു വയസ്സിനോ മറ്റോ രാമനാണ് മൂപ്പ്. വാസുവിന് ഒരാണ്, രാമനു രണ്ടു പെണ്ണ് എന്നിങ്ങനെയാണ് മക്കൾ. മക്കളെല്ലാം ഉദ്യോഗസ്ഥരാണ്, വിവാഹിതരും. ഒഴിവുദിവസങ്ങളിൽ ജോലിസ്ഥലത്തുനിന്ന് അവരൊക്കെ വി.ആർ.സി നിലയത്തിലെത്തും. രാമന്റെ ഭാര്യ ഗീത ഊട്ടിയിൽ ശാന്തിവിജയ സ്കൂളിൽ ജോലി ചെയ്യുന്നു. വാസുവിന്റെ ഭാര്യയും ഊട്ടിയിൽതന്നെ. ഗാന്ധൻ ഗേറ്റിലുള്ള വെസ്റ്റേൺ ബേക്കറിയുടെ ചുമതല വാസുവിന്റെ ഭാര്യ സതിയ്ക്കാണ്.

ഇപ്പോൾ ഏറെയും രാമനും വാസുവും മാത്രമേയുള്ളു വി.ആർ.സി നിലയത്തിൽ. വി.ആർ.സി നിലയമെന്നാൽ രാമനും വാസുവും പാർക്കുന്ന വീട് എന്നർത്ഥം. രാമൻ എന്നതിനോട് ചന്ദ്രൻ ചേർത്തു രാമചന്ദ്രനായപ്പോഴാണ് വി.ആർ.സി.നിലയമാക്കിയത്. അല്ലെങ്കിൽ വി.ആർ.നിലയം എന്നായിപ്പോകുമെന്നായിരുന്നുവെന്നാണ് രാമൻ പറയുന്നത്. രണ്ടുപേരും വിശ്രമജീവിതം നയിക്കുകയൊന്നുമല്ല. ചെറിയ കോൺട്രാക്ട് പണികൾ, പെട്രോൾപമ്പുകൾ, നഗരത്തിലെ സാംസ്കാരിക പ്രവർത്തനങ്ങൾ എന്നിങ്ങനെ നേരമ്പോക്കിനുള്ള വഹകളൊക്കെയുണ്ടെന്ന് രണ്ടാളും ചിരിച്ചുകൊണ്ട് പറയുന്നു.

പത്തുപതിനഞ്ചുവർഷമേ ഇവർ പാലക്കാട്ടേക്ക് താമസം മാറ്റിയിട്ട് ആയിട്ടുള്ളൂ. പാലക്കാട്ടുകാരായ പരിചയക്കാരൊക്കെ ധരിച്ചിരിക്കുന്നത് രാമനും വാസുവും സഹോദരങ്ങളാണെന്നാണ്. എന്നാലും ഇങ്ങനെ രണ്ടുമെയ്യും ഒരു മസ്സുമായി കഴിയുന്ന സഹോദരന്മാർ ലോകത്തെങ്ങുമു

ണ്ടാവില്ലെന്നാണ് അവർ പറയുന്നത്.

രാമനും വാസുവും തമ്മിൽ അച്ഛൻവഴിയ്ക്കോ, അമ്മവഴിയ്ക്കോ തറവാട് വഴിയ്ക്കോ യാതൊരു ബന്ധവുമില്ല. കേരളശ്ശേരി സ്കൂളിൽ പത്താംതരത്തിൽ പഠിയ്ക്കുമ്പോൾ വളരെ യാദൃച്ഛികമായി കണ്ടുമുട്ടിയതാണിരുവരും. ആ ബന്ധം ഇന്നിതാ ഇവിടെവരെയെത്തി.

പത്തിരിപ്പാല ഹൈസ്കൂളിലാണ് രാമൻ പഠിച്ചിരുന്നത്. ഫുട്ബോളു കളിച്ചും കാറോടിനടന്നും പത്താംക്ലാസു പരീക്ഷയിൽ തോറ്റു. തോറ്റ കുട്ടികളെ വീണ്ടും സ്കൂളിൽ ചേർത്തു പഠിപ്പിയ്ക്കില്ലെന്ന് മാനേജർ തീർത്തുപറഞ്ഞു. അങ്ങനെയാണ് രാമനും കൂടെ തോറ്റ മറ്റു നാലുപേരുംകൂടി കേരളശ്ശേരി സ്കൂളിൽ എത്തുന്നത്. കല്പാത്തിക്കാരൻ കെ. എസ്.ഗോപാലകൃഷ്ണ അയ്യരാണു ഹെഡ്മാസ്റ്റർ. അഞ്ചുപേരെയും നിരത്തിനിർത്തിക്കൊണ്ട് സ്വാമി ചോദിച്ചു, 'നിങ്ങളൊക്കെ പത്തിരിപ്പാല സ്കൂളിലെ കേഡി ലിസ്റ്റിലുള്ളവരാണോ?'

ആർക്കും മറുപടിയുണ്ടായിരുന്നില്ല. എല്ലാവരും തലയും താഴ്ത്തി നിന്നു. ഓവർക്കോട്ടും തലക്കെട്ടുമുള്ള ഹെഡ്മാസ്റ്ററെ അവർ ആദ്യം കാണുകയാണ്.

'അവിടുന്നു തള്ളിയവരെയൊക്കെ എടുക്കാൻ ഇതെന്താ കമ്പോസ്റ്റു കുഴിയാണോ? പോയിട്ട് തിങ്കളാഴ്ച വരിൻ. ഞാൻ നിങ്ങളെപ്പറ്റി അന്വേഷിക്കട്ടെ!'

പിന്നീട് ഫുട്ബോൾ പ്രേമിയായ വാസുദേവനുണ്ണിമാസ്റ്റർ ഹെഡ്മാസ്റ്ററെയും മാനേജരെയുംകണ്ട് ശുപാർശ ചെയ്തിട്ടാണ് അവരെ അഞ്ചു പേരെയും കേരളശ്ശേരി സ്കൂളിൽ ചേർക്കുന്നത്. അപ്പോൾ അവിടെ പത്താംതരത്തിൽ പഠിക്കുകയാണ് വാസു. വാസു രാമനെപ്പോലെയല്ല. ആരോടും അധികം ഇണങ്ങാത്ത പ്രകൃതം. വാക്കിലും വർത്തമാനത്തിലും തികഞ്ഞ മിതത്വം.,

രാമന്റെ അച്ഛൻ കുട്ടൻ മണ്ണൂരിൽ പ്രസിദ്ധനായിരുന്നു. പീടികക്കാരൻ കുട്ടൻ എന്നോ കെ.സി.കുട്ടൻ എന്നോ പറഞ്ഞാൽ അറിയാത്തവരായി ആ നാട്ടിൽ ആരുമുണ്ടായിരുന്നില്ല.

രണ്ട്

മങ്കരനിന്ന് ചവിറ്റിലത്തോട് കടന്ന് കല്ലംപറമ്പുവഴിയാണ് കുട്ടന്റെ കല്യാണം മണ്ണൂരിലേക്ക് നടന്നുവന്നത്. കല്യാണചെക്കനന്ന് പതിനെട്ട് വയസ്സ്. പെണ്ണിന് പന്ത്രണ്ടും. വഴി പാതിനടന്നതേയുള്ളൂ. കല്യാണപ്പെണ്ണ് കരച്ചിലും പിഴിച്ചിലുമായി. അവൾ പാടവരമ്പത്തെ കരിമ്പനച്ചോ

ട്ടിൽ കുത്തിയിരുന്നു. കല്യാണംനിന്നു. കല്യാണക്കാരൊക്കെ വരമ്പത്തു കുത്തിയിരുന്നു കരയുന്ന പെണ്ണിന്റെ ചുറ്റും കൂടി.

'ചെറ്യേ കുട്ട്യല്ലേ. തള്ളേപ്പിരിഞ്ഞു പോന്നേന്റെ വെഷമം കൊണ്ടാവും.'കാരണവന്മാർ തമ്മിൽതമ്മിൽ പറഞ്ഞു.

'എന്തേ നാകേ നെണക്കു പറ്റ്യേത്. വെള്ളത്തിന് ദാഹിക്കണുണ്ടോ? അമ്മേനെക്കാണണോ?' നാകയോട് കൂട്ടിനുപോന്നിരുന്ന അമ്മായി ചോദിച്ചു.

'യ്ക്ക് കാല് കടഞ്ഞിട്ട് നടക്കാൻ വയ്യേയ്...' കല്യാണപ്പെണ്ണ് നിലവിളി ഉച്ചത്തിലാക്കി.

ആരോ പെണ്ണിനെയെടുത്ത് കുപ്പാണ്ടിയേട്ടന്റെ തോളത്തുവെച്ചു കൊടുത്തു. കുപ്പാണ്ടിയേട്ടൻ പനകേറ്റക്കാരനാണ്. ആറടിയോളം പൊക്കം. അയവില്ലാത്ത ശരീരം.

മുന്നിൽ നാഗസ്വരക്കാരും കല്യാണചെക്കനും കൂട്ടുകാരും. പിന്നിൽ പെണ്ണിനെ ചുമന്ന് കുപ്പാണ്ടിയും പെണ്ണുങ്ങളും. അങ്ങനെയാണ് കുന്നത്തുവീട്ടിൽ കല്യാണം വന്നുകയറിയത്.

അന്ന് കുപ്പാണ്ടിയുടെ ചുമലിൽകേറി കുന്നത്തു വീട്ടിലേക്ക് വന്നത് സാക്ഷാൾ ശ്രീഭഗവതിയാണെന്ന് പിന്നീട് നാട്ടുകാർ പറഞ്ഞു. അതെ നാകയുടെ പാദം മുറ്റത്ത് കുത്തിയപ്പോഴാണ് കുന്നത്തെ കുട്ടൻ 'കെ.സി.കുട്ടൻ' എന്ന പ്രമാണിയായി വളർന്നത്. കല്യാണം കഴിഞ്ഞതിന്റെ പതിനാലാംപക്കം കുട്ടൻ വീടിനടുത്തുള്ള കൈമകുന്നത്തുകാവ് അമ്പലത്തിനടുത്ത് വഴിവക്കത്ത് ഒമ്പത് സെന്റ് സ്ഥലം വാങ്ങി. അതിൽ കരിമ്പനോലയും മുളയും വെച്ചുകെട്ടി ഒരു നെടുമ്പുരയുണ്ടാക്കി. പനമ്പത്തലുകൊണ്ട് ചുറ്റിലും മറച്ചു. പാലക്കാട്ടുനിന്ന് ഒരു കാളവണ്ടിയിൽ ഉപ്പും മുളകും പലവ്യഞ്ജനങ്ങളും കൊണ്ടുവന്ന് കച്ചോടം തുടങ്ങി. നാൾക്കുനാൾ കുട്ടന്റെ കച്ചവടം അഭിവൃദ്ധിപ്പെട്ടുവന്നു. അഞ്ചാറുകൊല്ലം കഴിയുമ്പോഴേയ്ക്കും നെടുമ്പുര രണ്ടുനില ഓടിട്ട കെട്ടിടമായി വളർന്നു. പണിക്കാരും സാധനങ്ങൾ എടുത്തുകൊടുക്കുന്നവരുമായി ഇരുപതോളം പേരുണ്ടായിരുന്നു കുട്ടന്റെ പീടികയിൽ. പിന്നീടങ്ങോട്ടുള്ള വളർച്ച എല്ലാ കണക്കുകളെയും തെറ്റിച്ചു കളയുന്നത്ര വേഗത്തിലായിരുന്നു. നാനൂറു പറയ്ക്ക് കൃഷി, ഇരുപതരക്കന്നിനെത്തളക്കുന്ന തൊഴുത്ത്. അകത്തും പുറത്തുമായി നെല്ലും വൈക്കോലും വെടിപ്പിക്കാനും അറയിൽ കേറ്റാനുമുള്ള പണിക്കാര്. കുട്ടന്റെ കീർത്തി പറളി തൊട്ട് ഒറ്റപ്പാലംവരെ പരന്നു. ആണും പെണ്ണുമായി നാക പന്ത്രണ്ടു പെറ്റു. അതിൽ പതിനൊന്നാമനാണ് രാമൻ. രാമന് അമ്മയെ കണ്ട ഓർമ്മയില്ല. എങ്കി

ലും കേട്ടുകേട്ട് അമ്മയുടെ രൂപം മനസ്സിൽ തെളിഞ്ഞുനിൽക്കുന്നു. പൂമുഖത്താണത്രെ അമ്മ അനിയനെ പ്രസവിച്ചത്. നെല്ലുകോരുന്ന പെണ്ണുങ്ങൾക്കു കൊടുക്കാൻ മൊന്തയിൽ വെള്ളവുമായി പുറത്തേയ്ക്കു വന്നതായിരുന്നു നാക. പിച്ചളമൊന്ത നിലത്തുവീഴുന്ന ശബ്ദം കേട്ട് പെണ്ണുങ്ങൾ ചവിട്ടുകല്ലു കേറി ഓടിയെ ത്തുമ്പോഴേക്കും നിറവയറും വെച്ചവൾ വീണുപോയിരുന്നു. വീണതും പ്രസവം കഴിഞ്ഞു. എല്ലാം കഴിഞ്ഞു. നാകയ്ക്ക് നോവു തുടങ്ങിയെന്ന് കേട്ടാണ് കുട്ടൻ പീടികയിൽനിന്ന് ഓടിക്കിതച്ചെത്തിയത്.

ചോരയിൽകുളിച്ച് ചലനമറ്റുകിടക്കുന്ന അമ്മയെയും കുഞ്ഞിനെയും കണ്ട് അച്ഛൻ നെഞ്ചത്തടിച്ചുനിലവിളിച്ചെന്നും ആ നിലവിളി കേട്ടാണ് നാട്ടുകാരോടിക്കൂടിയതെന്നും പറഞ്ഞുകേട്ടിട്ടുണ്ട് രാമൻ.

അമ്മ മരിയ്ക്കുമ്പോൾ രാമന് ഒന്നരവയസ്സു പ്രായം. മൂത്ത ചേച്ചി കുഞ്ഞിലക്ഷ്മിയുടെ കല്യാണം കഴിഞ്ഞ് പതിനാറാംദിവസമാണത്രേ അമ്മ മരിച്ചത്. അമ്മയുടെ മരണം കഴിഞ്ഞ് തൊണ്ണൂറുകഴിയുംമുമ്പേ അച്ഛൻ ചെറിയമ്മയെ മാലയിട്ടു കൂട്ടിക്കൊണ്ടുവന്നു. പെണ്ണുകൊണ്ടുവരൽ നാമമാത്രമായ ചടങ്ങൊന്നുമായിരുന്നില്ല. നാദസ്വരക്കാരും തകിലടിയും രണ്ടാംകല്യാണത്തിനുമുമ്പുണ്ടായിരുന്നു, കേമമായിത്തന്നെ സദ്യയും.

രാമനെ ഒക്കത്തേറ്റി നടന്നു വളർത്തിയത് ചെറ്യേടത്തി വേശുവാണ്. അമ്മ പന്ത്രണ്ടുപെറ്റെങ്കിലും കുഞ്ഞിലക്ഷ്മി, വേശു, നാരായണൻ, രാമൻ എന്നിങ്ങനെ നാലുപേരൊഴികെ മറ്റെല്ലാവരും കുഞ്ഞിലേ മരിച്ചുപോയി.

വേശു രാമനെ കുളിപ്പിയ്ക്കും, ചോറുകൊടുക്കും, കഥ പറഞ്ഞുകൊടുക്കും, പാട്ടുപാടി ഉറക്കും. രാമന് അച്ഛനും അമ്മയും ചേച്ചിയും കളിക്കൂട്ടുകാരിയും എല്ലാം വേശുവേടത്തിയാണ്. വീട്ടുകാരും പണിക്കാരും വാല്യക്കാരുമായി ആ വീട്ടിൽ ആളേറെയുണ്ടായിരുന്നുവെങ്കിലും രാമന്റെ കാര്യങ്ങൾ നോക്കാൻ പക്ഷെ ആരുമില്ലെന്ന് വേശു മനസ്സിലാക്കിയിരിക്കണം. ഒരു പ്രകൃതിനിയോഗംപോലെ അമ്മയില്ലാത്ത പൈതലിനെ വേശു സ്വയം ഏൽക്കുകയായിരുന്നു.

പത്തിരിപ്പാല സ്കൂളിൽ രാമൻ ഒമ്പതാംക്ലാസിൽ പഠിക്കുമ്പോഴാണ് വേശുവിനെ മാത്തൂരിലുള്ള മാധവന് കല്യാണം കഴിച്ചുകൊടുക്കുന്നത്. കല്യാണം കഴിഞ്ഞ് ചെക്കനും പെണ്ണും പുറപ്പെട്ടു പോകാൻനേരത്ത് രാമനെ കെട്ടിപ്പിടിച്ച് വേശു വാവിട്ടു കരഞ്ഞു. ഒമ്പതാംക്ലാസിലാണ് പഠിച്ചിരുന്നതെങ്കിലും ആ നിലവിളിയുടെ സാരം രാമനപ്പോൾ ഊ

ഹിച്ചെടുക്കാനായില്ല. കല്യാണപ്പെണ്ണിന്റെ പുടവയിൽ തൂങ്ങി പടിയിറങ്ങാൻ തുടങ്ങുകയായിരുന്ന രാമനെ ആരോ തെല്ലു ബലമായിത്തന്നെ പിടിച്ചു വീട്ടിലേക്കു കൊണ്ടുപോന്നു. കണ്ണീരും കയ്യുമായി വേശു പടിയിറങ്ങിപ്പോയി. അപ്പോഴാണ് തന്റെ ജീവിതത്തിന് അവസാനത്തെ അഭയകേന്ദ്രവും നഷ്ടപ്പെടുകയാണെന്ന് രാമനു മനസ്സിലാകുന്നത്.

അവനെ ആരോ മച്ചിനകത്താക്കി വാതിലടച്ചു. ആ മച്ചിലാണ് മരിച്ചുപോയ അമ്മയെ അച്ഛൻ കുടിവെച്ചിട്ടുള്ളത്.

നാക മരിച്ചിട്ട് ഒരുകൊല്ലം കഴിഞ്ഞശേഷമായിരുന്നു അത്. പുതിയൊരാളെ കൂട്ടിക്കൊണ്ടുവന്നു, കാര്യങ്ങളൊക്കെ ഒരുവിധം നടന്നുപോകുന്നുവെങ്കിലും നികത്താനാവാത്ത ഒരു ശൂന്യത കുട്ടന് അനുഭവപ്പെടാൻ തുടങ്ങി. ശക്തി ചോർന്നുപോവുന്നതുപോലെ. തന്റെ തായ് വേരിൽ ചിതലുകേറാൻ തുടങ്ങുകയാണോ? അകക്കാമ്പ് പൂതലിക്കാൻ തുടങ്ങുകയാണോ?

ഒരുദിവസം പുലർച്ചെ എഴുന്നേറ്റ് ഇല്ലിക്കുളത്തിൽ കുളിച്ചുകേറി ഈറനോടെ കുട്ടൻ മച്ചിൽ കടന്നു. കഴുകിത്തുടച്ചുവെച്ച പീഠത്തിനുമുന്നിൽ നിലവിളക്കു കൊളുത്തി. നാക്കിലയിൽ അരിയും നെല്ലും തുളസിക്കതിരും തെച്ചിപ്പൂവും വെച്ചു. ഓട്ടുകിണ്ടിയിൽ വെള്ളമെടുത്തു. മുഖമുയർത്തിപ്പിടിച്ച് അയാൾ കണ്ണുകൾ പൂട്ടി.

'നാകേ, ഞാൻ വേച്ചുപോകുന്നു. നീയെന്നെ വിട്ടുപോകരുത്. നമ്മുടെ മക്കൾക്കാരുമില്ല. എന്റെ കൂടെ എല്ലാത്തിനും കാര്യവും കാരണവുമായി പരദേവതയായി നീയീ മച്ചിൽ കുടിയിരിക്കണം നാകേ...'

മച്ചിനകത്തുനിന്ന് നിലവിളിയും നെഞ്ചത്തടിയും കേട്ടാണ് കുട്ടന്റെ രണ്ടാംഭാര്യ യശോദ ഉണർന്നത്.

ഇങ്ങനെ ഒരു പതിവുണ്ടോ? മരിച്ചുപോയ ഭാര്യയുടെ പ്രേതത്തെ വിളിച്ചുവരുത്തി ഭർത്താവ് വീട്ടിനുള്ളിൽ കുടിവെക്കുക?

ആൾക്കാരടക്കം പറഞ്ഞതേയുള്ളൂ. ആർക്കുമാർക്കും കുട്ടനോടതു ചോദിക്കാൻ ധൈര്യമില്ലായിരുന്നു. പാലക്കാട്ടു കോടതിയിൽ ജന്മിമാരുമായുള്ള കേസു നടത്താൻ പോയാൽ രാവേറെച്ചെന്ന് ചൂട്ടും കത്തിച്ചാണ് കുട്ടൻ മടങ്ങിവരിക. വൈകുന്നേരമായാൽ കുട്ടനിത്തിരി പനങ്കള്ളു കുടിയ്ക്കണം. ചോലപ്പള്ളിയാലിൽ നൂറുപനയോളം ചെത്താൻ കൊടുത്തിട്ടുണ്ട്. മാനംകുത്തി ചാമുണ്ണിയാണു പ്രധാന ചെത്തുകാരൻ. ചേലക്കുന്നിന്റെ നെറുകയിലെ ഒറ്റപ്പനയുടെ കള്ളേ കുട്ടൻ കുടിയ്ക്കൂ. ഒറ്റപ്പനയുടെ കള്ളാണ് ദേഹബലത്തിനുത്തമം. കൂട്ടംകൂടി നിൽക്കുന്ന പനങ്കാട്ടിൽനിന്നുള്ള കള്ള് ഷാപ്പിലളക്കാനും പണിക്കാർക്ക് മോന്താനുമു

ള്ളതാണ്. മുറ്റത്ത് ചൂട്ടുകുത്തിക്കെടുത്തി ഉമ്മറത്ത് കേറിക്കഴിഞ്ഞാൽ കേസ്സിന്റെ കെട്ടുകൾ തരംതിരിച്ചു വെച്ചിട്ടേ കുളിക്കാൻ പോകാറുള്ളു. മണ്ണൂര് താത്തുണ്ണിമൂപ്പിൽ നായരുമായിത്തന്നെ ഏഴെട്ടുകേസുകളുണ്ടായിരുന്നു.

കേസ്സിലും കോടതിയിലും ശ്രദ്ധ കൂടിയപ്പോൾ കൃഷിയിലും കച്ചവടത്തിലുമൊന്നും കുട്ടന് താല്പര്യമില്ലാതെയായി. കടം പോയും പറ്റുകാർ കുറഞ്ഞും കച്ചവടം ക്ഷയിക്കാൻ തുടങ്ങി. നേരത്തിന് വെള്ളവും വൈക്കോലും കിട്ടാതെ തൊഴുത്തിൽ കന്നും പൈക്കളും അമറിയും കൊമ്പുകുത്തിയും ബഹളം വെച്ചു.

അതിനിടെ കുട്ടന്റെ രണ്ടാംഭാര്യ പതിനൊന്നു പ്രസവിച്ചു. ആർക്കും ആരെയും ശ്രദ്ധിക്കാൻ നേരമില്ല. എങ്ങനെയൊക്കെയോ കാര്യങ്ങൾ ഉരുണ്ടുപിരണ്ടു മുന്നോട്ടുപോകുന്നുവെന്നു മാത്രം. ചെറിയ മുറുമുറുപ്പുകൾ രൂപംകൊണ്ടിരുന്നുവെങ്കിലും വലിയ ആരവങ്ങളാവാതെ അവ എങ്ങനെയോ സ്വയം അടങ്ങി.

കേരളശ്ശേരിസ്കൂളിലും പഠിപ്പിലായിരുന്നില്ല രാമനു കമ്പം. കാ ലത്തു സ്കൂളിലെത്തിയാൽപ്പിന്നെ വൈകീട്ട് സ്കൂളുവിട്ടു കുട്ടികൾ പിരിഞ്ഞുപോയാലും രാമൻ ഗ്രൗണ്ടിൽ പന്തും തട്ടിനിൽക്കും. ഒരുദിവസം ഉച്ചയ്ക്ക് കളി കഴിഞ്ഞ് ഗ്രൗണ്ടിനടുത്തുള്ള ഞാവലിന്റെ തണലിൽ കിടക്കുകയായിരുന്നു രാമൻ. വെള്ളിയാഴ്ചയാണ്. ഉച്ചക്ക് രണ്ടുമണിക്കൂറാണ് ഇന്റർവെൽ. ഗ്രൗണ്ടിനടുത്തുകൂടെ നടന്നുപോവുകയായിരുന്നു വാസു. ആരാണ് ഞാവലിന്റെ ചോട്ടിൽ ഒറ്റയ്ക്ക് കെടക്കുന്നത്? അടുത്തു ചെന്നു നോക്കി. രാമൻ. പത്തിരിപ്പാലയിൽനിന്നുവന്ന ഫുട്ബോൾ ചാമ്പ്യൻ. കുട്ടികളുടെയെല്ലാം ആരാധനാപാത്രം ഇങ്ങനെ ഞാവൽച്ചോട്ടിൽ അനാഥനായി, ഒറ്റയ്ക്ക്...

എന്താണ് ചെയ്യേണ്ടത്? വിളിച്ചുണർത്തണോ?

കാൽപ്പെരുമാറ്റം കേട്ടിട്ടാവണം രാമൻ കണ്ണുതുറന്നു.

'എന്തേ?' രാമൻ വാസുവിനെ നോക്കി.

'ഒന്നൂല്ല്യ. എന്താ ഇവിടെ ഇങ്ങനെ കെടക്കണത്?'

'ഒന്നുണ്ടായിട്ടില്ല. കളി കഴിഞ്ഞപ്പോ ക്ഷീണംമാറ്റാൻ കിടന്നതാ. ഉറങ്ങിപ്പോയി.'

'ഉച്ചയ്ക്ക് വീട്ടിൽ പോണില്ലേ?'

'ഇല്ല.'

'അപ്പോ ചോറു കൊണ്ട്ന്നിട്ടുണ്ടാവും, ല്ലേ?'

'ഇല്ല.'

'രാവുത്തറുടെ പീടേല്യന്നാണോ ഊണ്?'

'അല്ല.'

'പിന്ന്യേ?'

'ഉച്ചയ്ക്ക് അങ്ങനെ ഒന്നും കഴിക്കാറില്ല.'

വാസുവിന് അതുകേട്ട് സങ്കടമായി.

'എന്റെ വീട് ഇവിടെ അടുത്താണ്. പോരണോ?'

രാമൻ എഴുന്നേറ്റു വാസുവിന്റെ ഒപ്പം നടന്നു.

'വീട്ടിൽ ആരൊക്കെയുണ്ട്?' രാമൻ ചോദിച്ചു.

'അച്ഛൻ, അമ്മ. ഞങ്ങൾ മൂന്നുമക്കളാണ്. ഞാൻ, എന്റെ താഴെ അർജ്ജുനൻ, പിന്നെ ഉണ്ണികൃഷ്ണൻ.'

'വാസൂന്റെ അച്ഛന് കൃഷിയാണോ?'

'കൊറച്ചു കൃഷിയുണ്ട്. പള്ള്യാലാണ്. പിന്നെ ചന്തയിൽനിന്ന് ഉരുക്കളെ വാങ്ങി കച്ചവടംചെയ്യും. പൊള്ളാച്ചിക്കും വാണിയങ്കുളത്തേക്കും കന്നു വാങ്ങാൻ പോവ്വും.'

അങ്ങനെ ഓരോന്നു പറഞ്ഞ് അവർ വീട്ടിൽ ചെന്നുകയറി.

കുട്ടികളേം കാത്ത് വാസുവിന്റെ അമ്മ മാലു ഉമ്മറത്തു നിൽപുണ്ടായിരുന്നു.

'ഇത് രാമൻ. ഞങ്ങളെ സ്കൂളീ പഠിയ്ക്കുന്ന കുട്ട്യാ. ഫുട്ബോൾ ചാമ്പ്യനാ.' രാമനെ വാസു അമ്മയ്ക്ക് പരിചയപ്പെടുത്തിക്കൊടുത്തു.

'എന്താ കുട്ടീടെ കുപ്പായത്തിലും മൊകത്തും തലേലുമൊക്കെ. ആകെ ചെമ്മണ്ണും ചേറും പറ്റീട്ക്കണല്ലോ?' മാലും രാമന്റെ തലയിൽനിന്ന് പൊടിമണ്ണു തട്ടി.

'മോന്റെ വീടെവിട്യാ? അച്ഛന്റെ പേരെന്താ?'

'മണ്ണൂരാ വീട്. കെ.സി.കുട്ടൻ എന്നാ അച്ഛന്റെ പേര്. പീടികക്കാരൻ കുട്ടൻ എന്നും പറയും.'

'ന്റെ ഭഗവതീ, പീടികക്കാരൻ കുട്ട്യേട്ടന്റെ മോനാ നീയ്യ്?'

വാസൂന്റെ അമ്മ അകത്തേയ്ക്കോടി തോർത്തും സോപ്പും എടുത്തു കൊണ്ടുവന്നു.

'രണ്ടാളും പോയി കുളിച്ചിട്ട് വരൂ. എന്നിട്ടൂണു കഴിയ്ക്കാം.'

അപ്പോഴേയ്ക്കും ഉണ്ണികൃഷ്ണനും വന്നു. മാലു ഉണ്ണികൃഷ്ണന്റെ കയ്യിൽ വാസുവിന്റെ അലക്കിയ ട്രൗസറും ഷർട്ടും കുളക്കടവിലേക്ക് കൊടുത്തയച്ചു.

'ആ കുട്ട്യോട് മുഷിഞ്ഞതൊക്കെ ഇങ്ങട്ട് ഊരിത്തരാൻ പറയ്.'

അമ്മ നാലുപേർക്കും ചോറുവിളമ്പി.

'ഇവടത്തെ കൂട്ടാനൊന്നും കുട്ടിക്കു പറ്റ്വോന്നറീല്ല.' തലതാഴത്തിയിരുന്ന് ചോറു വാരിത്തിന്നുന്ന രാമനെ നോക്കി അമ്മ പറഞ്ഞു. അവർ രാമന്റെ തലയിൽ കൈയോടിച്ചു.

'തലേലെ വെള്ളം വേണ്ടോണം തോർത്തിക്കളഞ്ഞിട്ടില്ലല്ലോ? നിനക്കിതൊന്നു നോക്കാർന്നില്ലേ വാസ്വേ?'

ഊണു കഴിച്ചെഴുന്നേറ്റ രാമന്റെ നിറുകയിൽ അവർ രാസ്നാദി ചൂർണ്ണം തിരുമ്മിക്കൊടുത്തു.

'പോട്ടെ' യാത്ര പറയുമ്പോൾ രാമന്റെ കണ്ണുകൾ നിറഞ്ഞു കലങ്ങിയിരിക്കുന്നത് അമ്മ കണ്ടു. വെള്ളം തലയ്ക്കു പിടിയ്ക്കാതെയാവണം അതെന്നാണവർ കരുതിയത്.

'ഇന്നിനി വെയിലത്തു കളിയ്ക്കാനൊന്നും പോണ്ട. വല്ല നീരെളക്കോം വിടിക്കും. നാളേം ഉച്ചയ്ക്ക് ഉണ്ണാൻ ഇങ്ങട് പോന്നോളൂട്ടോ.'

അതിന് മറുപടിയൊന്നും പറയാതെ രാമൻ വേഗം മുറ്റത്തേയ്ക്കിറങ്ങി പടിയ്ക്കലേക്കു നടന്നു. ആരും കാണാതെ എവിടെയെങ്കിലും ചെന്നിരുന്നൊന്നു കരയണം. അതായിരുന്നു രാമന്റെ മനസ്സിലപ്പോൾ.

'നിൽക്ക്, ഞങ്ങളുണ്ട് സ്കൂളിലേക്ക്...' വാസുവും അനിയന്മാരും രാമന്റെ പിന്നാലെയോടി.

അക്കൊല്ലം രാമൻ പത്താംതരം പാസ്സായി. വാസുവിന് പക്ഷെ, പരീക്ഷയെഴുതാൻ കഴിഞ്ഞില്ല. ചിക്കൻപോക്സായിരുന്നു. കാണാൻ പോകരുതെന്ന് എല്ലാവരും വിലക്കിയെങ്കിലും രാമൻ വാസുവിനെ ചെന്നു കാണും. തിരിച്ചുപോരും.

പ്രീയൂണിവേഴ്സിറ്റിക്ക് ഒറ്റപ്പാലം എൻ.എസ്.എസ് കോളേജിലാണ് രാമൻ ചേർന്നത്. ആദ്യവർഷംതന്നെ കോളേജ് ഫുട്ബോൾ ടീമിന്റെ ക്യാപ്റ്റനായി. കോളേജിലെത്തിയിട്ടും രാമൻ വെള്ളറോഡുള്ള വാസുവിന്റെ വീട്ടിൽ പോകും.

ചിലപ്പോൾ വാസുവിനെയും കൂട്ടി സിനിമയ്ക്കു പോകും. രാമൻ പി.യു.സി രണ്ടാംവർഷമായപ്പോൾ വാസുവും എൻ,എസ്.എസിൽ വന്നു ചേർന്നു. രാമന്റെ അച്ഛൻ വാങ്ങിക്കൊടുത്ത പഴയൊരു റാലി സൈക്കിളിൽ രണ്ടുപേരുംകൂടി കോളേജുവിട്ടാൽ വീട്ടിലേക്കു പോരും. രണ്ടുപേരുംകൂടി സൈക്കിളിൽതന്നെയാണ് പത്തുപന്ത്രണ്ടു നാഴിക ദൂരെയുള്ള പാലക്കാട്ടേയ്ക്കു സിനിമയ്ക്കു പോയിരുന്നതും. മോണിംഗ്ഷോ ന്യൂ തിയേറ്ററിൽ. നൂൺഷോ ഒലവക്കോട് ബൽക്കീസിൽ, ഗൗഡറിൽ ഫസ്റ്റ് ഷോ. അങ്ങനെ മൂന്നുസിനിമ കണ്ട ഞായറാഴ്ചകളുണ്ട്. ദോസ്തി സിനിമ വാസുവും രാമനും കൂടി ചുരുങ്ങിയത് പത്തുതവണയെങ്കിലും ക

ണ്ടിട്ടുണ്ട്. കോളേജ് ഡേയ്ക്ക് രാമൻ ആ പാട്ടുപാടി കയ്യടി വാങ്ങിച്ചു. 'ചാഹൂംഗാ മേ തുജെ സാഞ്ച് സവേരേ, ഫിർ ഭീ കഭീ അബ് നാം അബ് തേരെ.'

രണ്ടുദിവസം കൂടുമ്പോഴെങ്കിലും രാമൻ വാസുവിന്റെ വീട്ടിൽ ചെല്ലാതിരിക്കില്ല. അമ്മയുടെ കയ്യോണ്ടെന്തെങ്കിലും വാങ്ങിക്കഴിച്ചാലേ രാമനു സമാധാനമാവൂ. മാലുവിനും അങ്ങനെതന്നെ. ഒരു ചക്ക പഴു ത്തു മുറിയ്ക്കാൻ നേരമായാൽ, എന്തെങ്കിലും പലഹാരമുണ്ടാക്കിയാൽ അവർ പറയും, 'രാമൻ വന്നിട്ട് മതീട്ടോ. മുറിയ്ക്കലും തിന്നലുമൊക്കെ.'

രാമൻ പി.യു.സി പാസ്സായി ഡിഗ്രിക്ക് ചേരാൻ ചെന്നപ്പോൾ രാജലക്ഷ്മിടീച്ചർ പറഞ്ഞു, 'നിനക്ക് ഫിസിക്സിൽ ഞാൻ അഡ്മിഷൻ തരില്ല.'

'അതെന്താ?'രാമൻ ചോദിച്ചു.

'നിന്നെക്കാണണമെങ്കിൽ ഫുട്ബോൾ ഗ്രൗണ്ടിൽ വരേണ്ടിവരും. ഫുട്ബോളിന്റെ പിന്നാലെ പായുന്ന ഒരാൾക്ക് ഫിസിക്സ് പഠിക്കാൻ ബുദ്ധിമുട്ടാവും.' രാജലക്ഷ്മിടീച്ചർ വലത്തോട്ടാണ് സാരിയുടെ തലചുറ്റിയിട്ടിരുന്നത്. അവർക്ക് ബ്രസ്റ്റ് ക്യാൻസറായിരുന്നുവെന്ന് കുട്ടികൾ അടക്കം പറയുമായിരുന്നു. 'ഞാനെന്ന ഭാവം' അപ്പോൾ മാതൃഭൂമി ആഴ്ചപ്പതിപ്പിൽ തുടർച്ചയായി വന്നുകൊണ്ടിരുന്നു.

ഒന്നുകൂടി ടീച്ചറെ ചെന്നുകണ്ടാൽ മതിയെന്ന വാസു പറഞ്ഞുവെങ്കിലും രാമൻ പാലക്കാട് എൻജിനിയറിംഗ് കോളേജിലേക്ക് ബി.എസ്.സി എഞ്ചിനീയറിംഗിന് അപേക്ഷ അയച്ചു. രാമന് അവിടെ പ്രവേശനം കിട്ടി. ആ വിവരം അച്ഛനോടു പറഞ്ഞു. 'പഠിയ്ക്കാനെന്നും പറഞ്ഞ് വീട്ടീന്ന് പോയിട്ട് അവിടെ പന്തും കളിച്ച് നടക്ക്വാണെന്ന് ഞാൻ അറ്യേണുണ്ട്. ഇവടന്ന് കോളേജ് നിക്കണ പാലപ്പൊറത്തേക്ക് നാലഞ്ചു നാഴിക ദൂരമേയുള്ളു. നീയ്യവിടെ കാട്ടിക്കൂട്ടണതൊക്കെ ഞാനറില്ലാന്ന് കര്ത്യോ? ആ കാമ്പീടെ മോന്റെ കൂടെ സിനിമയ്ക്ക് നടക്കലല്ലേ പണി.'

അച്ഛന്റെ വാക്കുകളിൽ ഈർഷ്യയും വെറുപ്പും.

രാമൻ തലയും താഴ്ത്തി നിന്നതേയുള്ളു. എന്താ പറയേണ്ടത് എന്ന് അവന് രൂപമില്ലായിരുന്നു. താത്തുണ്ണിമൂപ്പിൽ നായരുമായുള്ള കേസ്സുകൾ കൊണ്ടുപിടിച്ച കാലമാണ്. പീടികക്കച്ചവടം ഏട്ടൻ നാരായണനെ ഏല്പിച്ചുകൊടുത്തിരിക്കുന്നു. കന്നും കൃഷിയുമൊക്കെ വേണ്ടോണം നോക്കാനാളില്ലാതെ നാനാവിധമാവാൻ തുടങ്ങിയിട്ടുണ്ട്. അതിന്നിടയ്ക്കാണ് ഇവൻ പഠിച്ച് പണിയ്ക്കരാവാൻ പോണത്. ഇതൊക്കെയാവും അച്ഛന്റെ മനസ്സിൽ. അങ്ങനെ ഓരോന്നോർത്തു വിഷമിച്ചുനിൽക്കുമ്പോൾ

എന്തോ ആലോചിട്ടെന്നവണ്ണം അച്ഛൻ പറഞ്ഞു,

'ആ, നീ ചേർന്നോ പോയിട്ട്. കാശ് എന്താ വേണ്ടത് എന്ന് വെച്ചാ നാരായണനോട് ചോദിച്ചോ. കളിച്ച് നടക്കാനാച്ചാ, ന്റെ മോൻ ഇതിനു പൊറപ്പെടാതിരിയ്ക്കാ നല്ലത്. പന്തുകളി പോരാഞ്ഞിട്ട് നീ പാട്ട് പാടണതും ഡാൻസ് കളിയ്ക്കണതും ഞാൻ അറിയണ്ണ്ട്.'

'ഞാൻ ഇനി ശ്രദ്ധിച്ചു പഠിച്ചോളാം.' രാമൻ വിക്കിവിക്കി പറഞ്ഞു. അവന്റെ കണ്ണുനിറഞ്ഞു. തൊണ്ടയിടറിപ്പോയി. അതു മറയ്ക്കാൻ വേഗം തിരിഞ്ഞുനടക്കുമ്പോൾ അച്ഛന്റെ ശബ്ദം മുഴങ്ങി.

'അവിടെ നിക്ക്.' രാമൻ നിന്നു.

'എത്രകൊല്ലാ, അവിടത്തെ പഠിപ്പ്?'

'അഞ്ചുകൊല്ലം.'

'എവിടെ താമസിക്കും?'

'കോളേജിൽ ഹോസ്റ്റലുണ്ട്.'

അച്ഛൻ എന്തോ ചിന്തിച്ചശേഷം പറഞ്ഞു, 'ഹോസ്റ്റലൊന്നും വേണ്ട. ഒലവക്കോട് പൂച്ചിറയിൽ അമ്മായിയുടെ വീടുണ്ട്. അവരോട് പറഞ്ഞ് എവിടെയെങ്കിലും താമസം ശരിപ്പെടുത്താം. ഹോസ്റ്റലിൽ നിന്നാൽ നീ ഇനീം കൂട്ടും കുടീം സിനിമ കണ്ടും വഷളായിപ്പോവ്വേ ഉള്ളൂ.

രാമൻ പാലക്കാട് എൻജിനിയറിംഗിന് ചേർന്നു.

പതിനഞ്ചുരൂപ മാസവാടകയ്ക്ക് അച്ഛൻതന്നെ പൂച്ചിറയിലൊരു വീടുകണ്ടുപിടിച്ചു. കക്കൂസും കുളിമുറിയൊന്നുമില്ല. കല്ലേക്കുളങ്ങര അമ്പലക്കുളത്തിലാണ് കുളി. കുളിക്കാൻ പോകുന്ന വഴിയ്ക്ക് പാറക്കുന്നിന്റെ ചരുവിൽ പൊന്തക്കാടിന്റെ മറവിൽ വെളിയ്ക്കിറങ്ങാം.

ചോറുവെയ്ക്കാനും കളിയ്ക്കാൻ നടക്കുന്നുണ്ടോന്ന് ശ്രദ്ധിക്കാനും തേവുണ്ണിക്കുഞ്ഞമ്മേടെ മകൻ വേലായുധനെ അച്ഛൻ പൂച്ചിറയിലേക്കു പറഞ്ഞയച്ചു. എട്ടാംക്ലാസിൽ തോറ്റിട്ട് അവൻ കുന്നത്തു വീട്ടിലകത്തും പുറത്തും കളത്തിലും തൊഴുത്തിലുമൊക്കെയായി വട്ടംചുറ്റി നടക്കുകയായിരുന്നു. അരി മണ്ണൂരുനിന്ന് കൊടുത്തയക്കും. പലവ്യഞ്ജനം രാവുത്തറുടെ കടയിൽ ഏല്പിച്ചിട്ടുണ്ട്.

ഏന്തിയുംവലിഞ്ഞും ആദ്യവർഷം ഒരുവിധം കഴിച്ചുകൂട്ടി. മറ്റു കുട്ടികളെപ്പോലെ നല്ല ഡ്രസ്സില്ല. ഷൂസില്ല. ഒരു ചായ കുടിക്കാൻ തോന്നിയാൽ ഒറ്റപ്പൈസയില്ല. രാമന് അതൊന്നുമായിരുന്നില്ല സങ്കടം. ഫുട്ബോൾ കളിക്കുമ്പോൾ മറ്റു കുട്ടികളുടെ കാലിലൊക്കെ ബൂട്ട്. താൻ മാത്രം വെറും കാലിൽ, പഴയൊരു ട്രൗസറുമിട്ട്....

ആഴ്ചയിൽ ഒരിക്കലെങ്കിലും വാസു വരും. വരുമ്പോൾ തിന്നാനുള്ളത് എന്തെങ്കിലും വാസുവിന്റെ അമ്മ കൊടുത്തയച്ചിട്ടുണ്ടാകും. വാഴ

യില വാട്ടി പത്രക്കടലാസിൽ പൊതിഞ്ഞ പലഹാരങ്ങൾ മറ്റു കുട്ടികൾ കാണാതെയിരിക്കുവാൻ വാസു പണിപ്പെടുന്നതു കണ്ടു രാമന് ചിരി വരും.

'ഇതെന്താ കറുപ്പും കഞ്ചാവും ഒന്നുമല്ലല്ലോ.' രാമൻ വാസൂവിനെ കളിയാക്കും.

പലഹാരത്തിന്റെ കൂടെ ചിലപ്പോൾ വാസുവിന്റെ അച്ഛൻ കൊടുത്തയക്കുന്ന അഞ്ചോ പത്തോ ഒറ്റനോട്ടുകളുമുണ്ടാവും. സിനിമയ്ക്ക് വേലായുധനേം കൂട്ടിയില്ലെങ്കിൽ അവൻ അച്ഛനോട്, വാസുവിന്റെ ഒപ്പം സിനിമയ്ക്കു പോകുന്നതു ചോർത്തിക്കൊടുക്കും. ബൾക്കീസിൽനിന്ന് വേലായുധൻ എം.ജി.ആറിന്റെ 'തായൈ കാത്ത് തനയനും നമ്മ വീട്ടുപിള്ളയും' നിരവധി തവണ കണ്ടിട്ടുണ്ട്. അതുകൊണ്ട് ഫുട്ബോളു കളി, വാസുവിന്റെ വരവ്, രാത്രിയിലുള്ള സിനിമയ്ക്ക് പോക്ക് ഇതൊന്നും കുട്ടന്റെ ചെവിയിലെത്തിയില്ല.

എഞ്ചിനീയറിംഗിൽ ഒന്നാംവർഷം കഴിയുമ്പോഴേക്കും കുന്നത്തു വീട്ടിൽ പ്രശ്നങ്ങൾ ഉരുണ്ടുകൂടിക്കഴിഞ്ഞിരുന്നു.

'മച്ചിനകത്തു കുടിവെച്ചു പൂജിക്കുന്നവൾക്കും അവൾടെ മക്കൾ ക്കും തന്നെയാവും ഈ വീട്ടിലെ സ്വത്തിലും മുൻതൂക്കം. ഞാനും ന്റെ ഏഴു മക്കളും ഒരു ഗതീംല്ലാത്തോരായിത്തീരുമോ?' കുട്ടന്റെ രണ്ടാംഭാര്യ വിലപിയ്ക്കാനാരംഭിച്ചിരുന്നു.

കുട്ടന്റെ ചെവിയിലതു ചെന്നെത്തി.

സ്വത്തുഭാഗം വെയ്ക്കുകതന്നെയാണ് നല്ലത്. കുട്ടനും നിശ്ചയിച്ചു. കോങ്ങാട്ട് നാരായണൻകുട്ടിനായരും പഴഞ്ചേരിപ്പാട്ട് ഉണ്ണിയും കേളുറാവുത്തരും മധ്യസ്ഥത പറയാൻ വന്നു.

നാനൂറുപറയ്ക്ക് കൃഷിയും രണ്ടു കളങ്ങളും പീടികയും വസ്തുവകകളും സർവ്വസമ്മതമായി ഭാഗിക്കുകയെന്നാൽ തെല്ലുപ്രയാസമുള്ള പണിയാണ്. പോരാത്തതിന് ചില വസ്തുക്കളുടെ മേലും കേസ്സും നടക്കുന്നുണ്ട്.

വളരെദിവസത്തെ കഠിനപ്രയത്നം വേണ്ടിവന്നു മധ്യസ്ഥന്മാർക്ക് മൊതലൊക്കെ ഒരുവിധം ഓഹരി വെക്കാനായിട്ട്. കരച്ചിലും പിഴിച്ചിലും അട്ടഹാസങ്ങളും ഇറങ്ങിപ്പോക്കും നിരാഹാരവും എല്ലാം അരങ്ങേറി.

ഒടുവിൽ കാര്യങ്ങളൊക്കെ ഒരുവിധം അടങ്ങി. കുന്നത്തു കുട്ടന്റെ വകയായ സ്ഥാവരജംഗമങ്ങളത്രയും വീതംവെച്ചു.

വിഹിതക്കരാറുപ്രകാരം പുഞ്ഞാങ്കോട് നിലവും കളവും നാകയുടെ മക്കൾക്ക്. എടവം പള്ള്യാലും കളവും യശോദയുടെ മക്കൾക്ക്. കു

ടിയിരിപ്പും ദൈവപ്പുരയും ഇല്ലിക്കുളവും പൊതുവായി നിർത്തിയ ചേല പ്പള്ള്യാലും മലയും കുട്ടനും യശോദയ്ക്കും കൂടി.

കളവും നിലവുമൊക്കെ ഏട്ടൻ നാരായണനെ ഏൽപ്പിച്ചുകൊടുത്തു രാമൻ. കോളേജിൽ പോകുന്ന തനിയ്ക്കിതൊക്കെ എങ്ങനെയാണ് കൊണ്ടുനടക്കാനാവുക എന്നാണ് രാമൻ ചിന്തിച്ചത്.

കോളേജിൽ രണ്ടാംവർഷമായപ്പോൾ പൂച്ചിറയിലെ വീടുവിട്ട് രാമൻ ഹോസ്റ്റലിൽ ചേർന്നു. അവിടുത്തെ കഷ്ടപ്പാടുകൾ ഒരുവിധം കുട്ടന് പറഞ്ഞുമനസ്സിലാക്കി കൊടുത്തിരുന്നു വേലായുധൻ. ഭാഗം കഴിഞ്ഞ് ഒരുകൊല്ലം അച്ഛൻതന്നെ രാമന്റെ പഠിപ്പെല്ലാം നോക്കി. മൂന്നാംകൊല്ലം കുട്ടൻ രാമനെ വിളിപ്പിച്ചു.

'മൊതലൊക്കെ നിങ്ങൾക്ക് ഞാൻ വീതംവെച്ചു തന്നിട്ടുണ്ട്. അതൊക്കെ നിങ്ങൾ അനുഭവിക്ക്യേം ചെയ്യുന്നുണ്ട്. അതുകൊണ്ട് പഠിക്കാനുള്ള ചെലവൊക്കെ നീ അതിൽനിന്നുണ്ടാക്കണം. നാലേക്കറ് കൃഷീം കച്ചോടപ്പീടികേം ഉണ്ടല്ലോ നിങ്ങൾക്ക്. എന്നോട് ഫീസടയ്ക്കാനാണെന്നും പറഞ്ഞ് മേലാൽ പണം ചോദിയ്ക്കാൻ വരണ്ട. നിങ്ങളായി, നിങ്ങടെ മൊതലായി, കഴിച്ചലായി.'

രാമൻ ഏട്ടന്റെ അടുത്തുചെന്നു.

'ഏട്ടാ, ഫീസുകെട്ടാൻ മൂന്നുറ്റമ്പതു ഉറുപ്യ വേണം.'

'നീ കോളേജിലേയ്ക്കു പോയ്ക്കോ. ഞാനതൊക്കെ അവിടെ എത്തിച്ചോളാം.'

ഏട്ടൻ അനുജനെ യാത്രയാക്കി.

ദിവസങ്ങളും ആഴ്ചകളും കഴിഞ്ഞു. ഏട്ടന്റെ ഒരു വിവരവുമില്ല. രാമൻ ഒന്നുരണ്ടുവട്ടം ഏട്ടനും അച്ഛനുമൊക്കെ എഴുതിനോക്കി. മറുപടിയൊന്നുമില്ലെന്നുകണ്ട് വീട്ടിൽ ചെന്നു. ആർക്കും രാമനോട് വർത്തമാനം പറയാൻ നേരമില്ല. അച്ഛന് മൂപ്പിൽനായരുമായുള്ള കേസ്സിന്റെ കാര്യം മാത്രമേ പറയാനുള്ളൂ.

'കൃഷി നടത്തീട്ടൊന്നും ഇനി ഗുണം പിടിയ്ക്കില്ല. കൊയ്ത്ത് കഴിഞ്ഞപ്പോ ആയിരത്തഞ്ഞൂറു ഉറുപ്പികയാ കടം. പീടികകച്ചോടത്തിന്റെ കാര്യം പറയും വേണ്ട. പാലക്കാട്ടുനിന്ന് കടം പിരിയ്ക്കാൻ ഏനു റാവുത്തറ് ആളെപ്പറഞ്ഞയച്ചടക്കണു.' ഏട്ടൻ രാമന്റെ മുന്നിൽ പ്രാരാബ്ധത്തിന്റെ കെട്ടഴിച്ചു.

'ഞാനെന്താ ചെയ്യേണ്ടത്? ഫീസടച്ചിട്ടില്ല.' രാമൻ വിതുമ്പി.

'ഞാനെന്തു ചെയ്യാനാ. നീ വേണച്ചാൽ കൃഷി പണീച്ചോ.' ഏട്ടന്റെ സ്വരം മാറുന്നതുകണ്ടു രാമൻ തിരിഞ്ഞുനടന്നു.

രാമൻ വാസുവിന്റെ വീട്ടിൽ ചെന്നു. ഇരുട്ടു പരക്കാൻ തുടങ്ങുന്നു. അവൻ ഒച്ചയുണ്ടാക്കാതെ ഉമ്മറത്ത് തിണ്ണയിൽ കയറിയിരുന്നു. ഉമ്മറത്ത് സന്ധ്യാദീപം വെച്ചിട്ടുണ്ട്. തെക്കേ ചാവടിയിൽനിന്ന് അർ ജ്ജുനനും ഉണ്ണികൃഷ്ണനും മലയാളംപാഠശാല ഉറക്കെ വായിക്കുന്നുണ്ട്. ആരും അറിഞ്ഞില്ലെങ്കിൽ മിണ്ടാതെ ഇറങ്ങിപ്പോയാലോ എന്നു തോന്നി രാമന്. അവൻ എഴുന്നേറ്റു.

'നീയെപ്പോ വന്നു...?'

വാസുവിന്റെ അച്ഛനാണ്. കുളിച്ച് ഈറൻ മാറാതെ ചവിട്ടു കേറുമ്പോൾ രാമനെ ഒന്നുനോക്കി കാമ്പി അകത്തേക്കു കയറിപ്പോയി.

'ആവൂ, ന്റെ കുട്ട്യേ നീയെപ്പോ വന്നു? വാസു വായനശാലയിലേക്കെന്നും പറഞ്ഞു പോയടക്കണു.'

രാമൻ ഒന്നുംമിണ്ടാതെ തലയും താഴ്ത്തി ഇരുന്നു. വാസുവിന്റെ അമ്മ ചെന്നു നിലവിളക്കെടുത്ത് രാമന്റെ മുഖത്തിനുനേരെ പിടിച്ചു. അവൻ കരയുകയാണ്.

'എന്തേണ്ടായി? എന്താ ഒന്നും മിണ്ടാത്തത്?'

അതിനും മറുപടിയില്ലാന്നു കണ്ട് മാലു ദൈവപ്പുരയിലേയ്ക്കോടി. തൊഴുതുനിൽക്കുകയായിരുന്നു കാമ്പി.

'എന്താ രാമങ്കുട്ട്യേ പറ്റ്യേത് എന്ന ഒരു വാക്കവനോട് ചോദിച്ചൂടെ നിങ്ങൾക്ക്? നാലെണ്ണത്തില് ഒന്നല്ലേ അത്?'

കാമ്പി കൂപ്പുകൈകളോടെ തിരിഞ്ഞു.

'നീ അങ്ങനെ വിശ്വസിച്ചിട്ടുണ്ടോ?'

'അങ്ങനെയല്ലാതെ ഞാൻ കരുതീട്ടില്ല. പെറ്റിട്ടും മൊലകൊടുത്തിട്ടും ഇല്ലാന്നുവെച്ചെന്റെ മോനല്ലാന്ന് ഞാൻ വെച്ചിട്ടില്ല. അവനെകഴിച്ചിട്ടല്ലേ മറ്റു മൂന്നെണ്ണത്തിനീം ഞാൻ കണക്കാക്കിട്ട്ള്ളോ ഭഗവതീ...' മാലു നിലവിളിച്ചു.

ദൈവപ്പുരയിൽനിന്നിറങ്ങി മാലുവും കാമ്പിയും രാമന്റെ അടുത്തുവന്നു.

'എന്താ കാര്യംന്ന് വെച്ചാ പറയ് രാമങ്കുട്ട്യേ. പറയാണ്ട് എങ്ങന്യാ ഞങ്ങള് മനസ്സിലാക്കാ. നീ അമ്മേടെ മനസ്സ് വേദനിപ്പിയ്ക്കല്ലേ.'

കാമ്പി രാമനെ ചേർത്തുനിർത്തി.

അപ്പോഴേയ്ക്കും വാസു കയറിവന്നു. ചാവടിയിൽനിന്ന് അർജ്ജുനനും ഉണ്ണികൃഷ്ണനും വന്നുനിന്നു. കാര്യമെന്തെന്നറിയാതെ എല്ലാവരും കരച്ചിലിനുള്ള പുറപ്പാടാണ്.

'പഠിപ്പിയ്ക്കാൻ പറ്റില്ല്യാന്ന് അച്ഛൻ പറഞ്ഞു. ഏട്ടന്റെ കയ്യിൽ എ

ന്നെ പഠിപ്പിക്കാൻ പണമില്ലാത്രേ. നിങ്ങളോടൊക്കെയുള്ള കടം ഞാനെങ്ങന്യാ വീട്ട്വാ?' രാമൻ ഏങ്ങിയേങ്ങിക്കരഞ്ഞു.

'പഠിച്ച് പണി കിട്ടി ശമ്പളം വാങ്ങി വീട്ടേണ്ട കടോന്നല്ല മോനെ നീയും ഞങ്ങളും തമ്മിലുള്ളത്. ഞങ്ങൾ ഒരു കണക്കും വെച്ചല്ല നിങ്ങളെയൊക്കെ സ്നേഹിച്ചത്. എല്ലാറ്റിനും ഒരു വഴിയുണ്ടാകും.'

കാമ്പി പറഞ്ഞു.

'ചെന്നു കുളിച്ചു വരിൻ. ഞാൻ ചോറു വിളമ്പിവെയ്ക്കാം.'

വാസൂന്റെ അമ്മ പറഞ്ഞു.

മൂന്ന്

• അമ്മയില്ലായിരുന്നു രാമന്. ഫലത്തിൽ അച്ഛനും. ആ ശൂന്യത നികത്തി രാമന് സ്നേഹവും അഭയവും കൊടുത്തത് വാസുവും വാസുവിന്റെ കുടുംബവുമാണ്. ആ കടപ്പാട് രാമൻ മറന്നില്ലെന്നാണ് ഈ ബന്ധത്തിന്റെ അടിസ്ഥാനകാരണം എന്നു പറയാം അല്ലേ?

ഞാൻ വാസുവിനോടും രാമനോടുമായി ചോദിച്ചു.

വാസു : കടപ്പാടൊക്കെ വീട്ടിയാൽ വീടാവുന്നതേയുള്ളു.

രാമൻ : ഒരാൾ ദാഹിച്ചു മരിയ്ക്കാൻ കിടക്കുന്നു. അതുകണ്ട് മറ്റൊരാൾ ഓടിച്ചെന്ന് ഒരുഗ്ലാസ് വെള്ളം കൊണ്ടുവന്നു കൊടുത്തു. അയാൾ അതു കുടിച്ചു ജീവൻ നിലനിർത്തി. മരണത്തിൽനിന്നു കരകയറി. അതിനുപകരമായി രണ്ടുഗ്ലാസ് വെള്ളം കൊടുത്താൽ ആ കടപ്പാട് തീരുമോ? ഇല്ല. ഒരു സമുദ്രം മുഴുവൻ തിരിച്ചുകൊടുത്താലും ആ കടപ്പാട് തീരില്ല.

വാസു : രാമന് ഇന്ന് ഭാര്യയും മക്കളും പേരക്കുട്ടികളുമെല്ലാമുണ്ട്. സ്വത്തുണ്ട്. പക്ഷെ, പണ്ടത്തേക്കാൾ ദൃഢമാണ് ഞങ്ങളുടെ കുടുംബങ്ങൾ തമ്മിലുള്ള ബന്ധം. എന്റെ അച്ഛൻ മരിച്ചപ്പോൾ രാമനടക്കം ഞങ്ങൾ നാലുപേരാണ് ബലിയിട്ടതും പിണ്ഡം വെച്ചതും പിതൃകർമ്മങ്ങൾ ചെയ്തതും. അന്നു രാമന്റെ സ്വന്തം അച്ഛൻ ജീവിച്ചിരിപ്പുണ്ട്. രാമൻ പിതൃകർമ്മം ചെയ്യുന്നതുകണ്ട് ആ അച്ഛന് പ്രത്യേകിച്ചൊന്നും തോന്നിയിട്ടുണ്ടാവില്ല. അങ്ങനെയാണ് ഞാൻ വിശ്വസിക്കുന്നത്. മക്കളുടെ കല്യാണക്കുറിയിൽ ഞങ്ങൾ രണ്ടുപേരും ചേർന്നാണ് ബന്ധുക്കളെയും സുഹൃത്തുക്കളെയും ക്ഷണിച്ചത്. ഞങ്ങളുടെ വീട് എന്ന നിലയ്ക്കാണ് ഈ വീടിന് വി.ആർ.സി നിലയം എന്നു പേരിട്ടത്. എന്റെ മകന് രാമന്റെ മക്കൾ പെങ്ങന്മാരാണ്. ഒരിക്കൽ രാമൻ എന്റെ മകനോട് ചോദിച്ചു. 'നിനക്ക് എന്റെ ഒരു മകളെ കല്യാണം കഴിച്ചൂടെ' യെന്ന്. 'വിൽ യു

മേരി യുവർ സിസ്റ്റർ?' എന്നാണ് സന്തോഷ് തിരിച്ചുചോദിച്ചത്.

• പത്തുപതിനഞ്ചു വയസ്സുള്ള കാലത്ത് ആരംഭിച്ച ബന്ധമാണ് നിങ്ങളുടേത്. ഏതു നിലയ്ക്കാണ് നിങ്ങളീ ബന്ധത്തെ സ്വയം വിലയിരുത്തുന്നത്?

രാമൻ : സഹോദരൻ, സുഹൃത്ത് എന്നിങ്ങനെ ഏതെങ്കിലും ലേബലുണ്ടെങ്കിൽ മാത്രമേ മനുഷ്യർ തമ്മിലുള്ള ബന്ധം നിലനിൽക്കൂ എന്ന തോന്നലുകൊണ്ടാണ് ശ്രീരാമൻ അങ്ങനെ ചോദിക്കുന്നത്. എല്ലാ കാര്യങ്ങളെയും ഡിഫൈൻ ചെയ്യാൻ പുറപ്പെട്ടാൽ വിഷമിക്കും. സ്നേഹത്തിന് എന്താ ഡെഫനിഷൻ? കണ്ടുമുട്ടിയ കാലംതൊട്ട് ഇതാ ഈ നിമിഷംവരെ ഞങ്ങൾ പരസ്പരം അറിഞ്ഞുജീവിച്ചു. കഷ്ടപ്പാടിന്റെ കാലമായിരുന്നു അധികവും. അച്ഛൻ ഫീസുതരില്യാന്ന് പറഞ്ഞപ്പോ കന്നിനെ വിറ്റ കാശും മടിയിൽവെച്ച് കോളേജിന്റെ പടിയ്ക്കൽ എന്നെ കാണാൻ വിയർത്തൊലിച്ച് പരിഭ്രമിച്ചുനിന്ന് വാസൂന്റെ അച്ഛന്റെ മുഖമെന്റെ മനസ്സിൽനിന്ന് ചീന്തിക്കളയാൻ പറ്റുമോ? ബീകോം പാസ്സായ ശേഷം പോസ്റ്റ് ഗ്രാജുവേഷന് പോകാതെ എന്നെ പഠിപ്പിക്കാൻ വേണ്ടി വാസു മേട്ടുപ്പാളയത്ത് വി.റ്റി.സി ചിട്ടിക്കമ്പനിയിൽ ജോലി നോക്കി. 250 രൂപയായിരുന്നു അന്നിവനു ശമ്പളം. അതിൽനിന്നു നൂറുരൂപ വീട്ടിലേക്കയച്ചപ്പോൾ വാസൂന്റെ അച്ഛൻ പറഞ്ഞു, 'രാമന്റെ പഠിപ്പുകഴിഞ്ഞിട്ട് നീയെനിക്ക് പണമയച്ചാൽ മതി'യെന്ന്. ഞാൻ എഞ്ചിനീയറിംഗ് കോഴ്സ് കഴിഞ്ഞപ്പോൾ എനിക്ക് തമിഴ്നാട് പി.ഡബ്ല്യു.ഡിയിൽ ജോലി കിട്ടി. വാസുവിന് ഊട്ടിയിലെ ബ്രീക്സ് സ്കൂളിലും. എനിക്ക് ഊട്ടിയിൽതന്നെയായിരുന്നു അപ്പോയിന്റ്മെന്റ് ഞങ്ങൾ മുപ്പതുരൂപയ്ക്ക് ഊട്ടിയിൽ ഒരു വീട് വാടകയ്ക്കെടുത്ത് താമസിച്ചു. പിന്നെ ഞാൻ മസ്ക്കറ്റിൽ പോയി, വാസുവിനേയും കൊണ്ടുപോയി. രണ്ടുപേരും അവിടെ ഒരുമിച്ച് അധ്വാനിച്ചു. മക്കളെ പഠിപ്പിച്ചു. അവരെ വിവാഹം കഴിച്ചുകൊടുത്തു. എന്റെ ഒരു മകൾ ഡോക്ടറാണ്. ഇളയവൾ സുനിതയും ഗ്രാജുവേറ്റാണ്. അവൾ ഗോപാൽമെമ്മോറിയൽ സ്കൂളിൽ ജോലി ചെയ്യുന്നു. സന്തോഷ് എം.ബി.എ കഴിഞ്ഞ് ടാറ്റാ ഇൻഫോ മീഡിയായിൽ, അവന്റെ പത്നിയും എം.ബി.എ ആണ്. ആ കുട്ടി എൽ.ജിയിലാണ്. ഇപ്പോൾ ഞങ്ങൾ പഴയ കാര്യങ്ങളൊക്കെ അയവിറക്കി ഇങ്ങനെ വീട്ടിൽ കഴിയുന്നു. ആഴ്ചയിൽ ഒരിക്കലെങ്കിലും ഞങ്ങൾ മണ്ണൂരിൽ പോകും. വീട്ടുകാരെയും പഴയ ആൾക്കാരേയുമെല്ലാം കാണും. അച്ഛന്റെ പീടിക ഉണ്ടായിരുന്ന സ്ഥലത്തിനടുത്ത് കൈകുന്നത്തുകാല് അമ്പലപ്പറമ്പിൽ ഞാൻ അച്ഛന്റെ സ്മരണാർത്ഥം ഒരു സ്റ്റേജ് പണിയിച്ചിട്ടുണ്ട്. മണ്ണൂർ

രാജകുമാരനുണ്ണിയും സുകുമാരി നരേന്ദ്രമേനോനുമൊക്കെ അവിടുത്തു കാരാണ്. അവർക്കു പാടാൻ മേൽപ്പുരയുള്ളൊരു സ്റ്റേജ് വേണമെന്നു തോന്നി. അത് ഉദ്ഘാടനം ചെയ്യാൻവന്നത് മജീഷ്യൻ മുതുകാടാണ്. ഞാനും വാസുവും ബ്രദേർ സ് ആണെന്നാണ് അദ്ദേഹം കരുതിയത്. പിന്നെ ആൾക്കാരു ഞങ്ങളെപ്പറ്റി പറഞ്ഞുകൊടുത്തപ്പോൾ അദ്ദേഹം ഞങ്ങളെ രണ്ടുപേരേയും അടുത്തുവിളിച്ചു പറഞ്ഞു, 'ദിസ് ഈസ് ദ മാജിക് ഓഫ് ഗോഡ്...ആന്റ് യുനീക്.'

• ഭാര്യമാർ വന്നുകയറിയപ്പോൾ നിങ്ങളുടെ ഈ പരസ്പരധാരണയ്ക്ക് കോട്ടമൊന്നും തട്ടിയില്ലെന്നാണോ?

രാമൻ : വാസുവിന്റെ വിവാഹമാണ് ആദ്യം കഴിഞ്ഞത്. എന്റെ അമ്മാവന്റെ ഭാര്യയുടെ അനിയത്തിയാണ് സതി. അവർക്കെല്ലാം വാസുവിനെ നേരത്തെ അറിയാം. കല്യാണത്തിന്റെ പിറ്റേദിവസം വാസുവിന്റെ അച്ഛൻ കല്യാണപ്പെണ്ണിനെ ഉമ്മറത്തേയ്ക്ക് വിളിപ്പിച്ചു. വീട്ടിലേക്കുപോകാൻ പുറപ്പെട്ടുനിൽക്കുകയായിരുന്നു ഞാൻ. വാസുവിനോടും ഉമ്മറത്തേക്കു വരാൻ പറഞ്ഞു. എന്താണ് കാര്യമെന്നറിയാതെ അമ്മയും വന്നു.

അന്ന് അച്ഛൻ വാസുവിന്റെ ഭാര്യ സതിയോടായി പറഞ്ഞു, 'നീ ഇവരെപ്പറ്റി കേട്ടറിഞ്ഞിട്ടേ ഉണ്ടാവൂ. അതുകൊണ്ട് പറയുകയാണെന്നു വെച്ചാൽ മതി. നിന്റെ ഒരു വാക്കുകൊണ്ടോ പ്രവർത്തികൊണ്ടോ രാമനും വാസുവും തമ്മിലുള്ള ബന്ധത്തിന് വിള്ളലു വരരുത്. അങ്ങനെയുണ്ടായാൽ ദൈവംപോലും നിന്നോട് പൊറുക്കില്ല. ഈ ബന്ധം നിലനിന്നാലേ ഈശ്വരാനുഗ്രഹമുണ്ടാവൂ എന്ന് എപ്പോഴും മനസ്സിലുണ്ടായിക്കോട്ടെ.

• എന്നാലും പൂർണ്ണമായും നിങ്ങളുടെ വാക്കുകൾ വിശ്വസിയ്ക്കാൻ പ്രയാസം തോന്നുന്നു. ഇപ്പോൾ നിങ്ങൾ രണ്ടുപേരെ കൂടാതെ ഭാര്യമാരും മക്കളും മരുമക്കളും പേരക്കുട്ടികളുമായി നിരവധിയാളുകൾ നിങ്ങളുടെ ജീവിതത്തിലേയ്ക്ക് കടന്നുവന്നുകഴിഞ്ഞു. അവർക്കൊ ന്നും നിങ്ങളുടെ ബന്ധത്തിന്റെ ആഴവും പരപ്പും അറിഞ്ഞുകൊള്ളണമെന്നില്ല. അവരെല്ലാം നിങ്ങൾ തമ്മിലുള്ള ഈ അണ്ടർസ്റ്റാന്റിംഗ് മനസ്സിലാക്കികൊള്ളണമെന്നാണോ?

രാമൻ : എന്നൊന്നും ഞങ്ങൾക്കു വാശിയില്ല. ഞങ്ങളുടെ ജീവിതം വളരെ ട്രാൻസ്പരന്റാണ്. യാതൊരു കാര്യവും പരസ്പരം അറിയാതെ ഉണ്ടായിട്ടില്ല. മറ്റുള്ളവർക്ക് അത് മനസ്സിലാക്കി ഞങ്ങളോടൊപ്പം നിൽക്കാം. ബുദ്ധിമുട്ട് തോന്നുന്നവർക്ക് അവരുടെ വഴിക്ക് പോകാം. അതിനൊന്നും യാതൊരു തടസ്സവുമില്ല.

• നിങ്ങൾ ഇത്രകാലമായിട്ടും കലഹമൊന്നും ഉണ്ടായിട്ടില്ല എന്നാണോ പറയുന്നത്?

രാമൻ : ശ്രീരാമനെന്താണ് കരുതിയത്? ഞങ്ങൾ പരസ്പരം കണ്ണെഴുതിച്ചും പൊട്ടുതൊടീച്ചും പുറംചൊറിഞ്ഞും ജീവിക്കുകയാണെന്നാണോ? ഇവനെന്റെ കണ്ണട അടിച്ചുപൊട്ടിച്ചിട്ടുണ്ട് ഒരിക്കൽ. അന്നെന്റെ കണ്ണു പോകാഞ്ഞതു ഭാഗ്യം. അതിന് പിന്നീടൊരിക്കൽ ഞാൻ ഇവന്റെ പല്ലും അടിച്ചുപൊട്ടിച്ചു.

• എന്തിനാണ് കണ്ണട അടിച്ചുപൊട്ടിച്ചത്?

രാമൻ : എന്റെ മകൾ ബിന്ദുവിനെ മെഡിക്കൽകോളേജിൽ ചേർക്കുന്ന കാലത്ത് ഞാൻ മസ്ക്കറ്റിലാണ്. വാസുവാണ് അഡ്മിഷന്റെ കാര്യങ്ങളെല്ലാം ശരിയാക്കിയത്. അവളെ കോളേജിൽ ചേർക്കാൻ കൊണ്ടുപോകുന്നതിന് രണ്ടുദിവസം മുമ്പ് ഭാഗ്യത്തിന് എനിക്കൊരാഴ്ചത്തെ ലീവുകിട്ടി. ബിന്ദുവിനെ ചേർക്കാൻ കോളേജിലേക്ക് എനി ക്കും കൂടെ പോകാമല്ലോ എന്നസന്തോഷത്തിൽ ഞാൻ തിരക്കിട്ട് നാട്ടി ൽ എത്തി. എയർപോർട്ടിൽ ഇവൻ കാത്തുനിന്നിരുന്നു. എയർപോർട്ടി നുപുറത്തുള്ളൊരു കോഫിഷോപ്പിൽ കാപ്പി കുടിയ്ക്കാൻ കയറി. ഇവന്റെ മുഖത്തിന് എന്തോ ഒരു തെളിച്ചമില്ലായ്മ. എന്തുപറ്റിയെന്ന് ഞാൻ ചോദിച്ചു. അപ്പോൾ ഇവൻ പറയുകയാണ്, നീ മെഡിക്കൽകോളേജിൽ ചേരാൻ പോകുന്ന ബിന്ദുവിന്റെ ഫാദർറോൾ അഭിനയിക്കാൻ വന്നിരിക്കുകയാണോ എന്ന്. അതു കേട്ടാൽ ദേഷ്യം വരാതിരിക്കോ. വാക്കേറ്റമായി. കശപിശയായി. അതിനിടയ്ക്കാണ് ഇവൻ എന്റെ കണ്ണിന് അടിച്ചത്.

വാസു : അല്ലേ അല്ല. അങ്ങനെയല്ല ഉണ്ടായത്. ഇല്ലാത്ത ലീവുണ്ടാക്കി ഓടിക്കിതച്ചുവരേണ്ട കാര്യമൊന്നുമില്ലെന്ന് ഞാൻ ഇവനോട് പറഞ്ഞിരുന്നതാണ്. പിന്നെ പെട്ടെന്ന് ഒരു ഫോൺകോൾ വരുന്നു. എയർപോർട്ടിൽ വരണം എന്ന്. അപ്പോൾ ഞാൻ ചോദിച്ചു, നീ നിന്റെ മകളെ മെഡിക്കൽകോളേജിൽ ചേർക്കാൻ വന്നതാണോ എന്ന്. ആ ചോദ്യം ഇവന് തീരെ ഇഷ്ടപ്പെട്ടില്ല. ഡോക്ടറുടെ അച്ഛനാവാൻ പോ കുന്ന എഞ്ചിനീയറുടെ സ്റ്റൈലിലായിരുന്നു അപ്പോൾ. എന്റെ ചോദ്യത്തിന് ഇവന്റെ മറുപടി എന്തായിരുന്നുവെന്നോ? മകളെ കോളേജിൽ ചേർക്കാൻ അച്ഛൻ പോകണ്ടേ എന്ന്. അപ്പോഴാണ് ഞാൻ അടിച്ചത്.

• അതിന് എന്തിനാണ് അടിച്ചത്?

വാസു : എന്തിനാണെന്ന് അവനു മനസ്സിലായി. അവനോടു ചോദിച്ചാൽ ഉത്തരം പറഞ്ഞുതരും.

• നിങ്ങൾ തമ്മിൽ അടികൂടിയാൽ ആരാണ് ജയിക്കുക?

രാമൻ : നിങ്ങൾക്കറിയോ, ഇവന് ഈ ഉയരോം വണ്ണോം മാത്രമെയുള്ളു. എന്റെ കയ്യിൽനിന്ന് ഒന്നുകിട്ടിയാൽ പിന്നെ പത്തുദിവസം പനിച്ചുകിടക്കും.

വാസു : എന്നാൽ എണീക്ക്. നമുക്കൊന്നു അടിച്ചുനോക്കാം.

രാമൻ : നോക്കാം.

വാസു ചായക്കപ്പ് താഴെ വെച്ചുകൊണ്ട് എഴുന്നേറ്റു. ഒപ്പം രാമനും. രണ്ടാളും കയ്യാങ്കളിക്കുള്ള പുറപ്പാടാണ്. എന്റെ കൂടെയുണ്ടായിരുന്ന ഫിറോസ് രണ്ടുപേരെയും ഒരുവിധം പിടിച്ചുമാറ്റി.

'നമുക്ക് ഇറങ്ങിയാലോ? സമയം ഒരുപാടായി.' ഞാൻ ഫിറോസിനോടു പറഞ്ഞു.

'ഈ വരവ് അത്ര നന്നായില്ല. നിങ്ങൾ കുടുംബത്തോടെ വരണം. ഞങ്ങൾ നാലുപേരും മക്കളുമെല്ലാം ഉള്ള ഒരുദിവസം.'

രാമനും വാസുവും കൂടെ പറഞ്ഞു.

'വരാം.'

വി.ആർ.സി നിലയത്തിന്റെ പടിയിറങ്ങുമ്പോൾ ഞാനും ഫിറോസും തിരിഞ്ഞുനോക്കി. രണ്ടുമുഖങ്ങളുള്ള ഒരു ശരീരംപോലെ രാമനും വാസുവും വാതിൽക്കൽനിന്ന് ചിരിച്ചുകൊണ്ട് കൈകൾ വീശുന്നു.

(2005)

നിന്നിൽനിന്ന് എന്നിലേക്കുള്ള വഴി

ഒരിക്കൽ ഇരുട്ട് വളരെ സങ്കടത്തോടെ ഭഗവാന്റെ അടുത്തെത്തി പരാതിപ്പെട്ടു. 'ഭഗവാനെ ഈ സൂര്യൻ എന്നെ ഉപദ്രവിക്കുകയാണ്. വിടാതെ എന്റെ പിന്നാലെ കൂടി എന്നെ ദ്രോഹിക്കുന്നു. ഞാൻ വളരെക്കാലമായി ഈ ദ്രോഹം സഹിച്ചുകൊണ്ട് ജീവിക്കുകയാണ്. എവിടെയും നിൽക്കാൻ സമ്മതിക്കുന്നില്ല. ഞാൻ എന്തു ദ്രോഹം ചെയ്തു സൂര്യന്. ഈ ശത്രുത എന്തുകൊണ്ടാണ്? എനിക്കു പൊറുക്കാൻ വയ്യാതെ ആയിരിക്കുന്നു. അങ്ങന്നെ രക്ഷിക്കണം.'

ഭഗവാൻ സൂര്യനെ വിളിച്ചുവരുത്തി അന്വേഷിച്ചു. 'ഇരുട്ട് നിനക്കെന്തു തെറ്റുചെയ്തു? നീ എന്തിനാണ് ഇരുട്ടിനെ ദ്രോഹിക്കുന്നത്? എന്താണ് നിങ്ങൾ തമ്മിലുള്ള ശത്രുതയ്ക്ക് കാരണം?' സൂര്യൻ അത്ഭുതത്തോടെ ഭഗവാനോട് പറഞ്ഞു. 'ഇരുട്ടോ? എന്താണത്? ഞാൻ ലോകമാകെ ഭ്രമണം ചെയ്യാൻ തുടങ്ങിയിട്ട് എത്രയോ കാലമായി. പക്ഷെ, അവിടുന്ന് പറയുന്ന ഇരുട്ടിനെ ഞാനിതുവരെയും കണ്ടിട്ടില്ല. അങ്ങനെ ഒന്നിനെപ്പറ്റി കേട്ടിട്ടുപോലുമില്ല. പിന്നെ എങ്ങിനെയാണ് ഞാനതിന്റെ ശത്രുവാകുന്നത്?' (ഓഷോ പറഞ്ഞ കഥ)

പത്തിരുപതു വയസ്സു കഴിഞ്ഞതിനുശേഷമാണ് ഭഗവദ്ഗീത എന്തെന്നറിയാനുള്ള ആഗ്രഹം എന്നിലുണ്ടാവുന്നത്. ചെറുപ്പകാലങ്ങളിലൊന്നും ഗീതാസാരങ്ങൾ കേൾക്കാനോ അതു മനസ്സിലാക്കണമെന്നുള്ള തോന്നലുണ്ടാവാനോ പറ്റിയ ഒരു കുടുംബാന്തരീക്ഷമായിരുന്നില്ല ഞങ്ങളുടേത്. അങ്ങനെ തീർത്തും പറയാമോ എന്നറിയില്ല. ചെത്തുപോലുള്ള കുലത്തൊഴിലുകൾ ഉപേക്ഷിച്ച് സംസ്കൃതവും ഇംഗ്ലീഷും വൈദ്യശാസ്ത്രവുമൊക്കെ പഠിക്കാൻ തുടങ്ങിയിരുന്നു എന്റെ മുൻതലമുറയിലുള്ളവർ. ജന്മിയുടെ ഭൂമിയിൽ ചെറിയ തോതിൽ കൃഷിചെയ്തും സ്കൂൾടീച്ചർമാരായും കൊളമ്പിലും മലേഷ്യയിലും പോയി തൊഴിലെടുത്തും അവർ വിനീതവിധേയരായി ജീവിച്ചുപോന്നു. സന്ധ്യയ്ക്കു വിളക്കുവെച്ച് കുട്ടികൾ 'രാമ നാരായണാ' എന്ന് നാമം ജപിക്കും. അമ്മ ദേവീമാഹാത്മ്യം വായിക്കും. കർക്കടകമാസത്തിൽ എഴുത്തച്ഛന്റെ രാമാ

യണം പാരായണം ചെയ്യും. മണ്ഡലകാലമായാൽ വീട്ടിലാരെങ്കിലും ശബരിമലയ്ക്കു പോവാനായി മാലയിട്ട് വ്രതമെടുക്കും. ഇത്രയൊക്കെ യായിരുന്നു ഞങ്ങളുടെ ആധ്യാത്മിക പരിചയം. എന്റെ ഗ്രാമത്തിലെവിടെയും ഗീതാപാരായണം നടക്കുന്ന വീടുകളോ ക്ഷേത്രങ്ങളോ ഉണ്ടായിരുന്നില്ല. ഭഗവദ്ഗീത ജനപഥത്തിൽ നിന്നകന്ന് വളരെ ഉയരത്തിലായിരിക്കണം അദൃശ്യമായി അന്ന് നിലകൊണ്ടിരുന്നത്. ഇങ്ങ് താഴെത്തട്ടിലായിരുന്നു കേരളത്തിലെ മനുഷ്യസമുദായങ്ങൾ ഭൂരിപക്ഷവും.. അവർക്ക്, അതായത് അവർണർക്കും ദളിതർക്കും വേദവും ശാസ്ത്രങ്ങളും ഗീതയുമെല്ലാം നിഷിദ്ധമായിരുന്നുവെന്ന് മാത്രമല്ല പൊതുവഴിയിലൂടെ നടക്കാനുള്ള സ്വാതന്ത്ര്യം പോലുമുണ്ടായിരുന്നില്ലല്ലോ.

സമോ ഹം സർവഭൂതേഷു
ന മേ ദ്വേഷോ സ്തി ന പ്രിയഃ

എന്ന് ഗീതയിൽ ഭഗവാൻ പറയുന്നുണ്ടെങ്കിലും ഭൂമിയിലെ മേലാളന്മാർക്ക് അപ്രിയരായി കഴിഞ്ഞുകൂടേണ്ടിവന്ന ദുരവസ്ഥയിലായിരുന്നു ആ 'ഭൂത'ങ്ങൾ. കേരളത്തിൽ ഇന്നു ആ അവസ്ഥ പൂർണ്ണമായി മാറിയിട്ടില്ല. ചാതുർവർണ്യം മായാ സൃഷ്ടം ആണല്ലോ. വർണവ്യവ സ്ഥ നിലനിൽക്കണമെന്ന വാശി ദൈവത്തേക്കാളും ഉള്ളവർ കേരളത്തിൽ ഇന്നും ഉണ്ട്. എന്നാൽ എ.ഡി 1290 ൽ ആദ്യമായി മറാത്തി ഭാഷയിൽ ഗീതയ്ക്ക് ജ്ഞാനേശ്വരന്റെ വ്യാഖ്യാനം വന്നു. ജാതിഭ്രഷ്ടരും തൊട്ടുകൂടാത്തവരുമടക്കം സമൂഹത്തിന്റെ എല്ലാ വിഭാഗങ്ങളിൽനിന്നും പതിമൂന്നാംനൂറ്റാണ്ടിനും പതിനാലാംനൂറ്റാണ്ടിനും ഇടയ്ക്കുള്ള കാലഘട്ടത്തിൽ മഹാരാഷ്ട്രയിൽ അതിശക്തരായ ആത്മീയാചാര്യന്മാരും ഭക്തകവികളും ഉണ്ടായി. കുശവർ, തുന്നൽക്കാർ, തോട്ടംപണിക്കാർ എന്നിങ്ങനെയുള്ള സമൂഹങ്ങളിൽനിന്നാണ് അവർ ഉയർന്നുവന്നത്. അവരുടെ അഗ്രഗാമിയാണ് ജ്ഞാനേശ്വരൻ. ദേവഭാഷയായ സംസ്കൃതത്തിൽ വിരചിതമായ ഗീത ഒരു പ്രാദേശികഭാഷയായ മറാത്തിയിൽ വ്യാഖ്യാനിക്കുന്നത് ഈശ്വരനിന്ദയാണെന്ന് മറാട്ടാ ബ്രാഹ്മണൻമാർ കോപിച്ചു. അതുവരെ ഭഗവദ്ഗീതയ്ക്ക് സംസ്കൃതത്തിലല്ലാതെ ആരും വ്യാഖ്യാനം ചമച്ചിട്ടുണ്ടായിരുന്നില്ല. ജ്ഞാനേശ്വരന് മുമ്പ് കേരളത്തിൽ ജനിച്ച ശങ്കരാചാര്യർ ആണ് ഗീതയ്ക്ക് ആദ്യത്തെ-സംസ്കൃത-വ്യാഖ്യാനം നൽകുന്നത്. അതിൽ ജഗദ്ഗുരു പറഞ്ഞുവെച്ചിരിക്കുന്നത് 'ഇദം ഗീതാ ശാസ്ത്രം സമസ്ത വേദാർത്ഥസാരസംഗ്രഹഭൂതം ദുർവിജ്ഞേയാർത്ഥം' എന്നാണ്. എല്ലാ വേദങ്ങളുടെയും സാരസംഗ്രഹമായിരിക്കുന്ന ഈ ഗീതാശാസ്ത്രത്തിന്റെ പൊരുൾ ദുർവിജ്ഞേയമാണ് എന്നു സാരം. മന

സ്സിലാവാൻ എളുപ്പമല്ലെന്ന് ആചാര്യസ്വാമികൾതന്നെ പറഞ്ഞിട്ടുള്ള സ്ഥിതിക്ക് അധികമാരും പിന്നെ ആ വഴിക്ക് പോയിട്ടുണ്ടാവില്ല. ജ്ഞാനേശ്വരിയുടെ അവതാരികയിൽ പി. പനോളി ഇങ്ങനെ പരിഹസിക്കുന്നുണ്ട്. പക്ഷെ, ആധുനിക ഗീതാപ്രഭാഷകന്മാരുടെയും വ്യാഖ്യാതാക്കളുടെയും മട്ടു കാണുമ്പോൾ ആചാര്യൻ പറഞ്ഞതുപോലെ ഗീത ദുർവിജ്ഞേയമല്ല സുവിജ്ഞേയമാണ് എന്ന് ശങ്കിച്ചുപോകും. കാരണം ഇവരിൽ അധികം പേർക്കും ഒന്നിനെക്കുറിച്ചും ഒരു സംശയവുമില്ല. സംശയമുള്ളത് കേ ൾക്കുന്നവർക്കും വായിക്കുന്നവർക്കുമാണ്.

എന്നെ മഹാഭാരതത്തിലുള്ള ചില കഥകളും വിഷ്ണു സഹസ്രനാമവും മറ്റും പഠിപ്പിക്കാൻ എന്റെ സംസ്കൃത പണ്ഡിതനായ അമ്മാവൻ ശ്രമിച്ചിരുന്നു. കുരുക്ഷേത്രത്തിൽവെച്ച് ഭഗവാൻ ശ്രീകൃഷ്ണൻ അർജ്ജുനന് ഗീത ഉപദേശിച്ചു എന്നല്ലാതെ അതെന്താണെന്ന് പറയാൻ അമ്മാവൻ മുതിർന്നില്ല. കുട്ടികൾക്കും മറ്റും ഗ്രഹിക്കാൻ ബുദ്ധിമുട്ടുള്ളതാണെന്ന് കരുതിയോ അതോ ആചാര്യസ്വാമികൾ പറഞ്ഞതുപോലെ അമ്മാവന് ദുർവിജ്ഞേയമായി അനുഭവപ്പെട്ടോ എന്ന് അറിയില്ല. സംശയനിവൃത്തി വരുത്താൻ അദ്ദേഹമിപ്പോഴില്ല.

പിൽക്കാലത്ത് പലവഴിക്കും എന്റെ വാസനകളെ നയിച്ച മുതിർന്ന സ്നേഹിതനായ സത്യേട്ടന്റെ നിർബന്ധത്താൽ തൃശ്ശൂർ തേക്കിൻകാട് മൈതാനിയിൽ ചിന്മയാനന്ദസ്വാമി നടത്തിയിരുന്ന ഗീതായജ്ഞത്തിൽ പങ്കെടുക്കുവാൻ ഒരുദിവസം പോയി. ഇംഗ്ലീഷിലായിരുന്നു പ്രഭാഷണം. അദ്ദേഹത്തിന്റെ കയ്യിൽ റേഡിയോ ഏരിയർപോലെ വലിച്ചുനീട്ടാവുന്ന ഒരു സ്റ്റീൽവടി ഉണ്ടായിരുന്നു. ഇടയ്ക്കത് അടുത്തുവെച്ചിരിക്കുന്ന അക്ഷരപ്പടത്തിലേക്ക് നീട്ടിക്കൊണ്ടായിരുന്നു പ്രഭാഷണം. പ്രഭാഷണത്തിനിടെ മൂക്കുപൊടി വലിക്കും. ങജഢ എന്നതുപോലെ കുറെ ഇംഗ്ലീഷ് അക്ഷരങ്ങൾ വലുതാക്കി എഴുതിവെച്ചിരുന്നു. ആ പടത്തിൽ ങ ങശ റ, ജ ജല്യലെ്ല്യല എന്ന മട്ടിൽ ചില വാക്കുകളെ സൂചിപ്പിക്കുന്നവയായിരുന്നു ആ അക്ഷരങ്ങൾ. ‘മൂക്കുപ്പൊടി വലിക്കുന്നത് വാസനാബലം കൊണ്ടാവും’ എന്ന് സത്യേട്ടൻ എന്റെ ചെവിയിൽ അടക്കം പറഞ്ഞു. എന്തായാലും എനിക്കവിടെ ഏറനേരം ഇരിക്കാനുള്ള ക്ഷമയുണ്ടായിരുന്നില്ല. ഇംഗ്ലീഷ് ഭാഷ ഗ്രഹിക്കാനുള്ള ത്രാണിയില്ലാത്തതായിരുന്നു മുഖ്യകാരണം. ഞാൻ എഴുന്നേറ്റ് സത്യേട്ടനോട് പറഞ്ഞു, ‘നമുക്കു പോകാം. ഇത് എന്നെപ്പോലെയുള്ളവർക്ക് വേണ്ടിയിട്ടുള്ളതല്ല. സായ്പ്പിനുള്ളതാ.’ ‘ബിഹേവ് യുവേഴ്സ് സെൽഫ്’ എന്നൊക്കെ പറഞ്ഞ് സത്യേട്ടൻ എന്നെ പിടിച്ചിരുത്താൻ ശ്രമിച്ചെങ്കിലും ഞാനവിടെ നിൽക്കാൻ കൂ

ട്ടാക്കിയില്ല. പക്ഷെ ഗീത അറിയാനുള്ള ആഗ്രഹം മനസ്സിൽ ചാവാതെ കിടന്നുകാണണം. ഞാൻ കുന്നംകുളത്തെ എച്ച് ആൻഡ് സി ബുക്സിൽ നിന്ന് ഒരു ഗീതാവ്യാഖ്യാനം വാങ്ങി. ഗീത എന്തെന്ന് മനസ്സിലാക്കാൻ ആമുഖം വിശദമായി വായിച്ചുനോക്കി. വറചട്ടിയിൽനിന്നു എരിതീയിലേക്ക് എന്നപോലെയായിരുന്നു അനുഭവം. ആമുഖത്തിൽ വ്യാഖ്യാതാവായ വാസുദേവഭട്ടതിരി ഇങ്ങനെ എഴുതുന്നു. 'ഗീത വ്യാസന്റെ കൃതിയാണെന്നത് വെറും ഐതിഹ്യം മാത്രമാണ്. മഹാഭാരതാന്തർഗതമാണല്ലോ ഗീത. ഭാരതം ആദ്യരൂപത്തിൽ 8800 ശ്ലോകങ്ങൾ മാത്രമുൾക്കൊള്ളുന്ന ഒരു കൃതിയായിരുന്നു. ഭാരതയുദ്ധത്തെ ചുറ്റിപ്പറ്റിയുള്ള 'പടപ്പാട്ടു'കളുടെ സംഗ്രഹകർത്താവുമാത്രമായിരുന്നു വ്യാസൻ എന്നുപറയുന്നു. പിന്നീട് ഉപകഥകളും ഗീത, വിദുരോപദേശം, കണികോപദേശം മുതലായ തത്ത്വചിന്താപരമായ ഭാഗങ്ങളും പലപ്പോഴായി കൂട്ടിച്ചേർത്തുകൊണ്ട് ഭാരതം നാം ഇന്നു കാണുന്ന രീതിയിൽ ഒന്നേകാൽ ലക്ഷം പദ്യങ്ങളുള്ള ഒരു ബൃഹത് ഗ്രന്ഥമായിത്തീർന്നു. മഹാഭാരതത്തിൽ പത്തിൽ ഒരംശം പോലുമില്ല പ്രക്ഷിപ്തമല്ലാത്ത ഭാഗം. മഹാഭാരതം തൊണ്ണൂറുശതമാനത്തിലധികവും പ്രക്ഷിപ്തമാണെങ്കിൽ അതിൽ ഒരു ഭാഗമായ ഗീതയിലെ ചില അധ്യായങ്ങളെങ്കിലും കൂട്ടിച്ചേർത്തുണ്ടാക്കിയതാണെന്നു വന്നാൽ അത്ഭുതമില്ല.' എന്തായാലും കൂടുതൽ വായിക്കേണ്ട എന്നു തീരുമാനിച്ച് ഞാൻ പട്ടേരിപ്പാടിന്റെ ഗീതാവ്യാഖ്യാനം മടക്കിവെച്ചു.

പിന്നീട് എൺപതുകളുടെ ആദ്യത്തിൽ പുറനാട്ടുകരയിലെ ശ്രീരാമകൃഷ്ണാശ്രമത്തിൽനിന്ന് വാങ്ങിയ കെ.കെ.മാധവിയമ്മ വിവർത്തനം ചെയ്ത വിദ്യാപ്രകാശാന്ദഗിരി സ്വാമികളുടെ ഗീതാഹൃദയം എന്ന പുസ്തകമാണ് ഭഗവദ്ഗീതാ ലോകത്തിലേക്കുള്ള 'ഗേറ്റ് പാസ്സാ'യി തീർന്നത്. മാധവിയമ്മ രമണമഹർഷിയുടെ ഭക്തയായിരുന്നു. ഗീതാഹൃദയത്തിന്റെ അവതാരികയെഴുതിയിട്ടുള്ളത് തവനൂർ സായിസദനിലെ പി. ആർ.നായരാണ്. അദ്ദേഹം മാധവിയമ്മയുടെ വിവർത്തനത്തെക്കുറിച്ച് എഴുതുന്നതിങ്ങനെ, 'മലയാളിയായ ഒരമ്മയുടെ വാക്യങ്ങളാണിവ. സാഹിത്യപരമോ വ്യാകരണനിഷ്ഠമോ ആയ ഉയർന്ന നിലവാരം ഇതിൽ അവകാശപ്പെടുന്നില്ല. പക്ഷേ, ആത്മാർത്ഥതയെന്ന സവിശേഷഗുണം സാർവത്രികമായുണ്ട്.'

അദ്ദേഹം തുടരുന്നു, 'ഒരു സാധാരണക്കാരന് ഗീത എത്രമാത്രം ഉപയോഗപ്പെടുന്നുവെന്നതാണ് പ്രഥമവും പ്രധാനവുമായ വിഷയം. 'ബ്രഹ്മസത്യം ജഗന്മിഥ്യാ' എന്ന വാദം പ്രാരാബ്ധങ്ങളിൽ മുങ്ങിയും പൊ

ങ്ങിയും കഴിയുന്ന ഒരാൾക്ക് സുഗ്രഹവും പ്രയോജനകരവുമാവില്ല. അയാൾക്ക് വേണ്ടത് അഭയവും കർമ്മശേഷിയുമാണ്. യോഗമാർഗ്ഗങ്ങൾ ലൗകികവൃത്തികളോട് രഞ്ജിക്കുവാൻ പ്രയാസംതന്നെ. ഈ ഗ്രന്ഥത്തിൽ ദുർഘടമായ ശാസ്ത്ര പദ്ധതിയോട് അതിരറ്റ കൂറു കാണിക്കുന്നില്ല. വിദ്യാപ്രകാശാനന്ദസ്വാമികൾ സ്വയമേവ ആചാര്യത്വം അവലംബിക്കുന്നില്ല. വിനയമസൃണമായ ഭാഷയിൽ കാര്യങ്ങൾ ചൂണ്ടിക്കാട്ടുന്നു. ഗീതാശ്ലോകങ്ങളോ മറ്റു പ്രമാണങ്ങളോ വഴിക്കുവഴി ഉദ്ധരിക്കാതെ ആശയങ്ങൾ അനുസ്യൂതമായി വെളിപ്പെടുത്തുന്നത് രസകരമായ ഒരനുഭവമാണ്. സ്വാമികളുടെ നർമ്മബോധവും ഭാരതീയ സംസ്കാരത്തോടുള്ള മതിപ്പും ഇടയ്ക്കിടെ തെളിഞ്ഞുകാണാം. കൊച്ചുകൊച്ചു കഥകളിലൂടെ മുത്തുമണിപോലെ നിർമ്മലതയാർന്ന ഉദാത്തതത്വങ്ങൾ മനസ്സിൽ പതിപ്പിക്കുവാൻ അദ്ദേഹത്തിനു പ്രയാസമില്ല.'

ഞാൻ പലവുരു ആ ഗീതാഹൃദയം വായിച്ചെങ്കിലും ഗീത എന്തു സ്വാധീനമാണ് എന്നിൽ ഉണ്ടാക്കിയതെന്ന് സ്വയം ചോദിക്കുമ്പോൾ പൊടുന്നനെ ഒരുത്തരം പറയാനാവില്ല. എന്തായാലും സ്വയം പരിശോധിക്കാനുള്ള ഒരു ഉപാധിയായിക്കണ്ട് ഞാൻ ആ പുസ്തകത്തെ നെഞ്ചോടു ചേർത്തുവെച്ചു. അത് എനിക്ക് സദ്സംഗമായി.

കാളഹസ്തിയിൽ ശ്രീശുക ബ്രഹ്മാശ്രമം സ്ഥാപിച്ച വിദ്യാപ്രകാശാനന്ദഗിരി സ്വാമികൾ 1959 ഡിസംബർ മാസത്തിൽ ഗൗതമവിജ്ഞാന സമാജത്തിൽ ഒരു പ്രഭാഷണപരമ്പര നടത്തുകയുണ്ടായി എന്നും തെലുങ്കിലും ആ മധുരസംഭാഷണം വളരെപ്പേരെ വശീകരിച്ചു എന്നും ആമുഖത്തിലുണ്ട്. ഗോപാലനെന്ന ആശ്രമാന്തേവാസി ആ പ്രസംഗങ്ങൾ സംക്ഷിപ്തമായി കുറിച്ചെടുത്തതിന്റെ ഏകദേശവിവർത്തനമാണ് ഗീതാഹൃദയം.

'ഗീതാഹൃദയം' വായിച്ചുകൊണ്ടിരുന്ന കാലത്ത് ഒരുദിവസം ശാ സ്ത്ര പണ്ഡിതനായിരുന്ന പൂമുള്ളി ആറാംതമ്പുരാനോട് ഞാൻ ഗീതയെക്കുറിച്ച് ചോദിച്ചു. അദ്ദേഹം പറഞ്ഞു, 'വായിച്ചിട്ടുണ്ട്, പക്ഷേ, ഉപദേശല്ല്യ.'

ഗീത എന്താണെന്നറിയണമെങ്കിൽ അത് ജ്ഞാനിയായ ഗുരുമുഖത്തുനിന്ന് ഉപദേശരൂപേണ കൈക്കൊള്ളേണ്ടതായിട്ടുണ്ട് എന്നത് ഞാൻ അന്നാണ് മനസ്സിലാക്കുന്നത്. അങ്ങനെ ഗുരുപദേശരൂപേണയല്ലാതെ പുസ്തകം വായിച്ചിട്ടു കാര്യമില്ലെന്നു മാത്രമല്ല ദോഷഫലങ്ങളും ഉണ്ടാവണമെന്നാണ് പൂമുള്ളിമതം.

ഗീത വിരചിക്കപ്പെട്ട കാലത്ത് ഇവിടെ നിലനിന്നിരുന്ന ചില വിശ്വാ

സപ്രമാണങ്ങൾക്കെതിരെ ഗീതാകാരൻ ശബ്ദമുയർത്തിയിട്ടുണ്ട്. 'ത്രൈഗുണ്യവിഷയാവേദാഃ' എന്ന വീരവാണി അതിനു തെളിവാണ്. 1951 ൽ കെ.സി.എൻ വാഴുന്നവർ ഈ വാക്യം ഉദ്ധരിച്ചുകൊണ്ട് ലേഖനത്തിൽ ഗീതയുടെ സ്ഥാനം വേദങ്ങൾക്കുപരിയാണെന്ന് ചൂണ്ടിക്കാട്ടുകയുണ്ടായി. സാഹിത്യകേസരി പണ്ഡിറ്റ് പി.ഗോപാലൻനായരോട് കെ.സി.എൻ വാഴുന്നവരുടെ അഭിപ്രായം ശരിയാണോ എന്ന് ഒരു പണ്ഡിതൻ ആരാഞ്ഞു. 'വാഴുന്നവർക്ക് ഗീതാസൂക്തങ്ങളെക്കുറിച്ച് അഭിപ്രായംപറയാൻ പൂർണസ്വാതന്ത്ര്യമുണ്ട്. ഒരു ശ്ലോകത്തിന് ഇന്ന തേ അർത്ഥമാകാവൂ മറ്റൊന്നും ആയിക്കൂടാ എന്ന്പറയാനാവില്ല. വ്യാ ഖ്യാതാവിന്റെ മനോധർമ്മത്തിനൊത്താണ് വ്യാഖ്യാനം രൂപം പൂണ്ടുവരുന്നത്'. എന്ന് മറുപടിയായി പണ്ഡിറ്റ് പറഞ്ഞെന്ന് കേട്ടിട്ടുണ്ട്.

ശുദ്ധമായ മനസ്സുള്ള പണ്ഡിതനായ ഒരു ആചാര്യനിൽനിന്നുവേണം ഗീത ഗ്രഹിക്കാൻ എന്നു മനസ്സിലായപ്പോൾ ഗീതാമോഹം ഞാൻ അട്ടത്തു കയറ്റിവെച്ചു. കാരണം അങ്ങനെയുള്ള ഒരാളെ കണ്ടുമുട്ടാൻ സാദ്ധ്യത നന്നേ കുറവാണല്ലോ. എങ്കിലും ഇടയ്ക്ക് ജ്ഞാനേശ്വരിയും ഗീതാഹൃദയവും മറിച്ചുനോക്കാറുണ്ടായിരുന്നു. അങ്ങനെയിരിക്കെയാണ് ഒരു സിനിമാഷൂട്ടിംഗിനിടെ നടൻ മധു എന്നോട് സ്വാമി സന്ദീപ് ചൈതന്യയെപ്പറ്റി പറഞ്ഞത്. പറഞ്ഞവസാനിപ്പിച്ചശേഷം അദ്ദേഹം കൂട്ടിച്ചേർത്തു, 'ആത്മാവും പരമാത്മാവുമെന്നൊക്കെത്തന്നെയാണ് പറയുന്ന കാര്യങ്ങളെങ്കിലും കേട്ടിരിക്കാൻ തോന്നുന്ന വിധത്തിലാണ് പ്രസന്റേഷൻ. രസകരമാണ് ആ അനുഭവം.'

ആ അഭിപ്രായം ഞാൻ എവിടെയൊക്കെയോ ചേർത്തുവായിച്ചു. യുദ്ധമുഖത്ത് തളർന്നുനിൽക്കുന്ന അർജ്ജുനന്റെ വികാരം വിഷാദമായിരുന്നു.

വസിഷ്ഠന്റെ ഉപദേശം കേൾക്കാനിരിക്കുമ്പോൾ രാമൻ വിഷാദിയും വിരക്തനുമായിരുന്നു. എന്നാൽ വിഷാദവും വിരക്തിയും ശ്രദ്ധയും ഇല്ലാത്തൊരാളെ ജ്ഞാനോപദേശം ചെയ്യുക എന്നത് പ്രായേണ ദുഷ്ക്കരമായ പ്രവൃത്തിയാണ്. നർമ്മബോധവും ഹാസ്യപ്രധാനമായ ചെറിയ കഥകളും ഉദാഹരണങ്ങളുമാണ് സ്വാമി സന്ദീപ് ചൈതന്യയുടെ ഗീതാദ്ധ്യയനത്തിന്റെ പ്രസരണശക്തിക്ക് കാരണമായി ഭവിക്കുന്നത്. കൊടുംഭീകരരും പോർവിമാനങ്ങളും ലൈംഗികതാപ്രദർശനങ്ങളും ആകാശംകീഴടക്കുന്ന ആ വർത്തമാനകാലത്ത് ശാന്തമായി ചിദാകാശത്തേക്കുള്ള സ്വച്ഛമായ യാത്രയായി സന്ദീപ്ചൈതന്യയുടെ ഗീതാധ്യയനം പരിണമിക്കുന്നത് ഞാൻ അത്ഭുതത്തോടെയാണ് കാണുന്നത്.

ഒരിക്കൽ ഗീത വായിച്ചുകൊണ്ടിരുന്നപ്പോൾ കയറിവന്ന കമ്മ്യൂണിസ്റ്റുകാരനായൊരു സുഹൃത്ത് പറഞ്ഞു,

'നിനക്കു പറ്റിയ പുസ്തകം തന്നെ.

'അതെന്താ അങ്ങനെ പറഞ്ഞത്?' ഞാൻ ചോദിച്ചു.

'പോസ്റ്റുമോഡേൺ സാഹിത്യത്തിന്റെ മൂലഗ്രന്ഥമാണ് ഗീത.'

'മനസ്സിലായില്ല.'

'ആർക്കും എങ്ങനെ വേണമെങ്കിലും വ്യാഖ്യാനിക്കാം എന്നുള്ളതാണത്രെ പോസ്റ്റ് മോഡേൺ സാഹിത്യത്തിന്റെ പ്രധാന ഗുണം. സംസ്കൃതം അതിനെല്ലാം യോജിച്ച ഭാഷയുമാണ്. ഇവിടെ വന്നു സംസ്കൃതം പഠിച്ചുപോയ ഒരമേരിക്കൻ മദാമ്മ പറഞ്ഞത്രേ, 'സാൻസ്ക്രിറ്റ് ഈസ് എ സ്പെസിഫിക് മീനിംഗ് വിച്ച് ആൾസോ എഗേൻ ഈസ് അനദർ വേഡ് ഫോർ ദി ഇൻഫിനിറ്റ് ബ്രഹ്മാ' എന്ന്.

ഗീതയോ സംസ്കൃതമോ പോസ്റ്റ് മോഡേൺ സാഹിത്യമോ എനിക്കു മനസ്സിലായിട്ടില്ല എന്ന് ഞാൻ ഖേദപൂർവ്വം രേഖപ്പെടുത്തട്ടെ. ഒരു പക്ഷെ, പലതും മനസ്സിലാവാറില്ലെന്നുള്ളതായിരിക്കണം എന്റെ ഭാഗ്യം. നിരന്തരം സംശയങ്ങളും ചോദ്യങ്ങളും ഉത്തരമായി - സർവ്വധർമ്മങ്ങളും പരിത്യജിത്ത് എന്നെ മാത്രം ശരണം പ്രാപിക്കുക (സർവ്വ ധർമ്മാൻ പരിത്യജ്യ, മാമേകം ശരണം വ്രജം) എന്റെ ഭക്തനാവുക (മദ്ബക്ത), എന്നെ ആരാധിക്കുക, എന്ന നമസ്ക്കരിക്കുക (മദ്യാജീമാം നമസ്ക്കരു), എന്നിങ്ങനെയുള്ള ഉദ്ബോധനങ്ങളോടെയാണ് ഗീതയുടെ അവസാന അധ്യായം മുഖരിതമാകുന്നത്.

ഖുർആനിന്റെ അവസാനസൂക്തങ്ങളിലും തന്നെ ശരണം പ്രാപിക്കാൻ ദൈവം ഉപദേശിക്കുന്നുണ്ട്.

'പരമകാരുണികനും ദയാപരനുമായ അള്ളാഹുവിന്റെ നാമത്തിൽ പറയുക,സ ജിന്നുകളിലും മനുഷ്യരിലും പെട്ടവരായി ജനഹൃദയങ്ങളിൽ ദുർബോധനം നടത്തി പിന്മാറുന്ന പിശാചിന്റെ ദ്രോഹത്തിൽനിന്ന് രക്ഷനേടുവാനായി മനുഷ്യവംശത്തിന്റെ രാജാവിനേയും ഞാനിതാ ശരണം പ്രാപിച്ചുകൊള്ളുന്നു.'

താഴെ എഴുതുംവിധം ഗീതയിൽ ഭഗവാൻ പറഞ്ഞിരുന്നെങ്കിൽ എന്ന് ഞാൻ ആശിച്ചുപോകാറുണ്ട്.

'നീ എന്റെ ഭക്തൻ, എന്നെ ശരണം പ്രാപിച്ചവൻ, നീ എന്നെയാണ് ആരാധിച്ചുകൊണ്ടിരിക്കുന്നത്, നീ എന്നെയാണ് നമസ്ക്കരിച്ചുകൊണ്ടിരിക്കുന്നത്. അതെ, നീ ഞാൻ തന്നെയാണ്.'

ഈ അത്യാശയ്ക്കു പിന്നാലെ പൊന്തിവരിക കബീറിനെ അവലം

ബിച്ച് ഗോവിന്ദൻ എഴുതിയ വരികളാണ്.

'ഉണ്മയുള്ളിലും വെളിയിലും
കൺമണിയിൽ കാഴ്ചപോലെ
ആരായുന്നു നാം ഓരോന്നു
മറ്റൊന്നിൽ,
ആരാനിൽ തന്നെ;
തന്നിലാരാനെയും.'

(2006)

കവിത ഓർമ്മയെ വലിച്ചെടുക്കുന്ന ഒച്ചകൾ

അമ്മവീടിന്റെ തട്ടിൻപുറത്ത് കുമ്മായം പൂശി വെളുപ്പിച്ച ചുമരുകളിലാണ് ഞാനാദ്യമായി കവിത കണ്ടത്. അതിനുമുമ്പ് സ്കൂളിൽനിന്ന് 'വരികരികിരികളിമകളെ നീ...' എന്നു തുടങ്ങുന്ന പദ്യഭാഗങ്ങൾ കാണാപാഠം പഠിച്ചിട്ടുണ്ട്. സ്കൂളിലോ കൂട്ടുകാർക്കിടയിലോ കാണാത്ത കവിതകളാണ് മുത്തുവിന്റെ തട്ടിൻപുറത്തുള്ള ചുവരുകളിലൊക്കെ പ്രത്യക്ഷപ്പെട്ടിരുന്നത്. മുത്തു എന്റെ ഇളയ അമ്മാവനാണ്. എന്നെക്കാളും നാലഞ്ചുവയസ്സിനു മൂപ്പുണ്ടാവും. വിജയരാഘവൻ എന്നാണ് ശരിക്കുള്ള പേര്. രാഘവൻ, വേലായുധൻ, ചന്ദ്രശേഖരൻ എന്നിങ്ങനെ മൂന്നുപേർ മുത്തുവിന് മുകളിലുണ്ടായിരുന്നു. രാഘവനമ്മാവൻ മരിച്ചുപോയി. കോയമ്പത്തൂരിൽ എഞ്ചിനീയറിംഗിന് പഠിക്കുന്ന കാലത്ത്, ഞാൻ ജനിക്കുന്നതിനു മുമ്പ്. അതുകൊണ്ട് ഒടുവിൽ പ്രസവിച്ച മകന് അമ്മമ്മ വിജയരാഘവൻ എന്നു പേരിട്ടു. മുത്തുവിനെ അമ്മമ്മ മാത്രം 'രാവൂട്ട്യേ' എന്നു വിളിച്ചു. അങ്ങനെയാണത്രെ വല്യമ്മാവനെ അമ്മമ്മ വിളിച്ചിരുന്നത്.

തട്ടിൻപുറത്തുള്ള മുത്തുവിന്റെ താവളത്തിൽ എനിക്കും ഇടമുണ്ടായിരുന്നു. മുത്തു കമ്മ്യുണിസ്റ്റുകാരനും ഇടമറുകിന്റെ അനുവാചകനും കവിയും ചിത്രകാരനും പത്രപ്രവർത്തകനും ആയിരുന്നു. വിവാഹമംഗളപത്രങ്ങളെഴുതും. 'തനിനിറം' പത്രത്തിൽ സഞ്ചാരിയുടെ ഡയറിയിൽ ചെറുവത്താനിയിലെ രഹസ്യങ്ങൾ പ്രത്യക്ഷപ്പെടുന്നത് ഞാൻ അത്ഭുതത്തോടെ കണ്ടു. 'ഇലഞ്ഞിപ്പറമ്പിൽ മല്ലിക തളിർക്കുന്നതും പൂക്കുന്നതും സഞ്ചാരി അറിയുന്നുണ്ട്. ദിവാകരൻ കൊടുത്ത മുദ്രമോതിരം കണ്ണുവമ്മാവന്റെ വളർത്തുപുത്രി വെള്ളത്തിൽ കളയരുതേ' എന്നിങ്ങനെയൊക്കെയായിരുന്നു ചെറുവത്താനിയുടെ വിശേഷങ്ങൾ 'സഞ്ചാരിയുടെ ഡയറിക്കുറിപ്പുകളാ'യി പുറത്തുവന്നത്.

വെറ്റിലമുറുക്കുവാനും ബീഡി വലിക്കാനും മുത്തുവാണ് എന്നെ പഠിപ്പിച്ചത്. മുറുക്കാൻ വായിലിട്ടു ചവച്ച് ഒന്നുരണ്ടുവട്ടം തുപ്പി പിന്നെ ആ

ചണ്ടി കയ്യിലെടുത്ത് എന്റെ വായിൽ വച്ചുതരും. കിളി കുഞ്ഞുങ്ങളെ ഊട്ടുന്നതുപോലെ. അതുപോലെ ബീഡി വലിച്ചുതീരാറാവുമ്പോഴേ തരൂ. കെട്ടുനൂലിന്റെ അടുത്തെത്താറാവുമ്പോൾ അതിന്റെ അറ്റത്തുള്ള കറയും ഉമിനീരും മുണ്ടിന്റെ കോന്തലകൊണ്ടു തുടച്ചുകളഞ്ഞ് എന്റെ ചുണ്ടത്തു വച്ചുതന്നിട്ട് പറയും, 'പൊക മേപ്പട്ട് എടുക്കണ്ടാട്ടോ.'

ചുവരിൽ മുത്തു സ്വന്തം കവിതകളും ചങ്ങമ്പുഴയുടെ വിപ്ലവകവിതകളും എഴുതിവച്ചു. ഒരു സ്ഥലത്ത് മരത്തിനുചുവട്ടിൽ കുനിഞ്ഞുകൂടിയിരിക്കുന്ന ഒരാളുടെ ചിത്രത്തിനു താഴെ 'കപടലോകത്തിലാത്മാർത്ഥമായൊരു ഹൃദയമുണ്ടായതാണെൻ പരാജയം' എന്നു കുറിച്ചുവെച്ചിരുന്നു. ചില പുറമ്പോക്കുകളിൽ ഞാനും ചിത്രം വരച്ചു. അക്ഷരം കോറി. തനിനിറത്തിന്റെ താളുകൾ വിരിച്ചിട്ട നിലത്തു മലർന്നുകിടന്ന് ബീഡിക്കുറ്റി വലിച്ച് മുത്തുവിനിഷ്ടപ്പെട്ട ചങ്ങമ്പുഴക്കവിതകൾ ഞാൻ ഹൃദിസ്ഥമാക്കി.

'രണ്ടു തുട്ടേകിയാൽ ചുണ്ടിൽ ചിരി വരും
തെണ്ടിയല്ലേ മരം തീർത്ത ദൈവം
പായസം നേരുകിൽ കൂസാതെ പാപിയിൽ
കുറുകാട്ടും ദൈവം എന്തു ദൈവം?'

അതൊക്കെ ഉരുവിട്ടു പഠിക്കുമ്പോൾ മുത്തു പറയും, 'നീയിതൊന്നും ചൊല്ലണത് ചേച്ചി കേൾക്കണ്ടാട്ടോ' എന്റെ അമ്മയെ മുത്തു ചേച്ചി എന്നാണ് വിളിക്കുക. അതുകൊണ്ട് ഞാനും അമ്മയെ ചേച്ചി എന്നു വിളിച്ചു. മുത്തൂന്റെ അമ്മയെ ഞാൻ അമ്മയെന്നു വിളിച്ചു. എന്റെ അമ്മയെ 'അമ്മേ' എന്നു വിളിക്കാൻ എനിക്കിതേ വരെ കഴിഞ്ഞിട്ടില്ല. അങ്ങനെ വിളിച്ചുകേൾക്കാൻ അമ്മ ആഗ്രഹിച്ചിട്ടുമുണ്ടാവില്ല. എന്റെ അച്ഛൻ സിലോണിൽ ആയിരുന്ന കാരണം മുത്തുവിന് അദ്ദേഹത്തെ അളിയാ എന്നു നേരിട്ടു വിളിക്കേണ്ടി വന്നിട്ടില്ല. അല്ലെങ്കിൽ ഞാനും എന്റെ അച്ഛനെ അളിയാ എന്നു വിളിച്ചുപോകുമായിരുന്നു. ഏതായാലും ചുവരിൽ നിന്നറിഞ്ഞ ചങ്ങമ്പുഴക്കവിതകൾ അമ്മയും ശേഖരഞ്ഞാട്ടനും ഒന്നും കേൾക്കാനിട വന്നില്ല. ശേഖരഞ്ഞാട്ടൻ മുത്തുവിന്റെ നേരെ മൂത്ത ആളാണ്. ശേഖരഞ്ഞാട്ടൻ എന്നാണ് വിളിക്കുക ഞാനും വിദ്വാൻ കെ. എം. ചന്ദ്രശേഖരൻ എന്ന് എച്ച് ആന്റ് സിക്കാരുടെ ഹിന്ദി ഗൈഡിനു മുകളിൽ എഴുതും. ഹിന്ദിമാഷായിരുന്നു ശേഖരഞ്ഞാട്ടൻ, അക്കിക്കാവ് സ്കൂളിൽ. കവി റഫീക്ക് അഹമ്മദിനെ ഹിന്ദി പഠിപ്പിച്ചിട്ടുണ്ട്. ഷൊർണ്ണൂർ ആയുർവ്വേദ സമാജത്തിൽനിന്ന് വൈദ്യം പഠിച്ചിട്ടുണ്ട്. സംസ്കൃതപണ്ഡിതനും ഭക്തനുമായിരുന്നു. ശബരിമലയ്ക്കും ഗുരുവായൂർക്കും

പോകും. കൊട്ടിയൂർക്കു പോയി ഓടപ്പൂക്കൾ കൊണ്ടുവന്ന് പൂമുഖത്തിന്റെ ഇടവട്ടത്തിൽ ഞാത്തിയിടും. എന്നെ ചെറുപ്പത്തിൽ 'വിഷ്ണുസഹസ്രനാമം' പഠിപ്പിച്ചത് ശേഖരഞ്ഞാട്ടനാണ്.

ഓം വിശ്വം വിഷ്ണുർ വഷ്ടകാരോ
ഭൂതഭവ്യ ഭഗവത് പ്രഭു
ഭൂതകൃദ് ഭൂതഭൃത് ഭാവോ ഭൂതാത്മാ
ഭൂതഭാവന.

എന്നിങ്ങനെ ആയിരം നാമങ്ങളും ഞാൻ കാണാപാഠം ചൊല്ലിയിരുന്നു. ആറേഴുവയസ്സുള്ള കാലത്തുതന്നെ അതു ചൊല്ലിക്കഴിഞ്ഞാൽ ശേഖരഞ്ഞാട്ടൻ അലമാര തുറന്നു കൽക്കണ്ടവും മുന്തിരിയും കാരയ്ക്കയുമെല്ലാം എടുത്തുതരും. വലിയവലിയ പുസ്തകങ്ങളായിരുന്നു അലമാര നിറയെ. ശമ്പളം കിട്ടിയ നോട്ടുകൾ ആ പുസ്തകത്തിന്റെ താളുകൾക്കിടയിലാണ് ശേഖരഞ്ഞാട്ടൻ സൂക്ഷിച്ചുവെയ്ക്കുക. പേഴ്സ് ഉണ്ടായിരുന്നില്ല. ചെരുപ്പും ഉപയോഗിച്ചിട്ടില്ല. ശേഖരഞ്ഞാട്ടന്റെ കണ്ണുവെട്ടിച്ച് മേഘസന്ദേശത്തിലും ചരകസംഹിതയിലും മുത്തുവിന് ബീഡിയും തനിനിറവും പുസ്തകങ്ങളും വാങ്ങാനുള്ള നോട്ടുകൾ തപ്പുമ്പോൾ ഞാൻ വിഷ്ണുസഹസ്രനാമം ചൊല്ലി.

വസുർ വസുമനഃ സത്യഃസമാത്മാ
സമ്മിതഃസമഃ
അമോഘഃപുണ്ഡരീകാക്ഷോ വൃഷ കർമ്മാ വൃഷാകൃതിഃ

എനിക്കു തിരസ്കരണി മന്ത്രം പഠിപ്പിച്ചുതരാമെന്നു ശേഖരത്താട്ടൻ പറഞ്ഞിരുന്നതാണ്. അഞ്ചുലക്ഷംതവണ ചൊല്ലിയാലേ സിദ്ധി കൈവരൂ. ഞാൻ അതു വേണ്ടെന്നു വച്ചു. 'വക്രതുണ്ഡായ ഹും' എന്നുള്ള മന്ത്രം ഒരു ലക്ഷംതവണ ഉരുവിട്ട് സിദ്ധി കൈവന്ന ആൾ വിരലുകൊണ്ടു തൊട്ടാൽ ഏതു പനിയും ശമിക്കും. ശേഖരത്താട്ടന് ആ വിദ്യ അറിയാമായിരുന്നുവെന്നു തോന്നുന്നു.

ശേഖരഞ്ഞാട്ടനും സി.വി.ശ്രീരാമനും വലിയ. കൂട്ടായിരുന്നു. സിവി. ശ്രീരാമനെ ഞാനും മുത്തുവുമെല്ലാം ബാലേട്ടൻ എന്നാണ് വിളിക്കുക. ബാലേട്ടൻ കമ്മ്യുണിസ്റ്റാണ്. മുത്തുവും. പക്ഷേ, ബാലേട്ടൻ തട്ടിൻപുറത്തേക്ക് വരികയോ ഞങ്ങളുടെ ചുവരെഴുത്തുകൾ വായിക്കുകയോ ചെയ്തില്ല. പത്തായപ്പുരയുടെ കിഴക്കെ ചെരുവിലിരുന്ന് പാതിരാവോളം ശേഖരഞ്ഞാട്ടനുമായി വർത്തമാനം പറഞ്ഞുകൊണ്ടിരിക്കും. ബാലേട്ടൻ അന്നു പൊടി വലിക്കും. മൂക്ക് അടഞ്ഞ് വാക്കുകൾക്കെല്ലാം അനുനാസികം വന്നിരുന്നു. ഇൻഡ്യ എന്നതിന് 'ഇന്ന്യ' എന്നാണു പറയു

ക. അന്നു കഥകളൊന്നും എഴുതിയിട്ടുണ്ടായിരുന്നില്ല. സുന്ദരനായിരുന്നു. ശേഖരമ്മാമൻ തന്നെ സംസ്കൃതം പഠിപ്പിച്ചിട്ടുണ്ട് എന്നു ബാലേട്ടൻ തന്റെ കഥാസമാഹാരത്തിന്റെ ആമുഖത്തിൽ എഴുതിയിട്ടുണ്ട്. അതു ഞാൻ അറിഞ്ഞിരുന്നില്ല.

ശേഖരഞ്ഞാട്ടന് ഉറക്കത്തിൽ ഞെട്ടിത്തെറിക്കുകയും പിച്ചും പേയും പറയുകയും ചെയ്യുന്ന ദണ്ഡമുണ്ടായിരുന്നു. ഒരിക്കൽ രാത്രി അടുത്തു കിടന്നുറങ്ങിയ ബാലേട്ടന്റെ നെഞ്ചത്തു ചാടിക്കയറിയിരുന്ന് കഴുത്തു പിടിച്ച് ഞെരിച്ച് 'നിന്നെ ഞാൻ കൊല്ലും ഇപ്പോഴാണ് എനിക്ക് ശരിക്കുള്ള അവസരം കിട്ടിയത്' എന്ന് അലറിവിളിച്ചുവത്രെ. അലർച്ച കേട്ട് മുത്തുവിന്റെ അമ്മ ഉണർന്ന് ബഹളം വച്ച കാരണമാണ് സി.വി.ശ്രീരാമൻ എന്ന ചെറുകഥാകൃത്ത് ഉണ്ടായത്. 'ന്റെ കുട്ടീനെ കൊന്ന് കളഞ്ഞേർന്നു അന്ന് രാക്ഷസൻ' എന്നു വല്യമ്മ പറയുന്നത് ഞാൻ കേട്ടിട്ടുണ്ട്. വല്യമ്മ എപ്പോഴും രാമായണം വായിക്കും. അതുകൊണ്ടായിരിക്കാം ചീത്ത പറയുമ്പോൾ കൊരങ്ങൻ, രാക്ഷസൻ, താടക എന്നിങ്ങനെയുള്ള വാക്കുകളാണുപയോഗിക്കുക.

'ഉപബോധമനസ്സിന്റെ പ്രവർത്തനമാണ് അത്. ഒരു ഈശ്വരഭക്തന് ഒരു നിരീശ്വരവാദിയായ കമ്മ്യൂണിസ്റ്റിനെ ഒരിക്കലും സഹിക്കാൻ പറ്റില്ല.' ആ സംഭവത്തെപ്പറ്റി മുത്തു എന്നോടു പറഞ്ഞു.

'അങ്ങിനെയൊക്കെ ഉണ്ടാവുന്നതിന് എന്താ പരിഹാരം?' ഞാൻ ചോദിച്ചു.

'ഹിപ്നോട്ടൈസ് ചെയ്തു ശരിയാക്കാം. ചാത്തന്റെ ഉപദ്രവം എന്ന് അന്ധവിശ്വാസികൾ പറയും ഇതിനൊക്കെ.' മുത്തു എന്നെ സമാധാനിപ്പിച്ചു.

സ്കൂൾ അവധിക്കാലത്ത് ഞങ്ങളൊക്കെ പുഞ്ചപ്പാടത്തേക്ക് കളിക്കാൻ പോകും. വർഷകാലത്ത് ആമ്പൽപ്പൂ പറിക്കാനും വേനൽക്കാലത്ത് കാളയോട്ടി കളിക്കാനും. ഉച്ചയ്ക്കു ചോറുവിളമ്പാൻ നേരമായാൽ മുത്തുവിന്റെ അമ്മ വടക്കോട്ടു നോക്കി കൈ രണ്ടും തലയ്ക്കു പിന്നിൽ പിണച്ചുവച്ചു നീട്ടിവിളിക്കും. 'രാവൂട്ട്യേയ്...'

ബാങ്കുകൊടുക്കുന്ന പോലെയാണാ നീട്ടിവിളി. ആ വിളി കോയമ്പത്തൂരിൽ എഞ്ചിനീയറിംഗിന് പഠിക്കുമ്പോൾ മരിച്ചുപോയ മകനുവേണ്ടിയുള്ളതാണെന്ന് ചേച്ചി പറഞ്ഞു. വടക്കോട്ടായിരുന്നു വീടിന്റെ തുറസ്സ്. അതു മാളോർക്കടവുംകഴിഞ്ഞ് പുഞ്ചപ്പാടത്തേയ്ക്ക് പരന്നുകിടന്നു. ആ വിളി ആകാശത്തേക്കു കൈകളുയർത്തി ചമ്പത്തെങ്ങുകൾ നിന്ന മണൽപ്പരപ്പിലൂടെ അപ്പുക്കരുവാന്റെ ഉമ്മറത്തൂടെ ചീരൻമുതലാളിയുടെ കള

പ്പുര കടന്ന് കോഞ്ഞമ്മായീടെ ഇരുട്ടുകുത്തിയ കവുങ്ങിൻതോപ്പിലൂടെ പാടത്തിറങ്ങി ഞങ്ങളെ തിരഞ്ഞുവരും.

വിളിപ്പുറത്തേക്ക് ഓടിയെത്തുന്നതിനിടയിൽ അപ്പുക്കരുവാന്റെ ഉമ്മറത്ത് ഞാൻ ചിലപ്പോൾ കിതപ്പാറ്റാൻ മലർന്നുകിടക്കും. എന്നും നല്ല തണുപ്പായിരുന്നു കറുത്തു മിന്നുന്ന ആ ഉമ്മറത്തിന്. തിണ്ണയോ അതിരോ ചവിട്ടുകല്ലോ ഉണ്ടായിരുന്നില്ല. കാലിന്റെ ഞെരിയാണിക്ക് മാത്രം ഉയരമുള്ള അതു വെള്ളമണൽ തൂവിയ മുറ്റത്തേക്ക് വളർന്നുകിടന്നു. ചീരുത്തള്ളയാണ് ഉമ്മറത്തെ അങ്ങനെ തുടത്തുമിനുക്കി വെക്കുന്നത്. നിലത്ത് പണ്ട് എഴുതിയിട്ടത് സങ്കടത്തോടെ മെല്ലെ മായ്ച്ചുകളയും പോലെ മുട്ടുകാലിൽ കുനിഞ്ഞിരുന്ന് ഉമ്മറം തുടച്ചുമിനുക്കുമ്പോൾ ചീരുത്തള്ളയുടെ മുലകൾ നീണ്ടുലഞ്ഞുവന്ന് ഉമ്മറം തൊട്ടു.

എച്ചുമ്മു എന്നും അമ്മുക്കുട്ടി എന്നും പേരുള്ള രണ്ടുപെൺമക്കളാണവർക്ക്. ഏച്ചുമ്മുവാണ് എന്നെ എടുത്തുകൊണ്ടുപോയി ഒന്നാംക്ലാസിൽ ഇരുത്തിയിരുന്നത്. ഏച്ചുമ്മുവിന് തലനോക്കി പേനെടുത്ത് മുട്ടാനറിയാം. രണ്ടുകൈകൊണ്ടും തലയിൽ എരടിയെരടി പേനുകളെ പിടിച്ച് തലയിൽവച്ചുതന്നെ വിരലുകൊണ്ടമർത്തി 'ശ് ശൂ...' എന്ന് ഒച്ചയുണ്ടാക്കിയാണ് കൊല്ലുക.

'എന്തിനാ എച്ചുമ്മോ, പേനിനെക്കൊല്ലുമ്പോൾ 'ശൂ' എന്ന് ഒച്ചയുണ്ടാക്കണ്?'

'അതോ, ഞെക്കിക്കൊല്ലുമ്പോൾ പേൻ നെലോണിക്കണത് ആരും കേൾക്കാണ്ടിരിക്കാനാ.' അതു പറഞ്ഞിട്ട് വീണ്ടും എച്ചുമ്മു പേൻ നോക്കിയെടുത്തു മുട്ടിയിരിക്കും. അപ്പോഴൊക്കെ ശ്ശൂ....ന്ന് ഒച്ചയുണ്ടാക്കിയിട്ടുണ്ടാവും. ഓർമ്മയില്ല.

കഴിഞ്ഞയാഴ്ച കാവുണ്ണിയുടെ ക്ലബ്ബിന്റെ രജതജൂബിലിക്ക് പയ്യന്നൂർക്ക് പോകുമ്പോൾ എലത്തൂരും കഴിഞ്ഞ് ഒരു ലെവൽക്രോസിൽ വണ്ടി നിന്നപ്പോഴാണ് ഞാൻ ആദ്യമായി വീരാൻകുട്ടിയുടെ പുസ്തകം തുറന്നത്.

തണ്ടിലൂടെ
കയറുന്നതിന്റെ കിതപ്പ്
പുറത്തു കേൾക്കാതിരിക്കാൻ
വെള്ളം പ്രാർത്ഥിക്കുന്നുണ്ട്
ഞെട്ടിൽ നിന്ന്
അടർന്ന ഉടൻ
വീണ്   ഒച്ചയാകുംമുമ്പ്
കരിയിലയെ

കാറ്റ്
അകലേയ്ക്ക് എടുത്തുകൊണ്ടുപോകുന്നുണ്ട്.

ചിലപ്പോൾ ചീരുത്തള്ളയുടെ ഉമ്മറത്ത് എച്ചുമ്മുവിന്റെ മടിയിൽ തലവച്ചുകിടന്ന് ഞാൻ ഉറങ്ങി. ആലയിലെ ഒലോക്ക് പിടിച്ച് തീത്തഴമ്പുള്ള വിരലുകൾ തലയിൽ പേനുകളെ നായാടി നടക്കും. പേനുകളുടെ നിലവിളി പുറത്തുകേൾക്കാതിരിക്കാൻ 'ശൂ...ശൂ...' എന്ന് ൂതിക്കൊണ്ടിരിക്കും. കുറെ ചെന്നാൽ നായാട്ടിനും പേനുകളുടെ നിലവിളി ഒളിപ്പിച്ചുവെയ്ക്കുന്ന ഒച്ചയ്ക്കുമെല്ലാം ഒരു താളം കൈവരും. അങ്ങനെയാണ് സ്വച്ഛമായ ഉറക്കങ്ങളിലേക്ക് ഞാൻ ഉയരുക.

വിരിയുന്ന പൂവിനെക്കുറിച്ചുള്ള വീരാൻകുട്ടിയുടെ കവിത വായിച്ചപ്പോൾ ഞാൻ പേനുകളുടെ നിലവിളികളോർത്തു. തീത്തഴമ്പുള്ള കൈവിരലുകളോർത്തു.

എന്റെ മുന്നിലൂടെ കടന്നുപോയ ട്രെയിൻ എച്ചുമ്മുവിനെപ്പോലെ 'ശൂ...ശൂ' എന്ന് ഒച്ചയുണ്ടാക്കുന്നതറിഞ്ഞു. ചീരുത്തള്ളയുടെ മുലകുടിച്ചുവളർന്ന ഉമ്മറത്തിന്റെ വിശുദ്ധിയിൽ കുപ്പായമിടാതെ മലർ ന്നുകിടന്ന് കിതപ്പാറ്റിയ ഉച്ചനേരങ്ങൾ ഓർത്തു.

തളിരുകൾ
മഞ്ഞുതുള്ളി വീഴുന്ന
ഒച്ചയെ
മാർദ്ദവംകൊണ്ട്
വലിച്ചെടുക്കുന്നുണ്ട്.

ട്രെയിൻ പോയിക്കഴിഞ്ഞ് ഗേറ്റു തുറന്നത് ഞാനറിഞ്ഞുവോ? നാളെത്തന്നെ ആലപ്പുഴയ്ക്ക് പോണോ? വണ്ടിയോടിക്കുന്ന സുഭാഷിന്റെ ചോദ്യം ഞാൻ കേട്ടോ? പോകണ്ടേ, എന്നു മറുചോദ്യമുണ്ടായോ? എല്ലാം നടന്നിട്ടുണ്ടാവാം. അചരങ്ങളെന്നും ജീവനില്ലാത്തവയെന്നും നീക്കിവച്ചതൊക്കെയും ഉയിരുണരുന്നത് പക്ഷേ, ഞാനറിഞ്ഞു. വീരാൻകുട്ടിയുടെ ഉമ്മയെ ഞാൻ കണ്ടു.

പരിചിതമായിരുന്നു എനിക്ക് ഉമ്മാരം.

രാത്രിയിൽ
വാതിലടച്ചാൽ
പുറത്ത്
ഒറ്റയ്ക്ക്
തണുത്തുവിറച്ച്
പേടിച്ചല്ലേ വരാന്ത

എന്ന് ഉമ്മ
അകത്തു
തഴുതിടാതെ
കിടക്കും.
ഒറ്റയ്ക്കാവുമ്പോൾ
ഒച്ചയുണ്ടാക്കാതെ തുറന്നിട്ട വാതിലിലൂടെ
അടുക്കളയോളം
ചെല്ലുന്നുണ്ടാവാം
വരാന്ത.
ജിന്നിനെ
സ്വപ്നം കണ്ടുകിടക്കുന്ന
രാത്രിയിൽ
പുറംലോകം
കണ്ടിട്ടില്ലാത്ത
ഉമ്മയെ
കൈപിടിച്ച്
ഒതുക്കുകല്ലിറക്കി
കൊണ്ടുപോകുമോ
വരാന്ത?

ഉമ്മയോട് വീരാൻകുട്ടിക്ക് എന്തുമാത്രം സ്നേഹമാണ്! എനിക്ക് മുത്തുവിന്റമ്മയോടും സ്നേഹമുണ്ടായിരുന്നു. അമ്മ എനിക്ക് കഥകൾ പറഞ്ഞുതരും. ആ കഥകളൊന്നും പക്ഷെ, എന്നെ നിദ്രയിലേക്ക് കൂട്ടിക്കൊണ്ടുപോയില്ല. മരണത്തെ ജയിക്കാനുള്ള ഔഷധം കണ്ടുപിടിച്ച സന്യാസിയുടെ കഥയായിരുന്നു അതിലൊന്ന്. വൃദ്ധനായ സന്യാസി താൻ കണ്ടുപിടിച്ച പച്ചമരുന്നും കഷായവുമൊക്കെ ഒരു മൺപിടാവിനകത്ത് നിറച്ച് തന്നെ അതിൽ കൊത്തിനുറുക്കിയിട്ട് പിടാവിന്റെ വായ മൂടിക്കെട്ടി മണ്ണിൽ കുഴിച്ചിടാൻ ശിഷ്യന്മാരോട് പറഞ്ഞു. പത്തുമാസം തികയുന്ന ദിവസമേ പുറത്തെടുക്കാവൂ. അതുവരെ ഓംകാരം ജപിക്കണം. മൃത്യുഞ്ജയഹോമം ചെയ്യണം. ബ്രഹ്മചര്യം പാലിക്കണം. ശിഷ്യന്മാർ ഗുരു പറഞ്ഞതുപോലെതന്നെ ചെയ്തു. ഗുരുവിനെ അവർക്ക് പൂർണ്ണ വിശ്വാസമായിരുന്നു. പക്ഷെ, ഒമ്പതുമാസം കഴിയുമ്പോഴേക്കും ഒരു ശിഷ്യന് ഗുരുവിനെ നവജാതശിശുവിന്റെ രൂപത്തിൽ കാണാൻ തിടുക്കമായി. മറ്റുള്ളവർ കണ്ണുമടച്ച് ഓംകാലത്തിൽ ലയിച്ചിരുന്ന ഒരു രാത്രി അയാൾ സൂത്രത്തിൽ പേടകം തുറന്നു. കോപം പൂണ്ട ഗുരു ഭ്രൂണത്തി

ലിരുന്ന് ശിഷ്യനെ ശപിച്ചു. നീ പഠിച്ച ഒരു വിദ്യയും ഫലിക്കാതെ പോകട്ടെ. അത്രയും പറഞ്ഞ് അരൂപിയായി ഗുരു ആകാശത്തേക്ക് ഉയർന്നുപോയി. പിന്നെ ദരിദ്രനായൊരു കൃഷിക്കാരൻ തപസ്സു ചെയ്തപ്പോൾ കിളികൾ നെൽക്കതിരുകൾ കൊണ്ടുവന്ന് ചുറ്റും കൂട്ടി കൃഷിക്കാരനെ ധനികനാക്കിയ കഥ, ചിറയളത്തെ ആനയുടെ കഥ, പുഴയ്ക്കലെ കിട്ടുമ്മാൻ ഓടുന്ന ബസ് പിടിച്ചുനിർത്തിയ കഥ എന്നാൽ ആ കഥകളത്രയും എന്നെ സ്വൈര്യം കെടുത്തിയതേയുള്ളൂ. ഉറക്കം വരാതെ ഞാൻ തിരിഞ്ഞും മറിഞ്ഞും കിടന്നിട്ടുണ്ടാവണം. കഥകളിലേക്ക് സ്വയം അടങ്ങി അമ്മ ഉറങ്ങിയിട്ടുണ്ടാവണം.

നിങ്ങളുടെ കൺമുന്നിൽ ഇപ്പോൾ ഉള്ളതിലേക്കു നോക്കാൻ വീരാൻകുട്ടി പറയുമ്പോഴും എന്റെ സ്വൈര്യം കെട്ടുപോകുന്നു. വീരാൻകുട്ടിയുടെ കയ്യിൽ വടിയും കാലിൽ ചെരുപ്പും ഉള്ളതായി എനിക്കു തോന്നി. ഈ കവിത എഴുതുന്ന വീരാൻകുട്ടി തന്റെ സ്വന്തം ആകാശത്തുനിന്നിറങ്ങി വന്ന് മറ്റേ പണിയെടുക്കുന്നവരുടെ യൂണിഫോം ധരിക്കുന്നു. ഞാൻ റഫീക്ക് അഹമ്മദിന്റെ വരികളോർത്തുപോയി.

> തുടലിനുള്ളിൽ ചെരുപ്പും വടിയുമായി
> വരികയായി പുരാണൻ, വിമോചകൻ

വീരാൻകുട്ടി നിസ്ക്കരിക്കുന്നുണ്ടാവണം. സ്രഷ്ടാവിന്റെ ചെയ്തികളോർത്ത് അത്ഭുതപ്പെടുന്നുണ്ടാവണം. അങ്ങനെയാവണം 'കടലിന്റെ ഓലയിൽ' എന്ന കവിതയുണ്ടാവുന്നത്.

നിർമ്മാണത്തിലെ ശ്രദ്ധ എന്നാൽ ഇതൊക്കെയാണ്.

> വെളിച്ചം വെളിച്ചമല്ലാതെ
> മറ്റൊന്നും ആവാതിരിക്കുന്നത്
> പെട്ടെന്നുള്ള മടക്കത്തെപ്പറ്റി
> മിന്നലിന് ഓർമ്മ കിട്ടുന്നത്
> വെയിലിനു കനവും
> നിലാവിനു ഒച്ചയും ചേർക്കാൻ
> മനസ്സു വരാത്തത്
> അതിനെക്കുറിച്ചൊക്കെയാവണം
> കാറ്റും എഴുതുന്നത്
> കടലിന്റെ
> പച്ചയുണങ്ങിയിട്ടില്ലാത്ത
> ഓലയിൽ,

കടൽ എനിക്കൊരിക്കലും സാന്ത്വനമായിട്ടില്ല. ഭയമോ ദുഃഖമോ അ

ങ്ങനെയുള്ള എന്തൊക്കെയോ ആണ് എനിക്കു കടൽ. കാറ്റുകൊള്ളാൻ ഞാൻ കടൽത്തീരത്തു പോയിട്ടില്ല. വീരാൻകുട്ടി അങ്ങനെയല്ല.

ഓരോ ദിവസം
ഓരോ കടലിനെ
കൂടെ കൊണ്ടുപോകും
ആദ്യത്തേതിൽ
നന്നായരച്ച
രക്തചന്ദനത്തിന്റെ ഉരുള
വീണു കുതിർന്നിരുന്നു
ഗംഭീര ശാന്തത
കൊച്ചുകുഞ്ഞിനെപ്പോലെ
ഉറങ്ങിക്കിടക്കുന്ന നേരത്ത്
കൊണ്ടുപോരുന്ന കടലിന്
ഭാരമേ തോന്നുകയില്ല
അപാരതയുടെ മുഴക്കം അകത്തുള്ള
ഒന്നിനെ
ചില ദിവസങ്ങലിൽ കിട്ടും.
ഇന്നലെ കൊണ്ടുപോന്ന
കടലിനെ
ഒറ്റയോട്ടത്തിന്
കടൽക്കരയിൽത്തന്നെ
വച്ചിട്ടുപോന്നു
ഒരു മീൻകുഞ്ഞാണ്
അതിൽ പെട്ടിരുന്നത്.

വീരാൻകുട്ടിക്ക് ഉമ്മയുടെ മനസ്സായിരിക്കണം. ഉമ്മയേക്കാളും കനിവുള്ള മനസ്സായിരിക്കണം.

പറവകളെക്കുറിച്ചും അവ പറക്കുന്നതിനെക്കുറിച്ചും വീരാൻകുട്ടി ഓർക്കുന്നതിങ്ങനെയാണ്.

ചിറകുകൾ ചെറുതെങ്കിലും
അറ്റമില്ലായ്മയെ
അളന്നുതീർക്കാനുള്ള
അതിന്റെ എളിയ തിടുക്കം
അവസാനിക്കുകയില്ല
ചിലനേരം

തൂവിപ്പോയ വെളിച്ചത്തെ എടുക്കാൻ
അന്തരീക്ഷത്തെ
ചേറിക്കൊണ്ടിരിക്കും.
രാത്രിയിൽ ഇരുട്ടിനെ അരിച്ച്
സ്വർണ്ണത്തരികൾ എടുക്കും
ശരീരം സൂചിയാക്കി
ആകാശത്തിന്റെ
കീറലുകൾ തയ്ക്കും
വാക്കുകളിൽ
അലുക്ക് പിടിപ്പിക്കും.

വീരാൻകുട്ടി പറന്നുപറന്ന് സ്വർഗ്ഗപൂന്തോട്ടത്തിനു മുകളിലെത്തുന്നു. ഞാനുമെത്തുന്നു.

മേലെനിന്ന് നോക്കുമ്പോൾ
ആരുടെ തോട്ടമിത്
എന്നു വിസ്മയിക്കും

ചിലപ്പോൾ താഴ്വാരത്തിലൂടെ ആറുകളൊഴുകുന്ന ഉദ്യാനങ്ങൾ അവർക്കുള്ളതാകുന്നു. ആ ഉദ്യാനത്തിലെ ഫലങ്ങൾക്ക് ഇഹത്തിലെ ഫലങ്ങളോട് സാരൂപ്യമുണ്ടായിരിക്കും. അതിന്റെ ഓരോ ഫലം ഭുജിക്കാൻ നൽകപ്പെടുമ്പോഴും അവർ പറയും, 'ഇത്തരം ഫലങ്ങൾ ഇതിനുമുമ്പ് ഇഹത്തിലും ഞങ്ങൾക്ക് നൽകപ്പെട്ടിരുന്നതാണല്ലോ.' (ഖുർ ആൻ : അൽബഖറ-25)

ഈ പഴത്തിന് ഈ മധുരംതന്നെ
ഈ തളിരിന് ഈ നിറം

സ്വർഗോദ്യാനത്തിൽ തെളിനീരരുവികൾ ഒഴുകുന്നതും വീരാൻ കുട്ടി കാണുന്നുണ്ട്.

ഈ ഒഴുക്കിന് ഇത്രയും തണുപ്പ്
എന്നു വിടരുംകണ്ണുകൾ
പൊരുൾതേടി ദേശാടനം പോകും
മടക്കത്തിൽ ക്ഷണത്തിൽ മറിയ്ക്കും
അപാരതയുടെ താളുകൾ
അപ്പോൾ മറ്റൊരു മഹാകാശം
ഉള്ളിൽ വന്നു നിറയും
എന്നാൽ വീരാൻകുട്ടിക്ക് സങ്കടമുണ്ട്
കിളി ഇപ്പോൾ പറക്കുകയല്ല

തന്നെത്തന്നെ
ആവുംവിധം
വീശിക്കൊണ്ടിരിക്കുകയാണ്.

കിളികൾ ഇണകളെ ഓർത്ത് പാടുന്നതും കൂട്ടുകൂടുന്നതും പുഴുക്കളെ കൊത്തിക്കൊണ്ടുവന്ന് കുഞ്ഞുങ്ങളെ ഊട്ടുന്നതും ഒരുക്കിവെച്ച കെണിവലകൾക്കു നേരെ അറിയാതെ അവ പറന്നടുക്കുന്നതും ചില നേരങ്ങളിൽ വിളക്കുകൾക്കുമേലെ ചുഴലിപോലെ കൂട്ടത്തോടെ പറന്നിറങ്ങുന്നതും എന്റെ കാഴ്ച

കുന്നിടിച്ചുനിരത്തുന്ന യന്ത്രമേ
മണ്ണുമാന്തിയെടുക്കുന്നകൈകളിൽ
പന്തുപോലൊന്നു കിട്ടിയാൽ നിർത്തണേ
ഒന്നു കൂക്കി വിളിച്ചറിയിക്കണേ
പണ്ടു ഞങ്ങൾ കുഴിച്ചിട്ടതാണെടോ
പന്തുകായ്ക്കും മരമായ് വളർത്തുവാൻ

എന്ന് മോഹനകൃഷ്ണൻ വിളിച്ചുപറയുന്നത് ഞാൻ കേൾക്കുന്നുണ്ട്. ഇത് എന്റെ വേദന.

കടപൊട്ടുംപോലെ
എന്തോ കേട്ടു
ദൂരെ
മഴുചെത്തം കേട്ടില്ല
നിലംപൊത്തുന്നതു കണ്ടില്ല
തലച്ചില്ലകൾ
ആഞ്ഞുപതിച്ചത്
പക്ഷെ
തൊട്ടരികെ.

ഞാനും ഈ ദുരിതം അനുഭവിക്കുന്നു. ഈ കടുകുമണിക്കവിതയിലൂടെ പി. രാമൻ മോഹൻകൃഷ്ണനെപ്പോലെയല്ല വർത്തമാനകാല സത്യങ്ങൾ കാണുന്നത്. 'വഴിയെവിടെ? വഴിയെവിടെ? മുല്ലത്തറയ്ക്കുമേൽ വള്ളിക്കുരുന്നുകൾക്കൊക്കെയും' ഉണ്ടായ സംഭ്രമം രാമനിവിടെ നഷ്ടപ്പെടുന്നു എന്നതിലുമുണ്ട് എനിക്ക് സന്തോഷം. രാമൻ എന്നെങ്കിലും വന്നാൽ ചെറുവത്താനിയിലെ മുത്തുവിന്റെ തട്ടിൻപുറത്ത് കയറ്റണം. 'ചുമരൊക്കെ ഒഴിഞ്ഞുകെടക്കാണ്...' മുത്തു എന്നെ ഓർമ്മിപ്പിച്ചിരുന്നു. ഇന്നലെയും. രാമനത് പരിഹാസമായി തോന്നുമോ എന്തോ?

വീരാൻകുട്ടി ചെറുവത്താനിയിലേക്കൊന്നും വരില്ലെന്നറിയാം. എന്നെ

ങ്കിലും വന്നാൽ കൽക്കണ്ടവും കാരയ്ക്കയുമായി സൽക്കരിക്കുവാൻ പൂമുഖത്ത് ശേഖരമ്മാമനില്ല. കിതപ്പാറ്റാൻ ചീരുത്തള്ളയുടെ മുല കടിച്ചുവളർന്ന ഉമ്മാറമില്ല. വടക്കോട്ടുള്ള തുറസ്സുകളൊക്കെ കമ്പിവേലികൾ കൊണ്ടാരോ തടുത്തു. വെറ്റിലക്കറ പിടിച്ച മോണ കാട്ടി ചിരിച്ച് എച്ചുമ്മു മാത്രമുണ്ട്.

മുത്തന്റമ്മ 'രാവൂട്ട്യേ' എന്നു നീട്ടിവിളിച്ചപോലെ ഞാൻ നിന്നെ വിളിക്കട്ടെ. എത്ര വടക്കാണെങ്കിലും നിന്നെത്തിരഞ്ഞ് ആകാശങ്ങൾ താണ്ടി ആ വിളി എത്തുമെന്ന് എനിക്കറിയാം. നിനക്കത് കേൾക്കാതിരിക്കാനാവില്ലെന്നും.

വീരാൻകുട്ടീ,
കാട്
ഒരു ഇലയായി
നിൽക്കുന്ന
കാലമുണ്ട്.
കാലം
ഒരു തുള്ളിവെള്ളം
കടൽ
അടക്കിപ്പിടിച്ച്
ഒരൊറ്റ മിടിപ്പുപോലെയും
കിളികൾ
കാലത്തിന്റെ
അനാദിയും അനന്തവും
കൊത്തിക്കൊണ്ടുവന്ന്
ഇലയ്ക്കിടയിൽ
കൂടുകൂട്ടും
ഇല
ഒളിപ്പിച്ചുവെച്ച പൂക്കൾ
കിളികളോട് പറയും
എന്നെങ്കിലും
ഇരുട്ടിന്റെ ചില്ലകളിൽ
മിന്നലായി
പുറത്തിറങ്ങണം
കാലത്തിന്
കടക്കാൻ

പാലമാവണം
ഒരു തുള്ളി കടലിന്
മുകളിലൂടെ
ഒരാകാശത്തുനിന്ന്
മറ്റൊരു മഹാകാശത്തേക്കുള്ള
പാലം.

While there one can be wider than the world
While there one is one's own infinity
Savithre, (Aurobinnro)

(2004)

അവസാനത്തെ വാതിൽ

കോട്ടയം മെഡിക്കൽകോളേജിലെ ഒരദ്ധ്യാപകൻ മഞ്ഞപ്പിത്തം ബാധിച്ചു മരിച്ചുവെന്നും അനേകം അധ്യാപകർക്കും മെഡിക്കൽ വിദ്യാർത്ഥികൾക്കും രോഗബാധയുണ്ടെന്നുമുള്ള വാർത്തയെ തുടർന്നു കോളേജ്കാമ്പസിൽ വെച്ചൊരു ടെലിവിഷൻപ്രോഗ്രാം ചെയ്യാൻ പോയതാണ് ഞാൻ.

ഹോട്ടലിന്റെ ലോബിയിൽ ജയകൃഷ്ണനും ദേവദാസും മഞ്ഞപ്പിത്തത്തെക്കുറിച്ചുള്ള ലേഖനങ്ങളും പത്രറിപ്പോർട്ടുകളുമായി കാത്തുനില്പ്പുണ്ടായിരുന്നു. അതൊക്കെ എന്റെ കയ്യിൽ തന്നിട്ട് ജയകൃഷ്ണൻ പറഞ്ഞു, 'രാമേട്ടനിതൊക്കെ സ്വസ്ഥമായിരുന്ന് വായിച്ച് പഠിക്ക്. നാളെ മൂന്നുമണിയ്ക്കാണ് ഷൂട്ട് വെച്ചിരിക്കുന്നത്. ഇക്കൂട്ടത്തിൽ ഡോ.ഇക്ബാലിന്റെ ഒരു ലേഖനമുണ്ട്. മാതൃഭൂമിയുടെ ആരോഗ്യമാസികയിൽ വന്നതാണ്. ജോൺ സ്നോ എന്നൊരു വൈദ്യശാസ്ത്രജ്ഞൻ ബ്രോഡ്സ്റ്റ്രീനിലെ വാട്ടർ പമ്പിന്റെ ഹാന്റിൽ ഊരിയെടുത്ത് വെള്ളമെടുക്കുന്നത് നിരോധിച്ച കാരണമാണത്രെ. അതിനടുത്ത ഗോൾഡൻ സ്ക്വയറിൽ താമസിച്ചിരുന്ന കാൾ മാർക്സ് കോളറാമരണത്തിൽനിന്നു രക്ഷപ്പെട്ടത്.'

കൗണ്ടറിൽനിന്നുതന്നെ ഞാനതൊക്കെ മറിച്ചുനോക്കുകയായിരുന്നു. അപ്പോൾ ദേവദാസ് തിടുക്കം കൂട്ടി.

'എന്നാൽ രാമേട്ടൻ മുറിയിലേക്കു പോയ്ക്കോളൂ. ഞങ്ങൾ ഇറങ്ങുകയാണ്. മെഡിക്കൽ കോളേജ് പ്രിൻസിപ്പലിനെയും എം.എൽ ചാഴിക്കാടനെയും കാണണം.'

'അവർക്കും മഞ്ഞപ്പിത്തമുണ്ടോ?'

ഞാൻ ചോദിച്ചു.

'ഉണ്ടോ എന്നു ചോദിച്ചാൽ ഇല്ല എന്ന് ഉറപ്പിച്ചുപറയാൻ പറ്റില്ല. ഇപ്പോൾ മരണസംഖ്യ ഇരുപതു കഴിഞ്ഞു. തൃശ്ശൂരും മലപ്പുറത്തും ഇതുമൂലമുള്ള മരണങ്ങൾ റിപ്പോർട്ടു ചെയ്യപ്പെട്ടിട്ടുണ്ട്. കേരളത്തിലെ കിണറുവെള്ളത്തിലും മനുഷ്യരക്തത്തിലും വൈറസുകൾ പെരുകുകയാണ്.

മുറിയിൽ എത്തിയശേഷം ഞാനാ കടലാസുകൾ വീണ്ടുമെടുത്തു നോക്കി. ബോധവൽക്കരണവും രോഗപ്രതിരോധക്യാമ്പുകളുമൊക്കെ

നടക്കുന്നുണ്ട്. പൂനയിൽനിന്നു വന്ന വൈറോളജി വിദഗ്ദ്ധർ കോട്ടയത്തെ നാല്പത്തിആറു സ്ഥാപനങ്ങൾ അടച്ചുപൂട്ടാൻ നിർദ്ദേശിച്ചിരിക്കുന്നു. മെഡിക്കൽ കോളേജിന്റെ മുന്നിലുള്ള ഹോട്ടലുകൾക്കും ലാബുകൾക്കും പുറമെ തട്ടുകടകളും ലിസ്റ്റൗട്ട് ചെയ്തിട്ടുണ്ട്. എനിക്ക് ഏറെയൊന്നും വായിക്കാൻ തോന്നിയില്ല. എന്താണ് ഇതൊക്കെ ഇത്ര വായിക്കാനുള്ളത്? എല്ലാം വായിച്ചതുതന്നെ. എന്നാലും മീറ്റിംഗിൽ എം.എൽ.എ, പ്രിൻസിപ്പൽ, പ്രൊഫസർമാർ എന്നിവരോടൊക്കെ എന്തെങ്കിലും ചോദിക്കണമല്ലോ. ഞാൻ കടലാസെടുത്തു ചോദ്യങ്ങൾ ഓരോന്നായി കുറിച്ചു.

ചോദ്യം 1. മഞ്ഞപ്പിത്തം എന്ന രോഗം എങ്ങനെയാണ് മനുഷ്യശരീരത്തെ ബാധിക്കുന്നത്? എന്താണ് ചികിത്സ?

പ്രതിരോധിക്കാമോ?

2. പത്തുനാല്പതുകൊല്ലമായി പ്രവർത്തിച്ചുവരുന്ന ഈ മെഡിക്കൽ കോളേജിന് ഇപ്പോൾ സ്വന്തം ആരോഗ്യം സംരക്ഷിക്കാൻ കഴിയാത്ത സാഹചര്യമുണ്ടോ?

3. കോട്ടയം മെഡിക്കൽകോളേജിലെ ഡോക്ടർമാരും വിദ്യാർ ത്ഥികളും മഞ്ഞപ്പിത്തരോഗനിവാരണത്തിനായി ആയുർവ്വേദവും ഹോമിയോപ്പതിയും അനുസരിച്ചുള്ള ചികിത്സയാണ് ചെയ്യുന്നത് എന്നറിയുന്നു. ഈ അവസ്ഥ ഒന്നു വിശദീകരിക്കാമോ?

4. വൈറസുകളെ കണ്ടെത്തി റിപ്പോർട്ടുചെയ്യാൻ പൂനയിൽനി ന്നും വൈറോളജിക്കാർ വരേണ്ടതുണ്ടോ? ഇവിടെ തൊട്ടടുത്ത് ആലപ്പുഴ മെഡിക്കൽ കോളേജിൽ ഒരു വൈറോളജി ഡിപ്പാർട്ടുമെന്റുണ്ടല്ലോ.?

നാലുചോദ്യം കുറിക്കുമ്പോഴേക്കും എന്റെ ഉത്സാഹം വറ്റി. ഓ രോ തവണയും ഇത്തരം സന്ദേഹങ്ങൾ ഞാൻ ചുമന്നുകൊണ്ടു പോ കാറുണ്ട്. 10,000കോടി രൂപ ചെലവിൽ എക്സ്പ്രസ് ഹൈവേയ്ക്ക് ഒരുമ്പെടുന്ന സർക്കാർ ഭരിക്കുന്ന രാജ്യത്ത് കടംവന്ന് ആത്മഹത്യ ചെയ്ത 24 കർഷകർക്ക് മൊത്തെ ബാധ്യതയുണ്ടായിരുന്നത് 8 ലക്ഷത്തിൽ താഴെയാണ്.

ആത്മഹത്യ ചെയ്തുകൊണ്ടിരിക്കുന്ന കർഷകരോടോ എക്സ്പ്രസ് ഹൈവേയോടോ സർക്കാരിന് താല്പര്യം?

നിരവധി മനുഷ്യജീവനെ അപഹരിക്കുകയും പിറക്കുന്ന കുഞ്ഞുങ്ങളെ ചലനശേഷിയില്ലാത്തവരാക്കുകയും ചെയ്തിട്ടും, എൻഡോസൾഫാൻ തളിക്കുന്നത് സർക്കാർ എന്തുകൊണ്ട് തടയുന്നില്ല?

അങ്ങനെയങ്ങനെ നിരവധി ചോദ്യങ്ങൾ.

ഞാൻ ചെറിയ സന്ദേഹങ്ങളെല്ലാം ഷൂട്ട് സമയത്ത് കാറ്റിൽ അല ഞ്ഞുതിരിഞ്ഞ് അവസാനം എന്റെ നെഞ്ചിലേക്കുതന്നെ തിരിച്ചു പറന്നു വരും. ഞാനവയെ താലോലിച്ചുവളർത്തുന്നു. ആരാ വേണ്ടെ ന്നു പറ യാൻ? ഇത് ജനാധിപത്യവ്യവസ്ഥയിൽ ജീവിക്കുന്ന ഒരു പൗരന്റെ സ്വാ തന്ത്ര്യമാണ്. അവകാശമാണ്. എല്ലാറ്റിനുംമീതെ അവ ന്റെ ഇഷ്ടമാ ണ്. സന്ദേഹങ്ങളെ, നിങ്ങളെ ഞാൻ ഓമനിച്ചുവളർത്തിക്കൊള്ളാം. മര ണംവരെ നിങ്ങൾക്കെന്റെ നെഞ്ചിൽ ഇടമുണ്ട്. എന്റെ ചിദാകാശത്ത് പാറിപ്പറന്നുകളിക്കാം.

ഞാൻ ചോദ്യങ്ങളുടെ താഴെയായി വെറുതെ ഒരു തല വരച്ചു. ആ ചിത്രത്തിന് ഒടുവിൽ ഉണ്ണികൃഷ്ണന്റെ ഛായ തോന്നിച്ചത് യാദൃച്ഛികം മാത്രമാണ്.

കഴിഞ്ഞ രണ്ടുമൂന്നുദിവസങ്ങളായി ഞാൻ ഒറ്റപ്പാലത്തെ ഷൂട്ടിംഗ് ലൊക്കേഷനിൽവെച്ച് ഉണ്ണികൃഷ്ണനെ കണ്ടിരുന്നു. അതുകൊണ്ടാവ ണം ഞാനറിയാതെ ആ മുഖം എന്റെ വിരലിലൂടെ ഇറങ്ങിവരാൻ ശ്രമി ച്ചത്. വാഴാനിക്കാവ്അമ്പലത്തിൽവെച്ച് ഷൂട്ടിംഗിനിടയി ലെ വിശ്രമസമ യത്ത് ഉണ്ണികൃഷ്ണൻ തമാശ പറയാൻ ശ്രമിച്ചത് ഞാനോർത്തു.

'വടക്കാഞ്ചേരീല് ഏതെങ്കിലും ഒരാസ്പത്രീല് ഈ ഡയാലിസിസി നുള്ള കുന്തം വാങ്ങിവെച്ചാൽ രണ്ടീസം കൂടുമ്പോ തൃശ്ശൂർക്ക് പോവ്വാ ണ്ട് കഴിക്കാർന്നു. ഇന്ത്യ, പ്രമേഹത്തിന്റേയും കേരളം മദ്യപാനത്തിന്റീം തലസ്ഥാനമാണത്രെ. പഞ്ചായത്തുതോറും ഡയാലിസിസ് സെന്ററുകൾ തൊടങ്ങ്യാലും മത്യാവില്ല. നല്ല വരുമാനമുള്ള ഏർപ്പാടാണ്. ഏതു ബാ ങ്കും ലോൺകൊടുക്കും.'

എങ്ങനെയാണിത്രയും ലാഘവത്തോടെ സംസാരിക്കാൻ കഴിയുന്ന തെന്ന് ഞാനമ്പരന്നു. ഷൂട്ടിംഗ് കഴിഞ്ഞ് വീട്ടിലെത്തിയപ്പോൾ ഞാൻ ഗീതയോടു പറഞ്ഞു. 'ഒ ടുവിൽ ഉണ്ണികൃഷ്ണന് കിഡ്നിക്കെന്തോ അ സുഖമാണ്. തൃശ്ശൂർ മിഷ്യൻ ഹോസ്പിറ്റലിലാണ് ഡയാലിസിസ്.'

'നമ്മടെ വിജയേട്ടന്റെ രേഖേച്ചിക്കും അവടത്തന്യാ. രേഖേച്ചീടെ ആ ങ്ങളയ്ക്കും ഡയാലിസിസ് തൊടങ്ങീത്രേ.'

എത്ര എളുപ്പത്തിലാണ് നമുക്കിങ്ങനെയെല്ലാം പറയാൻ കഴിയുന്ന ത്. രണ്ടുമാസം മുമ്പ് സിന്നിമോൾടെ കല്യാണത്തിന് കസവുവസാരി യുടുത്ത് ചന്ദനക്കുറി തൊട്ട് അരിയും പൂവും വെച്ച താലം പിടിച്ച് നില വിളക്കിനു പിന്നിലായി നടന്നുവന്നപ്പോൾ ഞാൻ തമാശ പറഞ്ഞ തോർത്തു,

'അമ്മായിഅമ്മയ്ക്ക് ഇത്ര സ്റ്റൈലൊന്നും വേണ്ടാട്ടോ.'

ഉണ്ണികൃഷ്ണന്റെ ഛായയുള്ള ചിത്രത്തിന് താഴെ ഞാൻ വീണ്ടും ചോദ്യങ്ങൾ എഴുതാൻ ശ്രമിച്ചു.

5. ചികിത്സയില്ലാത്ത രോഗങ്ങളേതൊക്കെയാണെന്നു പറയാ മോ? അല്ലെങ്കിൽ ചോദ്യം ഇങ്ങനെയാക്കാം. അലോപ്പതി വൈദ്യശാസ്ത്രപ്ര കാരം ഏതെല്ലാം രോഗങ്ങൾ ഈ മെഡിക്കൽകോളേജിൽവെച്ച് ചികി ത്സിച്ചുമാറ്റാം? വേണ്ട, പറയാനുള്ളത് മനസ്സിൽ കരുതിയാൽ മതി. ഞാൻ ചോദ്യങ്ങൾ ഓരോന്നായി വെട്ടി.

മുപ്പതോളം കർഷകർ കടബാധ്യതമൂലം ആത്മഹത്യ ചെയ്ത വയ നാട്ടിലെ സുൽത്താൻബത്തേരിയിൽ നടന്ന സാമൂഹ്യപാഠം- ഇതുപോ ലുള്ള ചോദ്യങ്ങൾ തയ്യാറാക്കിപ്പോയതായിരുന്നു ഞാൻ. പ്രസംഗങ്ങൾ, വിശദീകരണങ്ങൾ, ചോദ്യങ്ങൾ, അട്ടഹാസങ്ങൾ, തമാശകൾ എല്ലാം കഴിഞ്ഞ് യോഗം അവസാനിക്കാൻനേരം ഒരാൾ ഒരു സ്ലിപ്പ് കൊണ്ടുവ ന്നുതന്നു. അതിൽ ഇങ്ങനെ എഴുതിയിരുന്നു. 'ഈ ഷൂട്ടിംഗ് നടന്നുകൊ ണ്ടിരിക്കുമ്പോൾ ഇപ്പോൾ മീനങ്ങാടിയ്ക്കടുത്ത് ഒരു കർഷകൻകൂടി ആത്മഹത്യ ചെയ്തിരിക്കുന്നു. ബോഡി പോലീസെത്തി ആസ്പത്രി യിലേക്കെടുത്തിട്ടുണ്ട്.'

അതിനുശേഷം ദിവസേന പത്രങ്ങളിൽ കർഷകരുടെ ആത്മഹത്യ കൾ വായിച്ചു. ഇന്നത്തെ പത്രത്തിലുമുണ്ട് രണ്ടുപേർ ജീവനൊടുക്കി യ വാർത്ത. നെല്ലുവിൽക്കാൻ കഴിയാഞ്ഞ് ഏഴുവന്തലയിൽ അബു, 95000 രൂപ സഹകരണബാങ്കിൽ കടമുണ്ടായിരുന്ന 70 സെന്റ് നെൽകൃ ഷിയുള്ള ചന്ദ്രൻ. ചന്ദ്രന് നാലു പെൺമക്കളാണ്. മൂന്നാളെ കല്യാണം കഴിപ്പിച്ചയച്ചു. ഒരാഴ്ചമുമ്പ് വായ്പ തിരിച്ചടക്കമെന്നു പറഞ്ഞ് വീട്ടിൽ ബാങ്കിൽനിന്നും ആൾക്കാർ വന്നിരുന്നു. ഇന്നലെ അയാൾ കീടനാശി നിയിൽ അഭയം കണ്ടു. അതെ ഇങ്ങനെയാണ് സർക്കാരും ബാങ്കുക ളും കൊടുത്ത മുതൽ തിരിച്ചുപിടിച്ചുകൊണ്ടിരിക്കുന്നത്.

ഇതിനുമുമ്പ് അഴീക്കലെ സുനാമി ദുരന്തത്തിന്റെ പശ്ചാത്തലത്തി ലായിരുന്നു ഷൂട്ട്. അതിനുമുമ്പ് കോട്ടയ്ക്കലിൽവെച്ച് റോഡപകടങ്ങൾ, അതിനുംമുമ്പ് എൻഡോസൾഫാൻ വിതച്ച ദുരന്തങ്ങൾ. ഞാൻ ഓരോ ന്നായി ഓർത്തുനോക്കി. കടലുണ്ടി, മാവൂർ, മാറാട്, നാദാപുരം, കരിമു കൾ, പ്ലാച്ചിമട, കണ്ണൂർ, പാനൂര്, മുത്തങ്ങ...വേണ്ട, എന്തിനാണിതൊ ക്കെ വീണ്ടും ഓർക്കുന്നത്? മനസ്സിനെ ഊർദ്ധമുഖമാക്കുക. ഈയിടെ ഒരു സ്കൂളിൽ ആത്മഹത്യാ പ്രവണത കുട്ടികളിൽ ഉണ്ടാവുന്നതിനെ തിരെയുള്ള കൗൺസിലിങ്ങിന്റെ ഭാഗമായി ഒരു ഇന്ററാക്ഷൻ പരിപാടി യ്ക്ക് എന്നെ ക്ഷണിച്ചു. ഞാനപ്പോൾ രണ്ട് പത്രപ്രവർത്തകസുഹൃത്തു

ക്കൾ എഴുതിയ ആത്മഹത്യ എന്ന പുസ്തകം വായിച്ചുകൊണ്ടിരിക്കുകയായിരുന്നു. രാജലക്ഷ്മിടീച്ചറും ഇടപ്പള്ളിയും തൊട്ട് ഹിറ്റ്ലർ വരെയുള്ളവരുടെ ആത്മഹത്യാചരിത്രമുണ്ട് ആ പുസ്തകത്തിൽ. അത് വായിച്ച് എന്റെ മകൾ ചുരുക്കി പറഞ്ഞു.

'ഈ പുസ്തകം വായിച്ചാൽ ആർക്കും ആത്മഹത്യ ചെയ്യാൻ തോന്നും.'

അങ്ങനെ ഓരോന്നോർത്തിരിക്കെ ഒരു ഫോൺ വന്നു. ഡി.സിയിൽ നിന്ന് ശ്രീകുമാറാണ്.

'നോട്ടീസ് കണ്ടു, ഇക്കുറി മഞ്ഞപ്പിത്തമാണ് അല്ലേ?'

'അതെ. ഷൂട്ടിങ്ങിന് വരുമോ?'

'വർക്കിംഗ് ഡേയല്ലേ. വരാൻ കഴിയില്ല. എങ്കിലും ഇന്നു വൈകിട്ട് കാണാൻ ശ്രമിയ്ക്കാം.'

'വരുമ്പോൾ എന്തെങ്കിലും വായിക്കാനുള്ളത് കയ്യിൽ വച്ചോളൂ.'

വൈകിട്ട് അവൻ പുസ്തകപ്പൊതിയും കവികളുടെ സുവിശേഷങ്ങളുമായി കയറിവന്നു. രാത്രി പത്തുപതിനൊന്നുമണി വരെ സാഹിത്യം പറഞ്ഞിരുന്നു. പോയപ്പോൾ ഞാൻ ജിജ്ഞാസയോടെ പുസ്തകങ്ങളുടെ കെട്ടഴിച്ചു. അടുക്കിൽ മൂന്നുപുസ്തകങ്ങളുണ്ടായിരുന്നു. ഒന്ന് നോവലാണ്. മനോഹരൻ വി.പേരകം എന്നാണ് നോവലിസ്റ്റിന്റെ പേര്. അങ്ങനെയൊരാളെ അറിയില്ലല്ലോ എന്നോർത്ത് മറിച്ചുനോക്കുപോലും ചെയ്യാതെ അതു മാറ്റിവെച്ചു. രണ്ടാമത്തേത് ജസ്റ്റിസ് വി.ആർ.,കൃഷ്ണയ്യരുടെ മരണാനന്തരജീവിതം. പിന്നെ കാളിദാസകൃതികൾ സമ്പൂർണ്ണം. സുകുമാർഅഴീക്കോടിന്റെ പഠനവുമുണ്ട്. ഞാൻ തെല്ലു നിരാശനാവാതിരുന്നില്ല. ഒന്നും വായിക്കാൻ എനിക്കു താല്പര്യം തോന്നിയില്ല. എങ്കിലും കാർണിവെൽ അവാർഡിനു പരിഗണിച്ച കൃതിയെന്ന മുഖക്കുറി കണ്ട് ആധികളുടെ പുസ്തകം തുറന്നു. ലളിതവും വിനീതവുമായ തുടക്കം.

'ഓർമ്മകൾക്കിടയ്ക്ക് ഊറിവരുന്ന ചിരി. ദുഃഖമിയന്ന അനുഭവങ്ങൾ, കരച്ചിൽ, മറ്റുള്ളവരുടെ മുന്നിൽ മറയ്ക്കാൻ പാടുപെടുന്ന ഒരുപാടു വികാരങ്ങൾ. എല്ലാമെല്ലാം ഒറ്റയ്ക്കിരിക്കുമ്പോൾ ഒരു ശരീരം വെറുതെ വിസർജ്ജിക്കുന്നു.'

'സാർ, നമ്മൾ പറയാറില്ലേ, ഓരോ മനുഷ്യനും എഴുതാത്ത ഒരു നോവലാണെന്ന്. അങ്ങനെയാവുമ്പോൾ മനുഷ്യൻ ആത്യന്തികമായി കുറേ കഥകളുടെ ഭാണ്ഡവുമാണ്. കീറിയ ഭാണ്ഡത്തിൽ നിന്ന് തല നീട്ടുന്ന വസ്തുക്കൾപോലെ കുറേ കഥകൾ ഒരാളുടെ മുഖത്തുനിന്നും

വായിച്ചെടുക്കാം. കീറലുകളില്ലാത്ത, ആരും കാണാ ത്ത ഭാഗങ്ങളിലെ കഥകളും സങ്കടങ്ങളുമൊക്കെ ആരെയും അറിയിക്കാതെ അയാൾ സ്വയം ചുമന്നുനടക്കുകയും ചെയ്യുന്നു.'

'ഞാൻ പറഞ്ഞുവരുന്നത്...ജീവിതത്തിൽ കൊത്തിക്കൂട്ടി തോറ്റുപോയപ്പോൾ ജീവിതംതന്നെ എഴുതാനാരംഭിച്ചിരിക്കയാണ് ഞാൻ. വെറുതെ ഒരു നേരംപോക്ക്. സത്യമായും അത്രമാത്രം (സ്വന്തമായിട്ടെന്തെങ്കിലും എഴുതുക സ്വയം പ്രകാശിപ്പിക്കുക, സ്വയം ഉയർ ത്തിക്കാട്ടുക, ഇതല്ലേ ഇന്നത്തെ നാട്ടുനടപ്പും നല്ലനടപ്പും. ഞാനിതിനൊന്നും മുതിരുന്നില്ലേന്നേ.)

'അല്ലെങ്കിൽ ഒരു കഥയ്ക്കു ചേരുന്ന രസവും ഭംഗിയുമൊക്കെ എന്റെ ജീവിതത്തിലെവിടെയാണ് ഉള്ളത് സാർ?'

വാക്കുകളുടെ കടലിലേക്ക് ഞാനെന്റെ കൈപ്പുസ്തകം കുത്തഴിച്ചിടുന്നു. കരപറ്റാതെ അവയത്രയും അലസം ഒഴുകിനടക്കുന്നത് ഞാൻ കാണുന്നു.'

തുടർന്നുള്ള വായനയിൽ വാക്കുകളുടെ കടലിലേക്കു ഞാനും കൂപ്പുകുത്തി. ആ കൈപ്പുസ്തകത്തിന്റെ താളുകൾ എന്റെ മനസ്സിലേക്കു ഒഴുകിക്കയറി. ഞാനറിയുന്ന, ഞാനറിയാതിരുന്ന ഒരു വിസ്മയലോകത്തേയ്ക്ക് അതെന്നെ കൂട്ടിക്കൊണ്ടുപോയി. നദിയുടെ ശിഖയന്വേഷിച്ചുപോകുന്ന മീനിനെപ്പോലെ ഞാനും നീന്തി.

ഒന്നാമത്തെ പേജിൽനിന്നുതന്നെ എന്നെ തനിച്ചാക്കി നോവലിസ്റ്റ് എങ്ങോ മറഞ്ഞുപോയിരുന്നു. ഇപ്പോൾ ഞാൻ മാത്രം. വായനയിൽ ഞാനെന്നെ തിരിച്ചുപിടിക്കാൻ പണിപ്പെട്ടു. ചിലയിടത്തെങ്കിലും ഞാൻ തോറ്റുപോയി. ഒടുവിൽ നദിയുടെ ശിഖയിലെത്തി. പക്ഷേ, അതൊരവസാനമായിരുന്നില്ല. ആകാശത്തേക്കു തുറക്കുന്ന ഒരു വലിയ വാതിൽക്കലാണ് ഞാൻ ചെന്നുപെട്ടത്. കൺതുറന്നുനിൽക്കെ എന്റെ നെഞ്ചിൽനിന്ന് സന്ദേഹങ്ങളൊക്കെ ആകാശത്തേക്കു ചിറകടിച്ച് പറന്നുപോയി. യാത്രപറയുകപോലും ചെയ്യാതെ.

ആധികളുടെ പുസ്തകം അവസാനിക്കുന്നതിങ്ങനെയാണ്: രാവിലെ ഞാനെന്നറിഞ്ഞുകൊടുത്ത ഓർമ്മയുടെ വിഷവാഹിനിക്കുഴലുകൾ അറ്റംകാണാതെ ശൂന്യതയിലൊടുങ്ങി. ഞാനെന്റെ പകുതി പ്രാണനുമായി ജീവിതത്തിലേക്കു പിടഞ്ഞുണരുമ്പോഴേ ക്കും സന്ധ്യ വന്നു. രാത്രി വന്നു. ഇനിയെനിക്ക് എഴുത്തില്ല., ആധികളുടെ പുസ്തകത്തിലേക്ക് വാക്കുകൾ പെയ്തിടാനില്ല. ഞാനിതാ നങ്കൂരം വലിച്ചുയർത്തുന്നു. എന്റെ മഹായാനത്തിലേക്ക്...

'വസ്തുതകളോട് ഞാനെന്റെ ശിഷ്ട-കഷ്ടജീവിതം വെച്ച് അധികം പെയ്തു. കിഴിച്ചുനോക്കി. പെരുക്കി. കുലയടച്ചുപോകുന്ന വാഴക്കാമ്പുകളിലേക്കിട്ടുകൊടുക്കാനായി ഭാരതി കൊണ്ടുവെച്ച 'ഫുരഡാൻ' എനിക്കാലംബമായി. രക്ഷയായി. വയലറ്റുനിറമുള്ള മുത്തുമണികളിലേക്ക് വല്ലാത്തൊരിഷ്ടത്തോടെ ഞാൻ കുറേനേരം നോക്കിയിരുന്നു. രണ്ടുപിടിയുണ്ടായിരുന്നു അവ. പിന്നെ ഒരു പ്രാർത്ഥനയോടെ അവയത്രയും വായിലിട്ടു വെള്ളം കുടിച്ചു.

നേരം കുറച്ചു കടന്നപ്പോൾ അകത്ത് മണികിലുക്കം. തിരയിളക്കം പോലെ. കടലാകെ കെട്ടിമറിയുംപോലെ.

ഇനിയെനിക്ക് നഗ്നനാവാം. നിലംതൊടാതെ വേഗയാത്രകളാവാം. മേഘത്തലപ്പുകൾ ഭൂമിയിലേക്കു നുള്ളിയിടാം. അതല പിതല നിതല സുതല തലാതല മഹാതല രസാതല ലോകങ്ങൾ സന്ദർശിക്കാം.

സാർ, തോറ്റുപോകുന്ന ഒരു ജനത അവരുടെ കഷ്ടപ്പാടുകളെ പ്രതിരോധിക്കുക ഇവ്വിധമല്ലാതെ മറ്റെങ്ങനെയാവും?

കടലിലേക്ക് ചൂട്ടുവീശിപ്പോകുന്ന പ്രേതാത്മാക്കൾ പടിവഴിയിലെത്തിയപ്പോൾ പതിവുപോലെ വിളിച്ചുചോദിച്ചു, 'ശാന്താ നീയിനിയും പോരുന്നില്ലേ?'

ഞാൻ പിടഞ്ഞുണർന്ന് ഞൊടിയിൽ ശബ്ദം വന്ന ദിക്കണഞ്ഞു. അവരപ്പോൾ എന്നെ സ്വീകരിക്കുംപോലെ കൈയിൽ കത്തിച്ചൊരു ചൂട്ടുതന്നു.

അനന്തരം കൂട്ടത്തോടെ താളം ചവുട്ടി ചിരിച്ചാർത്തു.

ചൂട്ടൊന്നാഞ്ഞുവീശി പിന്നെ ഞാനും താളം ചവിട്ടാനാരംഭിച്ചു.

'തിത്തിനം താരോ തിത്തിനം താരോ
തെയ്യകം താരോ തെയ്യകം താരോ
താരോ
തെയ്യകം
തിത്തിനം
താരോ.'

ആധികളുടെ പുസ്തകം മടക്കിവെക്കുമ്പോൾ ഞാൻ സ്വസ്ഥനായിരുന്നു. പണ്ട് തമ്പിന്റെ ഷൂട്ടിംഗ് കാലത്ത് നഗ്നനായി ഭാരതപ്പുഴയിൽ മലർന്നുകിടക്കാറുള്ളതോർത്തു ഞാൻ.

കാലു പതുക്കെ നിലത്തു തഴുകി മെല്ലെമെല്ലെ കടലിലേക്കങ്ങനെ ഒഴുകി കടക്കാൻ തോന്നിയിട്ടുണ്ടെനിക്ക്. ആരാണ് എനിക്ക് മരണസമയത്തുള്ള ആ പ്രാർത്ഥന പഠിപ്പിച്ചുതന്നത്? ശേഖരമ്മാവനാണോ, ഓർ

മ്മയില്ല.

അഗ്നേ നയ സുപഥാ രായേ അസ്മാൻ വിശ്വാനി ദേവവയൂനാനി വി ദ്വാൻ....

എല്ലാമറിയുന്ന അഗ്നിദേവാ, കർമ്മഫലാനുഷ്ഠാനത്തിനായിട്ട് എന്നെ നല്ല മാർഗ്ഗത്തിലൂടെ നയിക്കേണമേ. ദേഹശക്തി നശിച്ചതുകൊണ്ട് എനിക്കങ്ങയെ നമസ്ക്കരിക്കാൻ ആവുന്നില്ല. അതിനാൽ നമസ്കാരവചനം കൊണ്ട് ഞാനങ്ങയെ ഉപചരിക്കുന്നു.

(2005)

വാക്കുകളിൽ വെളിച്ചം കൊത്തിവെച്ച ഒരാൾ

'നാലുകെട്ട്' പുറത്തിറങ്ങുന്ന കാലത്ത് എനിക്ക് നാലഞ്ചു വയസ്സേ ഉണ്ടാവൂ. പിന്നെയും പത്തുപതിനഞ്ചുകൊല്ലം കഴിഞ്ഞിട്ടാണ് ഞാനത് വായിക്കുന്നത്. അതായത് എഴുപതുകളുടെ മധ്യത്തിൽ. കഥ നടക്കുന്ന കൂടല്ലൂരും കുമാരനല്ലൂരുമൊക്കെ എന്റെ വീട്ടിൽനിന്ന് ഏതാണ്ടിരുപത് മിനുട്ട് കാറോടിച്ചാൽ ചെന്നെത്താവുന്ന ദൂരത്താണ്. എങ്കിലും എനിക്ക് അപരിചിതമായ ഒരു സ്ഥലത്താണ് നാലുകെട്ട് സംഭവിക്കുന്നത്.

കൂടല്ലൂരെ മനുഷ്യരൊന്നും ചെറുവത്താനിക്കാരെപ്പോലെയല്ല. ചെറുവത്താനിയിൽ നാലുകെട്ടുള്ള വീടില്ല. ഇപ്പോൾ ദുബായിക്കാരനായ രാമകൃഷ്ണൻ ഒരു നാലുകെട്ട് പണിയുന്നുണ്ട്. രാമകൃഷ്ണനെപ്പോലെ പലർക്കും നാലുകെട്ടിൽ കമ്പമുള്ളതായി തോന്നുന്നു. എന്നാൽ വരിക്കാശ്ശേരി മനപോലുള്ള പ്രശസ്തമായ നാലുകെട്ടുകൾ ഉടമസ്ഥർ കയ്യൊഴിഞ്ഞു. പല നാലുകെട്ടുകളും ഉടലോടെ സ്വർഗ്ഗത്തിൽ പോയി ഹെറിട്ടേജ് റിസോർട്ടുകളായി. രണ്ടുകൊല്ലംമുമ്പ് ദുബായിൽനിന്ന് റാസൽ ഖൈമയിലേക്കുള്ള വഴിയരികിൽ ഒരു ബാർ അറ്റാച്ച്ഡ് റസ്റ്റോറന്റ് കണ്ടു. നാലുകെട്ട് എന്നായിരുന്നു അതിന്റെ പേര്. കൗതുകം തോന്നി. ആ നാലുകെട്ടിൽ കയറി. അതിന്റെ ബാൽക്കണിയിൽ കടലിലേക്കു നോക്കിയിരുന്നു. അ പ്പോൾ നാലുകെട്ടിന്റെ ഉടമസ്ഥൻ വന്നു സ്വയം പരിചയപ്പെടുത്തി. കുന്നുംകുളത്തുകാരനാണ് – പേര് തമ്പി.

എം.ടി. നാലുകെട്ടെഴുതുന്നത് നാലുകെട്ടുകളിൽനിന്ന് ആളുകൾ പുറത്തുകടക്കാൻ ആഗ്രഹിക്കുന്ന കാലത്താണ്. പ്രതാപൈശ്വര്യങ്ങൾ ക്ഷയിച്ച്, നെടുവീർപ്പുകളും പരാതികളും ഇല്ലായ്മകളും വടുക്കെട്ടി നിന്ന നടുമുറ്റങ്ങൾ ശ്മശാനംപോലെ തോന്നിച്ചിരുന്ന കാലം.

ഇന്ന് നാലുകെട്ടുകൾ പ്രതാപചിഹ്നമായി പുനഃസൃഷ്ടിക്കപ്പെടുന്നുണ്ട്. പാലസ്, ഫോർട്ട്, ക്രൗൺ, റോയൽ എന്നീ പേരുകൾക്ക് വളരെ പ്രിയമാണ്. എന്തിന് ചപ്പാത്തിയും മരച്ചീനിയും കഞ്ഞിയും പോത്തിറച്ചിയും മാത്രം വിൽക്കുന്ന ഒരു തട്ടുകടയുടെ പേര് 'ട്രിബിൾ എഫ്' എ

ന്നായിരുന്നു. ചോദിച്ചപ്പോൾ, പോത്തിറച്ചി വിളമ്പുന്നതിനിടയിൽ തലയിൽ തോർത്തുമുണ്ട് ചുറ്റിക്കെട്ടിയ മുതലാളി പറഞ്ഞു, 'ഫാസ്റ്റ് ഫുഡ് ഫോർട്ട്' എന്നാണ് മുഴുവൻ പേര്.

ചെറുവത്താനിയിൽ നാലുകെട്ടുള്ള വീടുകൾ മാത്രമല്ല ഇല്ലാത്തത്. പാട്ടമളക്കുന്ന മനകളില്ല. കോന്തുണ്ണിനായരില്ല. പകിടകളിയില്ല. ചാഴി വീശുന്ന ചെറുമികളില്ല, മൂർഖന്മാർ കാവലിരിക്കുന്ന കൈതക്കൂട്ടങ്ങൾക്ക് നടുവിലൂടെയുള്ള ഇടവഴികളില്ല. കയറഴിച്ചുവിട്ട പശുക്കൾ മേയുന്ന കുന്നിൻചെരിവുകളില്ല. തീവണ്ടിയില്ല, നിളാനദിയില്ല.

ചെറുപത്താനിയിൽനിന്ന് തെല്ല് പടിഞ്ഞാട്ടു നടന്നാൽ ഒരു തോടുണ്ട്. അതിനെ പുത്തൻതോടെന്നു വിളിച്ചു. അതിനപ്പുറം മലബാറാണ്. സൗത്ത് മലബാർ. സാമൂതിരിയുടെ ഭരണമായിരുന്നു പണ്ട്. ചെറുവത്താനി കൊച്ചിശീമയിലാണ്. പുത്തൻതോടിന്റെ വക്കിൽ ചാഞ്ഞുനിൽക്കുന്ന ഒരു വാകമരമുണ്ടായിരുന്നു. കൊച്ചി ശീമയിൽനിന്ന് ആ വാകമരത്തിൽ കയറി കൊമ്പുകൾ പിടിച്ച് പത്തടി പടിഞ്ഞാട്ടുവെച്ചാൽ പഴയ സാമൂതിരിയുടെ മലബാറിലെത്താം. അങ്ങനെയാണ് ഞാൻ സ്കൂളിൽ പോയിരുന്നത്. തോണി കയറി പുഴയ്ക്കക്കരെ കടന്ന് തീവണ്ടി കയറി വിദൂരസ്ഥലത്തേക്ക് അപ്പുണ്ണിയോടൊപ്പം പക്ഷേ, ഞാനും പോയിട്ടുണ്ട്. നാലുകെട്ട് വായിച്ചപ്പോൾ, കാലത്തിലെ സേതുവിന്റെ ചെറിയമ്മയിൽ ഞാൻ എന്റെ അമ്മയുടെ ഛായ കണ്ടു. ശബ്ദം കേട്ടു.

'ഈ എറയത്ത് ഞാനൊരു പാള വിശറി വെച്ചിരുന്നു. രാവിലെ അവിടെ ഇരിക്കണ് കണ്ടു. ഇപ്പോ നോക്കുമ്പോ കാണാല്ല്യ. നൂറാളുടെ പിന്നാലെ നടന്നിട്ട് ആ ചാത്തപ്പന്റെ ചെക്കൻ ഒരു പാള എടുത്തുകൊണ്ടന്ന് തന്നതാ. ഇപ്പോ അതിനും ആവശ്യക്കാരായി.'

ജീവിതംതന്നെയാണ് ഓരോ എഴുത്തുകാരന്റെയും അടിസ്ഥാനപ്രമാണം. തന്റെ ചുറ്റിലുമുള്ള ലോകം മനസ്സിലേക്കു പതിഞ്ഞുപതിഞ്ഞങ്ങനെ രണ്ടാംലോകമുണ്ടാവുന്നു. എഴുതിയിറക്കുമ്പോൾ ഈ രണ്ടാം ലോകം പിന്നെ മൂന്നാംലോകമാവുകയായി. ഈ പ്രപഞ്ചത്തിൽനിന്ന് ഓരോ മനസ്സും മുമ്പ് മറ്റാരും കണ്ടിട്ടില്ലാത്ത ഒരു ലോകം പണിതുയർത്തുന്നു. ഏറ്റുവാങ്ങുമ്പോഴും പുനഃസൃഷ്ടിക്കുമ്പോഴും നടക്കുന്ന രസതന്ത്രത്തെ ആശ്രയിച്ച് ലോകങ്ങൾക്ക് സ്വരൂപങ്ങളുണ്ടാകുന്നു. ഒന്നിനൊന്ന് ഭിന്നമായും വിരുദ്ധമായും അവ കല്പിക്കപ്പെടുന്നു. നാം നിൽക്കുന്ന അതേ മണ്ണിൽനിന്നുകൊണ്ട് എഴുത്തുകാരൻ അവർ മെനഞ്ഞെടുത്ത ലോകം ചൂണ്ടിക്കാണിച്ചുതരുമ്പോൾ നാം വിസ്മയിച്ചുപോകുന്നു -നമ്മളീലോകം മുമ്പു കണ്ടതല്ലല്ലോ എന്ന്. ഈ വിസ്മയത്തിന്റെ ഏ

റ്റക്കുറച്ചിലുകൾ കാണിയുടെ മനസ്സിന്റെ രസതന്ത്രത്തെ ആശ്രയിച്ചും ഇരിക്കുന്നു.അങ്ങനെ താൻ അനുഭവിച്ച ലോകത്തിലേക്ക് വായനക്കാരനെ വശീകരിച്ച് കൂട്ടിക്കൊണ്ടുപോവുകയും അയാളെ ആ ലോകത്തിൽ വിട്ട് നിഷ്ക്രമിക്കുകയും ചെയ്യുന്ന ദൈവത്തെപ്പോലെയാണ് എഴുത്തുകാരൻ. അവിടെ വായനക്കാരനും എഴുത്തുകാരനുമില്ല. അറിഞ്ഞ ലോകവും മറഞ്ഞുനിന്ന ലോകവുമില്ല. എല്ലാം ഒന്നായി ഭവിക്കുന്നു.

ഈ ജാലവിദ്യയിൽ ഏറ്റവും കയ്യടക്കമുള്ള ഒരാളായിരുന്നു ബഷീർ. നിരവധി ലോകങ്ങൾക്ക് സുൽത്താനുമായിരുന്നു ടിയാൻ. സ്നേഹത്തിന്റെ നീതിശാസ്ത്രംകൊണ്ട് അയാൾ തന്റെ പ്രജകളെ പരിപാലിച്ചു. എന്നാൽ ബഷീറിനെപ്പറ്റിയല്ല എനിയ്ക്കിവിടെ എഴുതണ്ടതായിട്ടുള്ളത്. എം.ടി.വാസുദേവൻനായരെക്കുറിച്ചാണ്. എം.ടിയുടെ സൗന്ദര്യശാസ്ത്രത്തെക്കുറിച്ചാണ്. ഒരു പരീക്ഷണമായി എനിക്കിത് അനുഭവപ്പെടുന്നില്ല. കാരണം ഒരു നിരൂപണശാസ്ത്രവും അറിയുന്നവനല്ല ഞാൻ. അറിവുകളില്ലാത്തവന് ഒന്നിനേയും ഭയപ്പെടേണ്ടതില്ല. മേൽപ്പുരയില്ലാത്തവന് തീപ്പേടിയില്ല.

വടക്കേപ്പാട്ടെ തറവാട്ടിൽ നാലുകെട്ടിന്റെ ഉമ്മറത്തിരുന്നു ബഷീർ തനിക്കു ചുറ്റുമുള്ള ലോകത്തെ കാണുകയായിരുന്നുവെങ്കിൽ എങ്ങനെയാവുമെന്ന് ചിന്തിച്ചുനോക്കിയിട്ടുണ്ട്. പക്ഷെ, തിരസ്കരണി മന്ത്രം ജപിച്ച് അരൂപിയായിട്ടേ ബഷീറിന് നാലുകെട്ടിൽ കയറാനൊക്കൂ. അപ്പുണ്ണി ആയി അവിടെ നിൽക്കാനാവില്ല സുൽത്താന്. സുൽത്താൻ എല്ലാത്തിനും മുകളിലുള്ള ആളാണ്. ആളാണെങ്കിലും ശുഭചിന്തകനായി മാത്രം പ്രവർത്തിക്കാനും കാണാനും നിയുക്തനായവൻ. പെസിമിസ്റ്റാവാൻ സുൽത്താന് കല്പനയില്ല. സുൽത്താ ന്റെ നേരെ മുകളിൽ പ്രപഞ്ചസ്രഷ്ടാവും സർവ്വശക്തനും പരമകാരുണികനുമായ അല്ലാഹുവാണ്.

കൂടല്ലൂരും കുമാരനെല്ലൂരും തൃത്താലയിലുമൊക്കെത്തന്നെയാണ് അപ്പുണ്ണിയും ഗോവിന്ദൻകുട്ടിയും സേതുവുമൊക്കെ ജനിച്ചുവളർന്നത്. ഒരു നിഴലായിട്ടാണ് അവർ കഥകളിൽ ജനിക്കുന്നത്. നിറവും മണവും കനവും ഇല്ലാത്ത കുറിയ നിഴലായിട്ട്, ആർക്കും സ്വന്തം നിഴലിനെ ആവശ്യമില്ല. മറ്റുള്ളവരുടെ നിഴലു വീണുണ്ടാകുന്ന തണലുകൾ ആവശ്യമുണ്ടെങ്കിലും സ്വന്തം നിഴലുകൾ മനുഷ്യന് അധികപ്പറ്റാണ്. സ്വന്തം നിഴല് കണ്ട് പേടിക്കുന്നവരുമുണ്ട്.

'ചെക്കാ പോയ്ക്കോ. മൂന്നുനേരം പഷ്ണി കെടക്കാണ്ടെ ചെലവ് മുട്ടിപ്പോണതു തന്നെ ഭാഗ്യം. ഇവിടെ പലഹാരം റെഡിയാക്കിവെച്ചിരിയ്ക്കല്ലെ?' അമ്മ ആവശ്യമില്ലാതെ ശബ്ദമുയർത്തുന്നതെന്തിന്?

ഓരോ വായനക്കാരനും സ്വന്തം നിഴൽരൂപത്തെ എപ്പോഴെങ്കിലും തിരിച്ചറിയുന്നുണ്ടാവണം. അതിന്റെ അസ്തിത്വത്തിൽ ആധികൊണ്ടിട്ടുമുണ്ടാവണം. ആ അറിവും ആധിയും വായനക്കാരനെ സേതുവിനോടും അപ്പുണ്ണിയോടും ഗോവിന്ദൻകുട്ടിയോടും അടുപ്പിക്കുന്നു. അവഗണിയ്ക്കപ്പെട്ടവൻ, ആശ്രയമില്ലാത്തവൻ എങ്കിലും വെളിച്ചത്തിന്റെ കാരുണ്യത്താൽ പതുക്കെ മുന്നോട്ടു നടക്കുന്നവൻ -അങ്ങനെ ഇവർക്കെല്ലാം തമ്മിലുള്ള സാമ്യങ്ങൾ ഏറെയാണ്. ഭൂമിയിലെ ഏതു ജീവിതാവസ്ഥയിലും ഇങ്ങനെ ഒരു തലമുണ്ട് മനുഷ്യന്. മാതാപിതാക്കളാൽ ഉപേക്ഷിക്കപ്പെട്ട് അപരിചിതമായ ലോകത്തേക്ക് ഒറ്റക്ക് പ്രവേശിക്കപ്പെടുന്ന, വരുംവരായ്കകളെപ്പറ്റിയോർ ത്ത് നെഞ്ചത്തു കൈവെച്ചുനിൽക്കേണ്ടിവരുന്ന ഒരവസ്ഥ. അഭയമറ്റതാണത്.

22 കാരറ്റ് സ്വർണ്ണംകൊണ്ടുണ്ടാക്കിയ വാഷ്ബേസിനുകളുള്ള 20 കോടിയിലേറെ ഡോളർവിലയുള്ള സ്വന്തംവിമാനത്തിൽ നാടു കാണാനിറങ്ങുന്ന ബ്രൂണായ്സുൽത്താൻ ഹസ്സനൽ സോൽക്കിയിക്കും പകിടകളിക്കാരൻ കോന്തുണ്ണിനായരുടെ മകൻ അപ്പുണ്ണി ക്കും ഇത്തരം അവസ്ഥകളിലൂടെ കടന്നുപോകേണ്ടതുണ്ട്. വീടും വസ്ത്രവും ഭക്ഷണവും മാത്രമല്ല, അപ്പുണ്ണിയുടെയും സേതുവിന്റെയും ഗോവിന്ദൻകുട്ടിയുടെയും ശോകത്തിന് കാരണങ്ങളായി ഭവിക്കുന്നത്. ഒരു ജോലി കിട്ടിയോ കച്ചവടം ചെയ്തോ പണം സമ്പാദിച്ചുകഴിയുമ്പോൾ കാര്യങ്ങളൊക്കെ ശുഭമായിത്തീരുമെന്നും അപ്പോൾ പണ്ടു നിന്ദിച്ചവരോടു പകരം വീട്ടി ആനന്ദിക്കാമെന്നും ഉള്ള ഒരു സന്ദേശം നാലുകെട്ടിൽനിന്ന് വായിച്ചെടുക്കുന്നവരുണ്ട്. എന്നാൽ ഇരുട്ട് കാറ്റിനെയും വെളിച്ചത്തെയും സ്വീകരിച്ച് സ്നേഹം വിതറിനിൽക്കുന്ന ഒരു മനുഷ്യാലയ സങ്കല്പത്തിലേക്ക് നാലുകെട്ട് വളരുന്നതായി അറിയാനാണ് എനിക്കിഷ്ടം. സംഭ്രമിച്ച് മുഖം കുനിച്ചുനിൽക്കുന്നതാവട്ടെ സ്വച്ഛമായ വിതാനങ്ങളിലേക്കും സ്വാതന്ത്ര്യത്തിലേക്കുമുള്ള മനുഷ്യന്റെ കുതിപ്പിനെ എന്നും തടഞ്ഞുപോന്ന ക്രോധവും ഭയവും പകയും ആസക്തിയുമെല്ലാം ചേർന്ന് രൂപം കൊള്ളുന്ന ഇരുട്ടുതന്നെ. താൻ അഭയാർത്ഥിയായി ചെന്നു കയറിയ നാലുകെട്ടിന്റെ അകത്തും പുറത്തുമെല്ലാം അന്നേ മുള്ളുവേലികളുണ്ടായിരുന്നുവെന്നു അപ്പുണ്ണി മനസ്സിലാക്കിയിട്ടുണ്ട്. ആ വേലിക്കെട്ടുകൾക്കകത്തു തന്നെയായിരുന്നു ഓരോരുത്തരും. കാലത്തിലെ സേതുവാകട്ടെ, സ്വയം തനിക്കു ചുറ്റിലും ഒരു കോട്ടതന്നെ തീർക്കുന്നു. ആ കോട്ടക്കുള്ളിൽ സുഖാനുഭവങ്ങൾക്കുള്ള കോപ്പുകൾ ശേഖരിച്ചുവെക്കുന്നു. ആ കോട്ട ദുരന്തവും അതിവേഗം അഴുകി അടിയുന്നതുമാണെന്ന് എം.ടി.കാലത്തിന്റെ വായനക്കാരനെ അറിയിക്കുന്നു.

'അസുരവിത്തി'ലെ ഗോവിന്ദൻകുട്ടിയാകട്ടെ നിഴലായി പ്രത്യക്ഷപ്പെട്ട് ഇരുട്ടായി കനക്കുന്നു. പെറ്റമ്മ അയാളെപ്പറ്റി പറയുന്നതിങ്ങനെയാണ്.

'കാലല്ലാ കാലത്ത് തറവാട്ടിന് അപഖ്യാതി വരുത്താൻ അങ്ങനെയൊന്ന് എന്റെ വയറ്റിൽ പൊട്ടി.'

എന്നാൽ ലോകത്തിന്റെ മുഴുവൻ നിന്ദയ്ക്കും പാത്രമാകേണ്ടി വരുന്ന ഒരവസ്ഥയിൽനിന്നും നിശ്ശബ്ദമായി കാരുണ്യത്തിന്റെയും പ്രകാശത്തിന്റെയും തെളിനീരരുവിയായി പുറപ്പെടാനാവുമെന്ന് ഗോവിന്ദൻകുട്ടിയുടെ ജീവിതം 'അസുരവിത്തി'ൽ സാക്ഷ്യപ്പെടുത്തുന്നു. ഒരു നിഴൽ രൂപത്തിൽനിന്ന് വളർന്ന് മൂന്നു ചരരാശികളായി തിരിഞ്ഞ് ഭിന്നമായ കർമ്മപഥങ്ങൾ താണ്ടി ഒടുവിൽ മനുഷ്യജീവിതത്തിന്റെ ഉദാത്തമായ മാതൃകകളായി പരിണമിക്കുകയാണ് ഗോവിന്ദൻകുട്ടിയും അപ്പുണ്ണിയും. എങ്ങനെ ജീവിക്കരുത് എന്നതിന് ഉദാഹരണമായി സേതുവും.

അമ്പതുകളിൽ ഭാഷയെ അതിന്റെ കാവ്യസൗന്ദര്യത്തിലേക്ക് ഉപനയിച്ച് ഇന്ന് 'കുമരനെല്ലൂരിലെ കുളങ്ങൾ' എഴുതുമ്പോഴും ഭാഷയെ തേജോമയമായ വിതാനത്തിൽതന്നെ ഉയർത്തിപ്പിടിച്ചുനിൽക്കുന്നു എംടി. ഈ പ്രതിഭാസം ഒരു ഭാഷാചരിത്രത്തിൽ ഒരിയ്ക്കൽമാത്രം സംഭവിക്കുന്നതാണ്. നിഴലിൽ, ഇരുട്ടിൽ മറഞ്ഞിരിക്കുന്ന ഒരു പ്രകാശരേണുവുണ്ടെന്നും അതിന് തനിക്കു ചുറ്റുമുള്ള തമോമയമായ ലോകത്തെ പ്രകാശവത്താക്കാനുള്ള ശക്തിയുണ്ടെന്നും എം.ടി തന്റെ കഥകളിലൂടെ വീണ്ടും വീണ്ടും ഓർമ്മിപ്പിക്കുന്നു. ഈ ഫോട്ടോണിക്സിന്റെ ഉപജ്ഞാതാവാണ് മലയാളത്തിന്റെ ആൽകെമിസ്റ്റ് കൂടിയായ എം.ടി. അദ്ദേഹത്തിന്റെ കെമിസ്ട്രിയിലൂടെയാണ് നടപ്പുമലയാളം രൂപംകൊള്ളുന്നത്.

(2006)

തിയ്യരുടെ ജാതി

വർഷങ്ങൾക്കുമുമ്പ് കെ.മധു സംവിധാനംചെയ്ത 'ഒരു അഭിഭാഷകന്റെ കേസ്‌ഡയറി' എന്ന സിനിമയുടെ ഷൂട്ട് കോഴിക്കോട് നടക്കുന്ന സമയം. മീഞ്ചന്ത റെയിൽവെ ഗേറ്റിനരികിലുള്ളൊരു വീട്ടിൽ അതിൽ അഭിനയിക്കാൻ ചെന്നതായിരുന്നു ഞാൻ. സെറ്റ് ബോയ്സ് ആ വീട്ടിലെ പഴയ ഫർണീച്ചർ എടുത്തുമാറ്റിവെക്കുന്നതിനിടയിൽ ദ്രവിച്ചുതുടങ്ങിയ ഒരലമാരയിൽനിന്ന് ചിതലുകേറിയ ചില പുസ്തകങ്ങൾ താഴെ വീണു. പഴക്കിപ്പൊടിഞ്ഞും ചിതലുതിന്നും ബാക്കിയായവ. അവയിൽ ഒന്നിന്റെ പുറംചട്ടയിൽ ഇങ്ങനെ എഴുതിയിരുന്നു. 'ഐക്യമത്യം പരം ബലം'. താഴെ ചെറിയ അക്ഷരങ്ങളിൽ 'ഈ പുസ്തകത്തിന്റെ കോപ്പികൾ കല്ലായി ചുടുകാട്ടിൽ ശങ്കരനോടു ചോദിച്ചാൽ കിട്ടും' എന്നും എഴുതിയിരിക്കുന്നു. ഞാൻ നിലത്തുനിന്ന് അത് എടുത്ത് ശ്രദ്ധയോടെ തിരിച്ചുംമറിച്ചും നോക്കി. പിൻചട്ടയിൽ ഒരു മരുന്നിന്റെ പരസ്യമുണ്ട്. വിഷൂചിക സംഹാരി. ഗുളിക ഒന്നിന് ഒരണ. വട്ടാമ്പൊയിൽ വൈദ്യശാല, കോഴിക്കോട്.

പുസ്തകം അച്ചടിച്ചിരിക്കുന്നത് എഡ്വേർഡ് പ്രസ് കണ്ണൂരിലാണ്. വർഷം 1911. അന്ന് കോഴിക്കോട് അച്ചുകൂടങ്ങൾ ഇല്ലായിരിക്കാം. അറിയില്ല.

കൈകൊണ്ടുതൊട്ടാൽ പൊടിഞ്ഞുപോവുന്ന ആ ചെറിയ പുസ്തകത്തിന്റെ ആദ്യപേജിലെ ആദ്യവരികൾതന്നെ എന്നെ വശീകരിച്ചു. നാൽക്കവലയിലോ മലമുകളിലോ നിന്ന് ഒരാൾ വിളിച്ചുപറയും മട്ടായിരുന്നു തുടക്കം.

'അല്ലയോ മഹാജനങ്ങളേ!

കോഴിക്കോട്ടെ തിയ്യരിൽ ചിലർ, നൈത്തുകാരുടെ വീട്ടിൽപോയി അവരുടെ ഭക്ഷണം കഴിച്ചതു നിമിത്തം തിയ്യരുടെയിടയിലുണ്ടായ ഘോരമായ കലഹം നാടെങ്ങും പ്രസിദ്ധമായിട്ടുള്ളതാണല്ലോ.'

ആദ്യവാചകം കഴിഞ്ഞ് ഞാൻ നിർത്തി. ഏതുകാലത്താണ് ഈ കലഹം നടന്നതെന്ന് ചിന്തിക്കേണ്ടതുണ്ട്. കൊച്ചിയിലെയും തിരുവിതാംകൂറിലെയും തിയ്യരെയും ഈഴവരെയും പോലെയായിരുന്നില്ല മലബാ

റിലെ അവരുടെ സ്ഥിതിയെന്ന് ബ്രിട്ടീഷുകാരനായ ഡോ. തേഴ്സറ്റൺ തന്റെ ഗ്രന്ഥത്തിൽ പ്രസ്താവിക്കുന്നുണ്ട്. 'മലബാറിലെ തിയ്യർ ചക്രവർത്തി തിരുമനസ്സിലെ ഗവൺമെന്റിലേക്ക് മജിസ്ട്രേറ്റുമാർ, സബ് ജഡ്ജിമാർ തുടങ്ങിയ ഉദ്യോഗസേവനങ്ങൾ ഇരുപതാംനൂറ്റാണ്ടിന്റെ പ്രാരംഭത്തിലേ ചെയ്യാൻ തുടങ്ങിയിരുന്നു.' എന്നിട്ടിതെങ്ങനെ സംഭവിച്ചു?

'ഐക്യമത്യം പരംബലം' എന്ന ഈ പുസ്തകം അച്ചടിക്കുന്ന കാലത്ത് ശ്രീനാരായണഗുരുവിന് 55 വയസ്സ് പ്രായമുണ്ട്. ഇത് പ്രസിദ്ധം ചെയ്യുന്നതിനും 23കൊല്ലംമുമ്പ് നാരായണഗുരു പുഴയിൽനിന്ന് മുങ്ങിയെടുത്ത ഒരു കല്ല് അരുവിപ്പുറത്തെ കരിങ്കൽത്തറയിൽ പ്രതിഷ്ഠിച്ച്, പ്രതിഷ്ഠയുടെ സമീപം ഇങ്ങനെ എഴുതിവെച്ചിരുന്നു. 'ജാതിഭേദം മതദ്വേഷം ഏതുമില്ലാതെ സർവരും സോദരത്വേന വാഴുന്ന മാതൃകാസ്ഥാനമാണിത്.' കുമാരനാശാൻ ജനറൽ സെക്രട്ടറിയായിക്കൊണ്ട് പ്രവർത്തിച്ചിരുന്ന എസ്.എൻ.ഡി.പി യോഗം എട്ടുവർഷം പിന്നിട്ടിരിക്കുന്നു.

വിജ്ഞാപനം ഇങ്ങനെ തുടരുന്നു. 'എന്നാൽ ആ കാര്യം എന്റെ വട്ടാമ്പൊയിൽ വീട്ടിൽവെച്ച് സഭ കൂടി ആലോചിക്കുകയും മേൽപ്പറഞ്ഞ കലക്കം തീരെ നശിച്ചുപോകത്തക്കവിധത്തിൽ തീർച്ചപ്പെടുത്തുകയും ചെയ്തു എന്നുള്ള വിവരം സന്തോഷപൂർവ്വം ഒന്നാമതായി പ്രസ്താവിച്ചുകൊള്ളുന്നു.

ആ തീർപ്പിന്റെ പകർപ്പിന് പലരും ആവശ്യപ്പെട്ടുകൊണ്ടിരിക്കുന്നതിനാൽ ഇങ്ങനെ അച്ചടിച്ചു പ്രസിദ്ധം ചെയ്യാൻ സംഗതി വന്നതാണ്. സഭയിൽ കഴിഞ്ഞിട്ടുള്ള എല്ലാ സംഗതികളും വിവരമായി താഴെ ചേർക്കുന്നു.

1911 ജൂൺ 4 നു ഞായറാഴ്ച കോഴിക്കോട്ട്, വട്ടൊമ്പൊയിൽ വീട്ടിൽ വെച്ചുണ്ടായ തീയ്യരുടെ ജാതിസഭയിൽ.

1. രാ.രാ. കാട്ടുകണ്ടി വട്ടാമ്പൊയിൽ ചോയി അവർകൾ, 2. രാ. രാ. പോക്കഞ്ചേരി കണ്ടൻ അവർകൾ, 3. രാ.രാ മെക്കയിൽ നമ്പ്യാമ്പറമ്പത്ത് കേളപ്പൻഅവർകൾ, 4. രാ.രാ അരങ്ങിൽ ചന്തുക്കുട്ടി അവർകൾ, 5. രാ.രാ പെരുന്തൊടി കരീപ്പറമ്പത്തു രാരു അവർകൾ, 6. രാ.രാ. കാട്ടുകണ്ടി നങ്ങിലേരി കണാരൻ അവർകൾ, 7. രാ.രാ. ചെറുകുറ്റി പെരച്ചൻ അവർകൾ, 8. രാ.രാ മക്കട നായാടി അവർകൾ, 9.രാ.രാ മാതാമ്പറമ്പത്തു ചാത്തുണ്ണി അവർകൾ,10. രാ.രാ.കലയോട്ട പെരച്ചൻ അവർകൾ, 11. രാ.രാ പടന്നപ്പുറത്തെ ബാപ്പു അവർകൾ, 12. രാ.രാ. പാവങ്ങാട്ട കണാരൻ അവർകൾ.

എന്നിവർ മുതലായി 408 പേർ നഗരം, കസവ, കച്ചേരി, പന്നിയങ്കര,

ഒളവണ്ണ, ചെറുവണ്ണൂര, ബേപ്പൂര, ചേവായൂര, എലത്തൂര, കുരുവട്ടൂര, ചേളന്നൂർ, നെടുങ്ങോട്ടൂർ, കോവൂർ, തിരുവണ്ണൂർ, വളയനാട്, എടക്കാട, മായനാട, നെല്ലിക്കോട, വെളായിക്കോട, കോട്ടൂളി, കളത്തുംകുന്ന, താമരശ്ശേരി, അഴിഞ്ഞിലം മുതലായ നാനാദേശങ്ങളിൽനിന്നു വന്നുചേർന്നു വയ്യിട്ടി മൂന്നുമണി നാല്പത്തഞ്ചുമിനുട്ട് സമയത്ത് യോഗം കൂടി.

(പ്രോസീഡിങ്സ്)

1. ഈ സഭയിൽ അഗ്രാസനരായി ക്ഷണകർത്താവായ കെ.വി.ചോയിതന്നെ ഇരിക്കേണമെന്നു കാട്ടുക്കണ്ടി നങ്ങിലേരി കണാരൻ അവർകൾ അഭിപ്രായപ്പെടുകയും ഓണററി മജിസ്ട്രേറ്റും പെൻ ഷ്യൻ മുൻസിപ്പുമായ മേക്കയിൽ നമ്പ്യാമ്പറപത്ത കേളപ്പൻ അവർ കൾ പിൻതാങ്ങിപ്പറയുകയും ചെയ്തതിനോടെല്ലാവരും യോജിച്ചു.

2. ഇങ്ങനെ ഒരു സഭ വിളിച്ചുകൂട്ടാൻവേണ്ടി ആവശ്യപ്പെട്ടുംകൊണ്ട് മെസ്സർസ്സ് മനക്കൽ ഇമ്പിച്ചൻ, പുളിക്കൽ ചോയിക്കുട്ടി, വാടിയിൽ ഇമ്പിച്ചെക്കു, കളരിക്കൽ ചാപ്പൂട്ടി, വാരിയൻകണ്ടി കണാരൻ മുതലായി 33 ആളുകൾ കെ.വി.ചോയി അവർകൾക്കയച്ച എഴുത്തുകൾ വായിച്ചു റിക്കാർഡാക്കി. അവയിൽ ചിലതു താഴെ ചേർക്കുന്നു.

1.കാട്ടുക്കണ്ടി നങ്ങിലേരി കണാരൻ

തിയ്യരിൽ ചിലർ നൈത്തുകാരുടെ വീട്ടിൽ പോയി അവരുടെ ഭക്ഷണം കഴിച്ചതിനെപ്പറ്റി സ്വജനങ്ങളുടെ ഇടയിൽ നടന്നുവരുന്ന ആക്ഷേപങ്ങൾക്ക് ഒരു നിവൃത്തി വരുത്തിക്കൊടുക്കണമെന്നു പലരും നിന്നോടാവശ്യപ്പെട്ടതായി മുഖതാവിൽ കണ്ടപ്പോൾ പറഞ്ഞിട്ടുണ്ടായിരുന്നുവല്ലോ. എന്നാൽ ആ കാര്യം കലാശിപ്പിക്കത്താതതുകൊണ്ട് ദിനംപ്രതി സ്വജനങ്ങളിൽ കലഹങ്ങൾ വർദ്ധിച്ചുകൊണ്ടുതന്നെയാണ് വരുന്നതെന്നറിയുന്നു.

2.നൈത്തുകാരൻ കുഞ്ഞിക്കുറുമ്പന്റെ ചോറ് അയാളുടെ വീട്ടിൽനിന്നു ചില തിയ്യരുകൂടി ഉണ്ട സംഗതിയിൽ നടക്കുന്ന ആക്ഷേപകാര്യത്തെപ്പറ്റി താങ്കളുടെ മുമ്പാകെവെച്ചു ഒരു മീറ്റിംഗ് കൂടി നിവൃത്തിഭാഗം നോക്കേണ്ടതാണ്.

3. കുഞ്ഞിക്കുറുമ്പന്റെ വീട്ടിൽനിന്ന് ഊണുകഴിച്ചവർ മറ്റു അടിയന്തിരങ്ങളിൽ പങ്കെടുക്കാൻ ചെല്ലുമ്പോൾ ബന്ധുക്കളും ദേശക്കാരും മറ്റു വേണ്ടപ്പെട്ടവരും ചേരാതെ പലെ തകരാറുകളും ഉണ്ടായിക്കൊണ്ടിരിക്കുന്ന വിവരം നിങ്ങളും അറിയുമല്ലോ. എന്നാൽ ആ ഊണുകഴിച്ചവരിൽ എന്റെ ചെറിയ പെരവനും വിവരമില്ലാതെ പെട്ടുപോയിരിക്കുന്നു. അതുകൊണ്ട് ഈ കാര്യത്തിൽ കഴിയുന്നത്ര വേഗത്തിൽ ശ്രമിച്ചു കാ

ര്യം തീർച്ചപ്പെടുത്താഞ്ഞാൽ പല തകരാറുകളും ഉണ്ടാവാനിടയുള്ള താകുന്നു.

4. പുളിക്കൽ ചോയിക്കുട്ടി മുതൽ 12 ആൾ.

1891 ൽ ഞങ്ങളുടെ ദേശത്തെ ഒരു ജാതിക്കൂട്ടം ഉണ്ടായ് വർദ്ധിച്ചുവന്നു എങ്കിലും ആ വിവരം താങ്കളുടെ അച്ഛനായ ചാത്തുക്കുട്ടി വൈദ്യർ അവർകളുടെ അറിവിൽപ്പെടുത്തിയ ഉടനെ അദ്ദേഹം അതിൽ പ്രവേശിച്ചു. ഇരുകക്ഷികളെയും സമാധാനപ്പെടുത്തി യോജിപ്പിക്കുകയാണ് ചെയ്തത്.

മുപ്പത്തിമൂന്ന് ആളുകൾ അയച്ച കത്തുകളിൽ ഉന്നയിച്ചിരിക്കുന്ന പ്രധാന ആവശ്യം കോഴിക്കോട്ടെ തീയ്യസമുദായത്തിനുള്ളിൽ സംഭവിച്ചിരിക്കുന്ന ഛിദ്രം എത്രയും പെട്ടെന്ന് അവസാനിപ്പിക്കണമെന്നുള്ളതാണ്. കുഞ്ഞിക്കുറുമ്പന്റെ വീട്ടിൽനിന്ന് ഭക്ഷണം കഴിച്ചവരെ തീയ്യർ ഒറ്റക്കെട്ടായി നിന്ന് 'ഊരുവിലക്ക്' കല്പിച്ചിരിക്കുന്ന സാഹചര്യം വലിയ വിപത്തുകൾ ഉണ്ടാക്കുമെന്നും കത്തുകളിൽ ചൂണ്ടിക്കാട്ടിയിട്ടുണ്ട്. ആ കത്തുകളിൽനിന്ന് നാലുപേരുടെ കത്തുകളിലെ പ്രസക്തഭാഗമാണ് ഇവിടെ ഉദ്ധരിക്കപ്പെട്ടിട്ടുള്ളത്. ഈ കത്തുകളുടെയും ചിലർ നേരിൽക്കണ്ട് ആവശ്യപ്പെട്ടതിന്റെയും പേരിലാണ് 1911 മെയ്മാസത്തിൽ കെ.വി. ചോയി അവർകൾ ഒരു ക്ഷണപത്രം മുഖേന യോഗം വിളിച്ചത്. യോഗത്തിൽ എത്തിച്ചേരാൻ അസൗകര്യമുള്ളവർ, ക്ഷണിക്കപ്പെടാത്ത ദേശങ്ങളിലെ തണ്ടാന്മാർ, കാരണവന്മാർ മുതലായവരുടെ അഭിപ്രായങ്ങൾ ആരാഞ്ഞുകൊണ്ടും ഉള്ള നോട്ടീസ് പ്രസിദ്ധീകരിച്ചു. അങ്ങനെ ചെയ്തതനുസരിച്ച് 842 ആളുകൾ അഭിപ്രായം എഴുതി അറിയിച്ചു. അതിൽ 839 പേരും ആക്ഷേപത്തിൽപ്പെട്ട ഭക്ഷണം കഴിച്ചത് തെറ്റാമെന്ന് അഭിപ്രായപ്പെട്ടിരുന്നു.

അവയിൽ ചില കത്തുകളുടെ പ്രസക്തഭാഗങ്ങൾ.

1. മക്കട പെരച്ചൻ

ചില ചിയ്യർ നൈത്തുകാരുടെ ഭക്ഷണം കഴിച്ച കാര്യത്തിൽ നടക്കുന്ന ബുദ്ധിമുട്ടും ഉപദ്രവവും നമുക്ക് മാത്രമല്ല, ന്യായമായി നടക്കുന്ന തീയ്യർക്കെല്ലാം വളരെ ഉപദ്രവമായിരിക്കുന്നു. മേൽപ്പറഞ്ഞ സംഗതിയെപ്പറ്റി ഞാൻ ഈ ദേശക്കാരെ വരുത്തി ആലോചിച്ചതിൽ ഊണു കഴിച്ചതു തെറ്റാണെന്നും പ്രായശ്ചിത്തത്താൽ ആ ഊണു കഴിച്ചവരെ നന്നാക്കി എടുക്കേണ്ടതാണെന്നും അവർ ചേർന്നു അഭിപ്രായപ്പെട്ടു.

2. പുല്ലോട്ട് സ്വാമി വൈദ്യർ

നൈത്തുകാരെ 60 കൊല്ലമായിട്ട് ഞാൻ അറിയും. ഇപ്പോഴുള്ള നൈ

ത്തുകാരൻ കുഞ്ഞിക്കുറുമ്പനും ഞാനും മറ്റും ഒരു എഴുത്തുപള്ളിയിൽ ഒന്നായി പഠിച്ചിട്ടുണ്ട്. നൈത്തുകാരുടെ ഭക്ഷണം തിയ്യർ ഒരിക്കലും കഴിച്ചിട്ടില്ല. കഴിപ്പാനും പാടില്ല. നൈത്തുകാരുടെ ചോറ് നമ്മുടെ കാവുതീയ്യന്മാരും കൂടി കഴിക്കാറില്ല. ഈയിടയിൽ നൈത്തുകാരുടെ ഭക്ഷണം കഴിച്ച തിയ്യരെ മറ്റുള്ളവർ സംഘത്തിൽ ചേർ ക്കാൻ പാടില്ലാത്തതും ആകുന്നു.

3. കണ്ണോളി കുഞ്ഞിപ്പെരച്ചൻ

പ്രസ്താവത്തിലെ ഊണുകഴിച്ചവരിൽ എന്റെ മകൻ പ്രായം തികയാത്ത ആണ്ടി എന്ന ഒരു കുട്ടിയും ഉൾപ്പെട്ടിരിക്കുന്നു. ഊണിന്റെ വിവരം മുമ്പിൽക്കൂട്ടി അറിഞ്ഞിരുന്നെങ്കിൽ അവൻ അതിൽ ചേരാൻ ഒരിക്കലും സംഗതി വരുന്നതല്ലായിരുന്നു. അതുകൊണ്ട് അബദ്ധമായി വന്ന ഈ തെറ്റിനെ സഭ മുമ്പാകെ പ്രസ്താവിച്ചു മാപ്പു വാങ്ങിത്തരേണ്ടതിനായി അപേക്ഷിക്കുന്നു.

4. അരങ്ങിൽ കറുവാടത്തു ചന്തു

ഊണുകഴിച്ചതുനിമിത്തം ഉണ്ടായ ആക്ഷേപത്തിനുശേഷം കീഴ്മര്യാദപ്രകാരം സ്വജനങ്ങളിൽ വേണ്ടപ്പെട്ടവരും ബന്ധുജനങ്ങളും മുഴുവൻ ചേർന്നു അടിയന്തിരാദികൾ നിവൃത്തിക്കുന്നതിൽ പലവിധമായ തടസ്ഥങ്ങളും സംഘവിരോധങ്ങളും മറ്റും പരക്കെ വ്യാപിക്കുകയും കഠിനസങ്കടങ്ങളും നഷ്ടകഷ്ടങ്ങളും പലരും പലവിധത്തിലും അനുഭവിച്ചുവരികയും ചെയ്യുന്നതുകൊണ്ട് ഉടനെ നിവൃ ത്തി ഉണ്ടാക്കേണ്ടതാണ്. അങ്ങനെ ചെയ്യാത്ത ഭാഗം സമുദായത്തിൽ വലുതായ കലഹത്തിന് കാലതാമസമെന്നിയെ സംഗതി വരാനിടയുള്ളതും കൂടി ആണെന്ന് അറിയുന്നു.

ഇത്രയും കത്തുകൾ വായിച്ചതിനുശേഷം അഗ്രാസനനായ കെ.വി. ചോയി അവർകൾ പ്രസ്തുതകാര്യത്തെക്കുറിച്ചുള്ള അദ്ദേഹത്തിന്റെ അഭിപ്രായം വിശദമായി പറഞ്ഞതിൽനിന്നുള്ള പ്രസക്തഭാഗങ്ങൾ ചുവടെ ചേർക്കുന്നു.

'നൈത്തുകാർ എന്നവർ തിയ്യരെക്കാളും ഏറ്റവും താണ ജാതിക്കാരാണെന്നും തെക്കൻ കൊല്ലത്തുനിന്നും വളരെ കൊല്ലം മുമ്പേ വന്നു കോഴിക്കോട്ടു പാർത്തുവന്നിട്ടും ഈ കാലംവരെ തിയ്യരുടെ കൂട്ടത്തിൽ ചേരാൻ സാധിക്കാത്തതുതന്നെ തിയ്യരല്ലാത്തതുകൊണ്ടാണെന്നും ഒന്നാമത്തെ ദൃഷ്ടാന്തമാകുന്നു. അന്യദിക്കിൽനിന്നു വരു ന്ന തീയ്യർ തിയ്യരുടെ കൂട്ടത്തിൽതന്നെയാണ് ചേരാറ്. അത് സാധാരണ നടപടിയുമാകുന്നു. നൈത്തുകാരൻ എന്നവർ നൈത്തുകാർ ആയിട്ടുതന്നെയാണ്

ഈ രാജ്യത്തുവന്നത്. അതാതു ജാതിയായിട്ടുതന്നെയാണ് പരിണമിക്കുന്നത്. ജാതിവ്യത്യാസം വരുത്തുവാൻ സാധിക്കുന്നതല്ല. വരുത്തുവാൻ പാടുള്ളതുമല്ല. ജാതിസംഘത്തിനെത്രയോ അപമാനകരമായ ഈ പ്രവൃത്തി ചെയ്ത് നമ്മുടെ ജാതിക്ക് അപമാനം വരുത്തിയതു അറിയാതെ ചെയ്തതല്ലാത്തതുകൊണ്ടും നൈത്തുകാരുടെ ഭക്ഷണം കഴിച്ച തിയ്യർക്ക് ആ ഭക്ഷ ണം കഴിക്കാത്തവരോടു കൂടിച്ചേരുവാൻ പാടില്ലാത്തതും അവരെ സംഘവിരോധം ചെയ്യേണ്ടതുമാകുന്നു. സ്വകാര്യമായി പുരുഷന്മാർ മാത്രം പോയി ഭക്ഷിച്ചതല്ലേ. അതിനെപ്പറ്റി അത്ര വിചാരിപ്പിനുണ്ടോ, എന്നും മറ്റും ചിലരുടെ പ്രസ്താവം നടക്കുന്നുണ്ടെങ്കിലും താണജാതിക്കാരുടെ ഭക്ഷണം ആർക്കും കഴിപ്പാൻ പാടില്ലാത്തതാകുന്നു.

തീയ്യർ നൈത്തുകാരന്റെ ഭക്ഷണം കഴിച്ചത് 'കേരളസഞ്ചാരി' എന്ന വർത്തമാനപത്രത്തിൽ പ്രസിദ്ധപ്പെടുത്തിയതുകൊണ്ട് രാജ്യം മുഴുവൻ പ്രസിദ്ധമായ ഭക്ഷണമാണത്; സ്വകാര്യമല്ല.'

ഇപ്രകാരം അഗ്രാസനൻ കെ.വി.ചോയി നൈത്തുകാരന്റെ ഭക്ഷ ണം കഴിച്ചതിൽ തിയ്യസമുദായത്തിന്റെ നിലപാട് വ്യക്തമാക്കിയതിനുശേഷം സഭയുടെ അഭിപ്രായം ആരാഞ്ഞു. അപ്പോൾ മാവിലാടത്ത് കണ്ണൻമുതൽ 131 ആൾക്കാരും പാലൊളിതാഴത്തെ കണ്ടൻ എന്നവരും അഗ്രാസനൻ ചോയിയെ വാഴ്ത്തുകയും ഈ പ്രശ്നത്തിന് ഒരു തീർപ്പുണ്ടാക്കണമെന്ന് അപേക്ഷിക്കുകയും ചെയ്തു. പനിക്കിൽ നായാടി വൈദ്യർ അഗ്രാസനനെ വാഴ്ത്തിക്കൊണ്ട് ഒരു സ്തുതിഗീതം ആലപിക്കുകയും ചെയ്തു.

അതിൽനിന്നുള്ള ചില വരികൾ:

കേവി ചോയി ഭിഷഗ്വരൻ പിതൃസമൻ
ധീമാൻ സുശീലൻ മഹാൻ
സേവിക്കുന്ന ജനൈശ്ച നൽകുമമലൻ
വാണീ ഗുണ്ഡലംകൃതൻ
ശ്രീമത്ഭൂഷിതാഗ്രേ സരനിഹ സഭയിൽ
സൂക്ഷ്മബുദ്ധ്യാ വസിച്ചി
ന്നീർമജ്ജാതീയദുഃഖം വിരവിനൊടിഹ
തീർത്തീടുവാനോർത്തീടണം.

പാലൊളി കണ്ടനും മാവിലാടത്തെ കണ്ണനും മറ്റൊരു പ്രധാനകാര്യം അഗ്രാസനരുടെ ശ്രദ്ധയിൽപെടുത്തുകയുണ്ടായി. ഈ ആ ക്ഷേപ ഭക്ഷണകാര്യത്തിൽ ഇതിനുമുമ്പ് കല്ലിങ്കൽ രാരിച്ചൻ മൂപ്പൻ ഒരു തീർ

പ്പ് ഉണ്ടാക്കിയിട്ടുള്ളതും ആയത് അച്ചടിച്ച് പ്രസിദ്ധം ചെ യ്തിട്ടുള്ളതുമാകുന്നു. 'അഹിംസാ പരോധർമ' എന്നാണ് ആ തീർപ്പിന്റെ തലക്കെട്ട്. ആ തീർപ്പിൽ രാരിച്ചൻമൂപ്പന്റെ ലിബറൽ ചിന്താഗതി അല്പം പ്രതിഫലിക്കുന്നുണ്ട്.

രാരിച്ചൻമൂപ്പൻ തന്റെ തീർപ്പിൽ ഇപ്രകാരം പ്രസ്താവിക്കുന്നു.

'മിസ്റ്റർ പുത്തൻതെരുവത്ത് രാമനെ മുൻസിപ്പാൽ കൗൺസിലറായി തിരഞ്ഞെടുത്ത സന്തോഷത്തിനു അയാൾ ആ കാര്യത്തിൽ സഹായിച്ചവർക്കും മറ്റും ഒരു വിരുന്നു സൽക്കാരം ചെയ്യാൻ ഉറച്ചപ്പോൾ ആ സൽക്കാരത്തിൽ പോയി ഊണുകഴിക്കുന്നതിനു വല്ല വിരോധവുമുണ്ടോ എന്ന് മിസ്റ്റർ കല്ലിങ്കൽ മല്ലിശ്ശേരി ചന്തുക്കുട്ടി വൈദ്യർ എന്നോട് ആലോചിക്കുകയും ഒരു വിരുന്നിൽ പോയി ഊണുകഴിക്കുന്നതിനു വിരോധമില്ലെന്നാണ് എന്റെ അഭിപ്രായമെന്നു ഞാൻ സമ്മതിച്ചുപറയുകയും അപ്രകാരം പലരുംകൂടി ഊണുകഴിക്കുകയും അതിനുശേഷം ആറോ ഏഴോമാസം കഴിഞ്ഞപ്പോൾ അതിനെപ്പറ്റി സമുദായത്തിൽ ചില ആക്ഷേപം നടക്കുകയും ആ കാര്യത്തിൽ എടവം ഏഴാംതീയ്യതി മെസ്സസ്സ് പൊക്കാഞ്ചേരി കണ്ടൻ, മന്ദമ്പാട്ടു കാളൂര് കുട്ടിക്കണാരൻ, മന്ദമ്പാട്ട് ഈശ്വരമംഗലത്ത് രാരു, ഒടുക്കത്തിൽ ചന്തുക്കുട്ടി, കീരിയാടത്ത് രാമൂട്ടി, അയനിക്കാട്ട് ചോയി, തട്ടാണ്ടി പെരച്ചൻ, അടിച്ചിക്കാട് കടിങ്ങി, കൊളങ്ങരത്ത് കണ്ടക്കുട്ടി, ചെട്ടിക്കണ്ടി വേലു, കരിപ്പാളി രാമൻ, മൂരിയിൽ കൃഷ്ണക്കുറുപ്പ്, തച്ചിലോട്ട് വേലുവൈദ്യർ, അത്തിക്കോട്ട് ഉണിക്കാട്ട് കോരപ്പൻ, പാലങ്ങാടത്ത് കുള്ളിക്കേളൻ മുതലായി പതിനേഴ് പേരും നൂറോളം തറവാട്ടുകാരും കൂടി എന്റെ മഠത്തിൽ എന്ന വീട്ടിൽവെച്ച് ഒരു യോഗം കൂടുകയും ആലോചിക്കുകയും ചെയ്തതിൽ മിസ്റ്റർ പി. ടി.രാമന്റെ വർഗ്ഗത്തെ നമ്മുടെ സംഘത്തോടുകൂടി ചേർക്കുവാനുള്ള ഉദ്ദേശത്തിന്മേലാണ് മേൽപ്പറഞ്ഞ സൽക്കാരം ഏർപ്പെടുത്തിയത് എന്ന ചിലർക്കുള്ള തെറ്റിദ്ധാരണയിന്മേലാണ് ഇപ്പോൾ നടക്കുന്ന ആക്ഷേപത്തിനും കലക്കത്തിനും കാരണമെന്നും അറിഞ്ഞു. ആ വക വിചാരം എനിക്കാവട്ടെ ഉണ്ടവർക്കാവട്ടെ ഉണ്ടായിട്ടില്ല എന്നു സഭയിലുണ്ടായിരുന്നവരും ഞാനും പ്രസ്താവിച്ചപ്പോൾ തെറ്റിദ്ധാരണ തീർന്നു. ഈ വിധം ഭക്ഷണം കഴിച്ചതിനു വിരോധമില്ലെന്നു എല്ലാവരും ഒരുപോലെ അഭിപ്രായപ്പെട്ടു. അടിയന്തരങ്ങൾ സംബന്ധമായ കലഹങ്ങൾ മേലിൽ ഉണ്ടാവാതിരിക്കാൻ എല്ലാവരും ശ്രമിക്കുമെന്നും തീർച്ചപ്പെടുത്തി.

എന്ന്,

കല്ലിങ്കൽ മഠത്തിൽ രാരിച്ചൻ മൂപ്പൻ (ഒപ്പ്)

കോഴിക്കോട്,
1911 മെയ് 27

മൂപ്പന്റെ തീർപ്പിനെ ചോയിവൈദ്യർ അഗ്രാസനരായുള്ള യോഗം അതിനിശിതമായി വിമർശിച്ചും എതിർത്തും തള്ളിക്കളയുകയാണു ചെയ്തത്. യോഗത്തിന്റെ പ്രതികരണങ്ങളിൽ ചിലത് താഴെ ചേർ ക്കുന്നു.

1. മേലിൽ ഒരുവിധത്തിലും അവരുടെ ഭക്ഷണം കഴിക്കുകയോ, അവരെ നമ്മുടെ സമുദായത്തിൽ ചേർത്തുനടത്തുകയോ ചെയ്വാ ൻ പാടുള്ളതല്ല. നൈത്തുകാർ നമ്മളിൽ താണജാതിയാണ്. ജാതിയിൽ നമ്മെക്കാൾ താണവരായ കാവുതീയ്യൻ, ആശാരി, മൂശാരി, തട്ടാൻ, കൊല്ലൻ മുതലായവർപോലും ഇവരുടെ ചോറുണ്ണാറില്ല.

2. നൈത്തുകാരുടെ വർഗ്ഗത്തിൽപെട്ട മരക്കാരക്കണ്ടി ആണ്ടി എന്നാളുടെ വീട്ടിൽ പണിയെടുത്തു ഭക്ഷണം കഴിച്ചുതാമസിച്ചിരുന്ന ഒരു തീയ്യത്തിയായ നടമ്മൽ പെണ്ണൂട്ടി എന്ന സ്ത്രീയെപ്പറ്റി നടന്നിരുന്ന ആക്ഷേപം 1895 ഫെബ്രുവരി 24-നു നേറ്റീവ് ഹൈസ്കൂളിൽവെച്ച് ആലോചിച്ചുതീർച്ചപ്പെടുത്തിയ വിവരത്തിന് 'അഹിംസാപരമായ ധർമ' എന്ന പേരോടുകൂടിയ പുസ്തകത്തിലെ ചില സംഗതികൾ ഇവിടെ പ്രസ്താവിക്കേണ്ടതുണ്ട്.

'നൈത്തുകാരുടെ കൂടെ പോയി താമസിക്കുന്ന തീയ്യസ്ത്രീകൾ മരിച്ചാൽ കുടുംബങ്ങൾക്ക് പുലബന്ധമില്ലെന്നും തിയ്യരും നൈത്തുകാരും തമ്മിൽ കൂടിനടക്കാറില്ലെന്നുമുള്ള ഏക സംഗതിയാൽ, ബ്രാഹ്മണജാതിയിൽത്ത ന്നെ ഉൽകൃപകൃഷ്ടഭേദത്താൽ എത്രയോ അവാന്തര ഭേദങ്ങൾ ഉള്ളതായി കാണുന്നതുപോലെ വേണമെങ്കിൽ ഈ നൈത്തുകാരെ തീയ്യർ വകുപ്പിൽ ഒരു താണ വർഗ്ഗമായി വിചാരിക്കാമെന്നല്ലാതെ...'

'...ഈ ഭക്ഷണം ഇത്രത്തോളം അജീർണ്ണകരമായിത്തീരുമെന്നോ ഇത്ര വലിയൊരു കലഹം നേരിടുമെന്നോ കഴിച്ചവരാരും അപ്പോൾ ആലോചിച്ചിട്ടുണ്ടായിരിക്കില്ലെന്നും സ്വജനക്ഷേമത്തിനുവേണ്ടിമാപ്പു കൊടുക്കേണ്ടതാണെന്നും.'

'...അധികം കാലങ്ങളായിട്ടു ഇങ്ങനെ പരക്കെതട്ടുന്ന ഒരു സ്പ ർധ ഉണ്ടായിട്ടില്ല. അപ്രകാരം ഒരു സ്പർധ നിർഭാഗ്യവശാൽ ഉത്ഭവിച്ചിട്ടുണ്ടെങ്കിലും അതിനെ നിലനിർത്തുവാനോ വർദ്ധിപ്പാനോ ഇടവരുത്തുന്നതു എത്രയും ശോചനീയമായിട്ടുള്ളതാണല്ലോ.'

ഇത്തരം പലതരത്തിലുള്ള അഭിപ്രായങ്ങളും മഠത്തിൽമൂപ്പന്റെ തീർപ്പിനെക്കുറിച്ചു രേഖപ്പെടുത്തിയശേഷം ഒടുവിൽ മുപ്പത്തിയഞ്ചാംപേജിൽ

കെ.വി.ചോയി വൈദ്യർ അഗ്രാസനരായുള്ള സഭയുടെ 'തീർപ്പ്' എന്ന അധ്യായം തുടങ്ങുകയായി. അതിൽനിന്ന്....

'...സ്വജനങ്ങളിൽ നിന്നുത്ഭവിച്ചു വേരൂന്നി നാടെങ്ങും പടർന്നു പിടിച്ചു നാനാവിധ അനർത്ഥങ്ങളും ഉണ്ടാക്കിത്തീർത്ത ആക്ഷേപകാര്യം ജൂൺ നാലാം ഞായറാഴ്ച വട്ടാമ്പൊയിൽ തറവാട്ടിൽ കൂടിയ തിയ്യരുടെ ജാതിസഭയിൽ വെച്ചാലോചിച്ചതിൽ ഹാജരുള്ള 408 ആളുകളിൽ 406 പേരും അഭിപ്രായം എഴുതി അയച്ച 842 ആളുകളിൽ 839 പേരും ആകെ നാനാദേശക്കാരായ 1245 ആളുകളുടെ അഭിപ്രായത്തിനനുസരിച്ച് തിയ്യർ പുരാതനമായി തന്നെ വർജ്ജിച്ചുവെച്ചതായ നൈത്തുകാരുടെ ഭക്ഷണം തിയ്യർ കഴിച്ചതു തെറ്റായിട്ടുള്ളതാണെന്നും അനേകവിധ അനർത്ഥങ്ങളെ ഓർത്തു തനിവൃത്തിക്കായി ആലോചനാപൂർവ്വമല്ലാത്ത ഈ തെറ്റിന് ദയയോടുകൂടി മാപ്പു കൊടുക്കേണ്ടതാണെന്നും തീർച്ചപ്പെടുത്തി.'

പതിനെട്ടാമത്തെ ഖണ്ഡികയിൽ 'നമ്മുടെ സഭയ്ക്കുവേണ്ടുന്ന ഒത്താശകൾ ചെയ്യാൻ പോലീസിനെ അയച്ചുതന്ന ഡിസ്ട്രിക്ട് പോ ലീസ് സൂപ്രണ്ട് സായ്‌വവർകൾക്കും സമയോചിതം ഉപദേശം തന്ന ഡിസ്ട്രിക്ട് കലക്ടർ റാവു ബഹദൂർ സി.ഗോപാലൻനായർ അവർ കൾക്കും സഭ കൂടുന്നതിൽ കാണിച്ച ദയയ്ക്കും നീതിക്കും മലയാം കലക്ടർ സി.എ ഇന്നീസ് (ഐ.സി.എസ്) സായ്‌വവർകൾക്കും പ്ര ത്യേകം വന്ദനം പറയേണ്ടതാണെന്നും കെ.വി.ചോയി അവർകൾ അഭിപ്രായപ്പെടുകയും കാവുങ്ങൽ ചന്തു അവർകൾ പിന്താങ്ങുകയും ചെ യ്തു.'

ഈ തീർപ്പിന്റെ ഇംഗ്ലീഷ് പരിഭാഷയും പുസ്തകത്തോടൊപ്പമുണ്ട്. അതിൽ അവസാനഖണ്ഡിക ഇപ്രകാരമാണ്.

Proposed by the chairman and carried with enthusiasm and acciomation that 3 cheers be given to his majesty the king Emperor under whose benign rule. The country enjoys the blessings of peace and freedom

പിൻകുറിപ്പ്: ശ്രീനാരായണനു മുൻപുള്ള കേരളവും ഇന്നത്തെ കേരളവും തമ്മിൽ ജാതിപരമായ വീക്ഷണത്തിൽ വലിയൊരു വ്യത്യാസമുണ്ട്. അന്ന് ജാതി വെളിയിൽ കാണാമായിരുന്നു. ഇന്ന് അത് ഉള്ളിൽ ഒതുങ്ങിയിരിക്കുന്നു. ഉള്ളിലൊതുങ്ങൾ നശിക്കൽ അല്ല. വെളിപ്പെടലിനെക്കാൾ ഭയങ്കരമായ ഒരു സ്ഥിതിയാണ് ഉള്ളിൽ ഒതുങ്ങൽ. ഉള്ളി ൽ ഇരിക്കുന്ന എന്തിനും ശക്തി കൂടും. ബഹിർസ്ഫുരിതമായ ജാതി യെ മാത്രമേ നാരായണഗുരുവിന് എതിർക്കേണ്ടിയിരുന്നുള്ളൂ. ഇന്നാവട്ടെ അ

ദൃശ്യമായ ജാതിയുടെ പരാക്രമങ്ങൾക്ക് നിസ്സഹായരായ നാം ഇരയായിത്തീർന്നിരിക്കുന്നു. ഇന്ന് അവർണനൻ വീട്ടിൽ കയററുതെന്ന് ഒരു സവർണ്ണനും പറയുകയില്ല. അവർണ്ണന്റെ കൂടെ ഭക്ഷണം കഴിക്കാനും സവർണ്ണനു മടിയില്ല. പക്ഷെ, അവരുടെ നേതാക്കൾ സംസാരിക്കുമ്പോൾ ആ രാഷ്ട്രീയകക്ഷിയുടെ ശബ്ദമല്ല, തങ്ങളുടെ സമുദായത്തിന്റെ ശബ്ദമാണ് അവർ കേൾക്കുന്നത്. ജാതിമനോഭാവത്തിന്റെ കൂടുതൽ ശക്തമായ പുനരവതാരമാണ് ഇത്. സംഭവാമി യുഗേ യുഗേ എന്ന് ജാതിദേവനും മൊഴിയുന്നുണ്ടാവണം.

സുകുമാർ അഴീക്കോട്
(ഗുരുവിന്റെ ദുഃഖം)

മണ്ണിന്റെ ചൂടേറ്റുണർന്നവൻ

1965 ഫിബ്രവരി മാസത്തിൽ സിനിരമ എന്ന സിനിമാപ്രസിദ്ധീകരണത്തിനുവേണ്ടി നൽകിയ ഒരു അഭിമുഖത്തിൽ രാമു കാര്യാട്ട് ഇങ്ങനെ പറയുന്നു.

'യൂറോപ്യൻരാജ്യങ്ങളിലെ സിനിമകളിൽ പാട്ടുംനൃത്തവും നാടകവുമില്ല. അതിന്റെ കാരണം, ഒപ്പറയും നാടകവും ബാലേയുമൊക്ക കാണാൻ അവിടെ എല്ലാ പട്ടണങ്ങളിലും വേറെ സംവിധാനമുണ്ട്. പാട്ടും നൃത്തവും കാണാനാണ് അധികവും ഇന്ത്യൻ സിനിമാസ്വാദകൻ തിയേറ്ററിൽ എത്തുന്നത്. ഈ അവസ്ഥയ്ക്ക് അടുത്തൊന്നും മാറ്റം വരില്ലെന്നാണ് തോന്നുന്നത്. യൂറോപ്യൻരാജ്യങ്ങളിൽ സിനിമയ്ക്കുപോകുന്നവരുടെ എണ്ണം ക്രമാതീതമായി കുറയാൻ തുടങ്ങിയിരിക്കുന്നു. കാർ പാർക്കിംഗ്, ടിക്കറ്റെടുക്കാനുള്ള ക്യൂവിൽ നിൽപ്പ് ഇതൊക്കെ ബുദ്ധിമുട്ടുള്ള കാര്യങ്ങളായി അവർക്കു തോന്നുന്നുണ്ടാവണം. സിനിമയ്ക്കു പകരമായാണ് ടെലിവിഷൻ വന്നിട്ടുള്ളത്. കാർപാർക്കിംഗും കുട്ടികളെ നോക്കാനുള്ള ബുദ്ധിമുട്ടും ടിക്കറ്റ് കൗണ്ടറിനുമുന്നിലുള്ള ക്യൂനില്പും എല്ലാം ഒഴിവാക്കാം. അതുകൊണ്ട് ജനത്തെ കൂടുതൽ സിനിമയിലേക്ക് ആകർഷിക്കാൻ അവർ പല ടെക്നിക്കുകളും സ്വീകരിക്കുന്നുണ്ട്.

സ്ക്രീനിന്റെ വലുപ്പം വർദ്ധിപ്പിച്ചു. ശബ്ദസംവിധാനത്തിലും ആകർഷകമായ മാറ്റങ്ങൾ വരുത്തുന്നു. ഒരു ടിക്കറ്റ് വാങ്ങി തിയേറ്ററിൽ കടന്നാൽ ഒരുദിവസം മുഴുവൻ എത്ര പ്രാവശ്യം വേണമെങ്കിലും തുടർച്ചയായി സിനിമ കാണാം. എന്നിട്ടും സിനിമ കാണാൻ പോകുന്നവരുടെ എണ്ണം ഗണ്യമായി കുറഞ്ഞു വരികയാണവിടെ. എന്നാൽ ഇവിടെ ഇപ്പോൾ പാശ്ചാത്യരാജ്യങ്ങളുടേതിൽ നിന്ന് തീർത്തും വ്യത്യസ്തമാണ് സിനിമയോടുള്ള ജനത്തിന്റെ പ്രതികരണം.

സിനിമാസ്വാദകർ കൂടി വരികയാണ്. ടെലിവിഷൻ സർവ്വസാധാരണമാകുന്നതുവരെ ഇന്ത്യൻസിനിമയ്ക്ക് ശോഭനമായ ഭാവിയുണ്ടെന്നു പറയാം.'

ഒരു ദ്വീപായിരുന്നു, കോട്ടപ്പുറംതൊട്ട് ചേറ്റവു വരെയുള്ള ഭൂപ്രദേ

ശം. കിഴക്ക് വീതിയേറിയ കനോലി കനാൽ, പടിഞ്ഞാറ് അറബിക്ക ടൽ, തെക്കും വടക്കും കായലുകൾ ചേറ്റുവയ്ക്ക് വടക്ക് കണ്ണൂർവരെ നീണ്ടുകിടക്കുന്നു, പഴയ മലബാർജില്ല. തെക്ക് കൊടുങ്ങല്ലൂരിനപ്പുറം ആലുവവരെയും. ചേറ്റുവാ കടവത്തുതന്നെയാണ് രാമു കാര്യാട്ട് ജനി ച്ചുവളർന്ന കാര്യാട്ടുവീട്. മുത്തച്ഛൻ അധികാരി ആയിരുന്നു. ചൂരായി കണാരൻ എന്ന സബ്കളക്ടറാണ് കാര്യാട്ട് കുഞ്ഞയ്യന് അധികാരം കൊടുക്കുന്നത്. പൂരായിക്കണാരൻ വടക്കുള്ള തിയ്യനായിരുന്നു. അതി നാൽ എഴുത്തും വായനയും അറിയാവുന്ന പല തീയ്യരും അധികാരിമാ രായി എന്ന് പലരും പരിഹാസം പറഞ്ഞിട്ടുണ്ട്.

കാര്യാട്ടധികാരിയുടെത് ഒരു കൂട്ടുകുടുംബമായിരുന്നു. സഹോദരന്മാ രും മക്കളും പേരക്കുട്ടികളുമൊക്കെയായി നിരവധി പേരുള്ള വലിയൊ രു വീടായിരുന്നു അത്. അധികാരിയുടെ കാലത്തും കാലശേഷവും നി രവധിപേർ ആ കുടുംബത്തിൽനിന്നും നാട്ടിൽനിന്നും തൊഴിൽതേടി കൊ ളംബിലേക്ക് പോയി. ചേറ്റുവയിൽ ഒരു വീട്ടിൽ നിന്ന് ഒരാൾ എന്ന തോ തിൽ സിലോൺ മലയാളികളുണ്ടായിരുന്നു. ചിലർ സിംഹളസ്ത്രീകളെ വിവാഹം ചെയ്ത് കൊളംബിൽതന്നെ പൊറുത്തു. ചിലർ നാട്ടിൽ മല യാളി ഭാര്യയും കൊളംബിൽ ശിങ്കളത്തിയും എന്ന മട്ടിൽ കഴിഞ്ഞു. വേറെ ചിലർ സിംഹള ഭാര്യയെ നാട്ടിലേക്കു കൊണ്ടുവന്നു. കാര്യാട്ടു കുടുംബത്തിലും അങ്ങനെ ഉണ്ടായിട്ടുണ്ട്.

ഏറെയും നിർധനരും വിദ്യാഭ്യാസമില്ലാത്തവരുമാണ്, സിലോണിൽ എത്തിപ്പെട്ട മലയാളികൾ. പക്ഷേ, അവർ അവിടെയുള്ള നിശാപാഠാ ശാലകൾ ഉപയോഗിച്ച് വിദ്യാഭ്യാസം നടത്തി. ഇംഗ്ലീഷും സംസ്കൃത വും പഠിച്ചു. യുക്തിവാദികളും കമ്മ്യുണിസ്റ്റുകാരുമുണ്ടായി. കവികളും കഥാകൃത്തുക്കളുമുണ്ടായി. ആയുർവ്വേദ ജ്ഞാനമുള്ളവരുണ്ടായി. ആ ത്മീയഉണർവുകളുണ്ടായി. രാഷ്ടീയപ്രബുദ്ധത ഉണ്ടായി. ശ്രീ ബുദ്ധൻ മുതൽ ചെഗുവേരവരെ അവരുടെ ബോധമണ്ഡലങ്ങളിലേക്കു വന്നു.

ചേറ്റുവ ഉൾപ്പെടുന്ന ഭൂപ്രദേശം മണപ്പുറം എന്നാണ് അറിയപ്പെട്ടിരു ന്നത്. 1927 കാര്യാട്ടുവീട്ടിൽ കുഞ്ഞയ്യപ്പന്റെയും കാർത്യായനിയുടെയും മകനായി രാമു ജനിച്ചു. രാമുവിന് നാലോ അഞ്ചോ വയസ്സുള്ളപ്പോൾത ന്നെ അച്ഛൻ മരിച്ചുപോയി. അമ്മ കാർത്യായനി തന്റെ കുഞ്ഞുമൊത്ത് ആ വലിയ വീട്ടിൽ ജീവിക്കാൻ പാടുപെട്ടിരിക്കണം. കാരണം ഭർതൃസ ഹോദരന്മാരെല്ലാം സിലോൺകാരും വൈദ്യന്മാരുമൊക്കെയായി നല്ലനി ലയിൽ എത്തിയിരുന്നു. അവരുടെ കുടുംബങ്ങൾ ചെറിയ തുരുത്തുക ളായി ഒരു മേൽക്കൂരയ്ക്കു താഴെയാണെങ്കിലും വേറിട്ടുപോയിക്കഴിഞ്ഞി

ട്ടുണ്ട്. അതിനിടയിൽ കുടിച്ചു മുടിഞ്ഞവന്റെ പെണ്ണിനും കുട്ടിക്കും ആരുടെയും ശ്രദ്ധയോ സഹായമോ സാന്ത്വനമോ കിട്ടിയില്ല. മറ്റുകുട്ടികളോടൊപ്പം ഇരുന്ന് ഭക്ഷണം കഴിക്കാനോ കളിക്കാനോ അവരോട് കൂട്ടുകൂടാനോ രാമു ചെന്നില്ല. താനീ വീട്ടിൽ ഒരധിപ്പറ്റാണെന്ന് ആ ബാലമനസ്സ് തിരിച്ചറിഞ്ഞുകാണും. എങ്കിലും അവൻ സ്കൂളിൽ പോയി. പലപ്പോഴും തിരിച്ചുവന്നില്ല. അയ്നിക്കലെ അമ്മായീടെ വീട്ടിലും പണിക്കശ്ശേരിയിലെ അമ്മാവന്റെ വീട്ടിലും അന്തിയുറങ്ങി. അമ്മ മകനെ കാത്ത് രാവേറെ ഉണർന്നുകിടക്കും. ധാരാളം ആളും ബലവും ഉണ്ടായിരുന്ന ആ വീട്ടിൽ തന്റെ മകനെ തിരഞ്ഞുപോകാൻ പക്ഷെ, ആരുമുണ്ടാവില്ലെന്ന് കാർത്യായനിക്കറിയാം. അവൻ വന്നാലെന്ത്, വന്നില്ലെങ്കിലെന്ത്? ഓരോരുത്തർക്കും അവരവരുടെ കാര്യങ്ങൾക്കുതന്നെ നേരമില്ലായിരുന്നു. അമ്മ മകനെയോർത്ത് കരയാത്ത ദിവസങ്ങളില്ല.

എന്റെ മകൻ ഈ ലോകത്തെങ്ങനെ ജീവിക്കും?

അവർക്കെന്നും ആധിയായിരുന്നു.

കുറെദിവസമായിട്ട് രാമൂനെ കാണാനില്ല്യാല്ലോ.

പണിക്കാർ ആരെങ്കിലും ചോദിച്ചെന്നിരിക്കും.

'അവൻ ഐനിക്കലെ നാത്തൂന്റെ വീട്ടിലാ. അവിടന്ന് സ്കൂളിലേക്ക് കുറച്ചുദൂരേള്ളൂ. ഇവിടുന്നാണെങ്കി നാലഞ്ചുനാഴിക ഈ പൂഴീക്കൂടെ നടക്കണ്ടെ കുട്ടി.'

എങ്ങണ്ടിയൂർ എലിമെന്ററി സ്കൂളിലെ പഠിപ്പുകഴിഞ്ഞ് കണ്ടശ്ശാങ്കടവ് ഹൈസ്കൂളിൽ ചേർന്നപ്പോൾ പിന്നെ 'വല്ലപ്പോഴും വന്നെങ്കിലായി.' എന്ന മട്ടിലായി വീട്ടിലേക്കുള്ള വരവ്. സ്നേഹിതന്മാരുടെയും ബന്ധുക്കളുടെയും വീടുകളിൽ തന്നെയായി ഊണും ഉറക്കവുമൊക്കെ. എല്ലാവർക്കും അവനെ വളരെ ഇഷ്ടമായിരുന്നു. നന്നായി പാടും. പലതും അഭിനയിച്ചുകാണിക്കും. ഇതിനിടയിലും പഠിക്കാൻ സമയം കണ്ടെത്തും. അവൻ ഏവർക്കും പ്രിയങ്കരനായിരുന്നു. ഐനിക്കൽ കല്യാണി അമ്മായിയുടെ വീട്ടിൽ രാമു ഏറെക്കാലം നിന്നിട്ടുണ്ട്. കല്യാണിഅമ്മായിക്ക് അവനെ വളരെ ഇഷ്ടമാണ്. അവരുടെ മകൻ രാമനാഥൻ രാമുവിന്റെ കളിക്കൂട്ടുകാരനാണ്.

ഹൈസ്കൂൾവിദ്യാഭ്യാസകാലത്തുതന്നെ രാമു പൊതുവേദികളിൽ പ്രത്യക്ഷപ്പെടാൻ തുടങ്ങി. കെ.എസ്.കെ.തളിക്കുളത്തിന്റെ നാടകങ്ങളുടെ അരങ്ങെത്തും അണിയറയിലും രാമു സജീവസാന്നിദ്ധ്യമായി. ഏറെയും കാലികരാഷ്ട്രീയസാമൂഹിക പ്രശ്നങ്ങളായിരുന്നു തളിക്കുളത്തിന്റെ നാടകങ്ങൾക്ക് വിഷമായിത്തീർന്നിരുന്നത്. കലങ്ങിത്തെളിഞ്ഞു,

രണ്ടു സഹോദരിമാർ, ഭാഗ്യദീപം, രാധ, പണയവും പ്രണയവും, പായസം തുടങ്ങിയവയാണ് തളിക്കുളത്തിന്റെ നാടകങ്ങൾ. അ തിൽ ചില തൊക്കെ പ്രഹസനങ്ങളുമാണ്. രാമു കാര്യാട്ട് പ്രധാനറോളിൽ അഭിനയിച്ച കെ.എസ്.കെ തളിക്കുളത്തിന്റെ 'വാസന്തി' എന്ന നാടകം കണ്ടിട്ടുള്ള സി.വി.ശ്രീരാമൻ ആ നാടകത്തിന്റെ ഓർമ്മകളിന്നും സൂക്ഷിച്ചു വെക്കുന്നു.

'ധനികനും അതിലേറെ ലുബ്ദ്ധനുമായ ഒരച്ഛന്റെ മകനായിട്ടാണ് കാര്യാട്ട് അതിൽ അഭിനയിക്കുന്നത്. നായകനായി മെലിഞ്ഞ് ചപ്രച്ച മുടിയുള്ള ഒരാളാണ് എന്നുതോന്നുന്നു, ജെ.എ.ആർ. ആനന്ദ് ആണോ എന്നു സംശയമുണ്ട്. ഒരു വഴക്കാളിയുടെ ലക്ഷണമുള്ള മുഖം. അയൽവാസിയുമായി വസ്തുതർക്കവും കേസും നിലവിലുണ്ട്. അയൽവാസിക്ക് ഒരേയൊരു മകൾമാത്രമേയുള്ളു. സുന്ദരിയാണ്. മകനായ രാമു കാര്യാട്ട് സാമൂഹികപ്രവർത്തകനാണ്. അച്ഛൻ മകനോട് ചോദിക്കുന്നുണ്ട്, 'നിന്നെയൊക്കെ എന്തിനുകൊള്ളാമെടാ. നല്ല വണ്ണം, നല്ല പൊക്കം, നല്ല നിറം, സുന്ദരവിഡ്ഢി, ഈ തെക്കുവടക്കു നടക്കുന്ന നേരം അവന്റെ ആ പെണ്ണിനെ പ്രേമിച്ച് വശത്താക്കി കല്യാണം കഴിച്ചിരുന്നെങ്കിൽ ആ സ്വത്തൊക്കെ പിന്നെ ആ വീട്ടിലേക്കുള്ളതാ.'

'രാമു കാര്യാട്ട് നന്നായി പാടുമായിരുന്നു. നാടകത്തിൽ തളിക്കുളം തന്നെ രചിച്ച ഒന്നുരണ്ടു ഗാനങ്ങളുണ്ട്. ഒരെണ്ണം പാടുന്നതു രാമുതന്നെയാണ്. ഗംഭീരമായ ശബ്ദമായിരുന്നു. അതുപോലെത്തന്നെ രൂപവും. അഭിനയത്തിന്റെ മാറ്റുരയ്ക്കാൻ പോന്ന റോളായിരുന്നില്ല അത്. അതുകൊണ്ട് അദ്ദേഹത്തിന്റെ ടാലന്റിനെപ്പറ്റി അന്ന് വിലയിരുത്താനൊന്നും കഴിഞ്ഞില്ല.'

വേലായുധൻ പണിക്കശ്ശേരി രാമു കാര്യാട്ടിന്റെ തലമുറയിൽപെട്ട ആളും ബന്ധുവും നാട്ടുകാരനുമാണ്. പണിക്കശ്ശേരിക്ക് രാമുവിന്റെ ബാല്യത്തെപ്പറ്റിയും അക്കാലത്തെ ചേറ്റുവ, എങ്ങണ്ടിയൂർ പ്രദേശത്തെപ്പറ്റിയും തെളിഞ്ഞ ഓർമ്മകളുണ്ട്.

'ഇവിടെ സാധാരണക്കാരുടെ സ്ഥിതി വളരെ കഷ്ടമായിരുന്നു. ഓല കുത്തിമറച്ച വീടുകൾ. അവരുടെ ശുഷ്കിച്ച കൃഷിയിടങ്ങൾ നെല്ലും തെങ്ങും ഒക്കെ കൃഷിയായി ഉണ്ടായിരുന്നെങ്കിലും കുടിയാന്മായിരുന്നു ഭൂരിപക്ഷവും. അർദ്ധപട്ടിണിയും മുഴുപ്പട്ടിണിയും ഉള്ള വീടുകൾ. വെളിമ്പറമ്പുകളിൽ പയറും റാഗിപ്പുല്ലും രാമച്ചവും കൃഷി ചെയ്യും. കശുമാവിൻതോട്ടങ്ങളാണ് ഏറെയും. ചെത്തും വാറ്റുമൊക്കെയുണ്ട്. സ്ത്രീകൾ പായനെയ്തും തൊണ്ടുതല്ലിയും കയറുപിരിച്ചും കഞ്ഞി കുടിക്കാ

നുള്ള വക കണ്ടെത്താൻ പാടുപെട്ടിരുന്നു. കാര്യാട്ട്,പണിക്കശ്ശേരി, തച്ചപ്പിള്ളി, വൈക്കാട്ടിൽ അങ്ങനെ കുറച്ചു പ്രമുഖ കുടുംബങ്ങളുണ്ട്. അവരിൽ ഉള്ളവരും ഇല്ലാത്തവരും ഉണ്ട്. രാമുവിന്റെ വീടിന് ഈ വീടുകളിൽനിന്ന് പ്രത്യേക പ്രാധാന്യമുണ്ട്. കാര്യാട്ടധികാരിയുടെ വീട് എന്ന നിലയ്ക്കായിരുന്നു അത്. എല്ലാ കാര്യവും അധികാരിവഴിക്കേ അക്കാലത്തു നടക്കൂ. ക്രിമിനലും സിവിലുമായി പ്രശ്നങ്ങൾതൊട്ട് കല്യാണവും മരണവും വരെ അധികാരിയുടെ പരിധിയിലുള്ളതാണ്. രാമുവിന്റെ പിതൃസഹോദരനായ കെ.സി.ആർ വൈദ്യർ പ്രസിദ്ധനായിരുന്നു. മർമ്മചികിത്സയും ആയുർവേദവും അറിയാം. വൈദ്യന്മാർ വേറെയുമുണ്ടവിടെ. കൃഷ്ണൻവൈദ്യർ, ബാലൻവൈദ്യർ എന്നിങ്ങനെ. എല്ലാവരും ഉയർന്ന സാമ്പത്തിക അവസ്ഥ ഉള്ളവരായിരുന്നു കെ.സി.ആർ വൈദ്യർ സിലോണിൽനിന്ന് വളരെ ധനം സമ്പാദിച്ചിട്ടുള്ള ആളാണ്. ആ വീട്ടിലായിരുന്നു രാമു ജനിച്ചുവളർന്നതെങ്കിലും രാമുവിന്റെ കാര്യം കഷ്ടമായിരുന്നു. കൊച്ചിലേ അച്ഛൻ മരിച്ചുപോയി. മദ്യപാനശീലം നല്ലവണ്ണം ഉണ്ടായിരുന്നു. അദ്ദേഹത്തിന്റെ മരണത്തോടെ ഒരു ജോലിക്കാരിയെപ്പോലെയായിരുന്നു രാമുവിന്റെ അമ്മ അവിടെ കഴിഞ്ഞിരുന്നത്. ഒരുപക്ഷെ ആ അപകർഷതകൊണ്ടാവാം, കൊച്ചിലേ രാമു ജനങ്ങളുടെ ഇടയിലേക്ക് ഇറങ്ങിവന്നത്. സുഹൃത്തുക്കളും അകന്ന ബന്ധുക്കളുമൊക്കെയാണ് രാമുവിന് അഭയവും സ്നേഹവും കൊടുത്തത്. എല്ലാവർക്കും അവൻ പ്രിയങ്കരനായിരുന്നു. ധാരാളം വായിക്കുമായിരുന്നു. ഇരുപത്തിയഞ്ചാമത്തെ വയസ്സിൽ ഒരു സിനിമ(നീലക്കുയിൽ) സംവിധാനം ചെയ്ത് പ്രസിഡണ്ടിന്റെ വെള്ളിമെഡൽ നേടണമെങ്കിൽ അതിനുള്ള അറിവു സമാഹരിച്ചത് ഈ മണ്ണിൽ സാധാരണക്കാരുടെ ഇടയിൽ അവരിലൊരാളായി ജീവിച്ചതിൽനിന്നാണ്. കാര്യാട്ടധികാരിയുടെ താവഴിക്ക് ജീവിച്ചിരുന്നുവെങ്കിൽ ഒരുപക്ഷെ, രാമു ഒരു വൈദ്യരോ മറ്റോ ആകുമായിരുന്നു. അവഗണനയും പരിഹാസവും നിന്ദയുമൊക്കെ ആയിരിക്കും വീട്ടിൽനിന്ന് രാമുവിന് കിട്ടിയിട്ടുണ്ടാവുക. അമ്മയ്ക്ക് മകനോടു സ്നേ ഹമുണ്ടാവാം. പക്ഷേ, അത് പ്രകടിപ്പിക്കാനുള്ള അവസരങ്ങളില്ലല്ലോ. അതുകൊണ്ട് രാമു ആ വീടിനുപുറത്തു കടന്നു. അന്ന് ഈ പ്രദേശം ഒരു മണൽക്കാടാണ്. ഇതിലെ നടക്കുമ്പോൾ കാലുകൾ പൊള്ളുന്ന പൂഴിയിൽ പുതഞ്ഞുപോകും. രാമു ഏറെ ഈ മണ്ണിന്റെ ചൂട് അനുഭവിച്ചിട്ടുണ്ട്. അതുകൊണ്ടാണ് അയാൾക്ക് മനുഷ്യരുടെ ജീവിതകഥകൾ സിനിമയിൽ പകർത്താനുള്ള അറിവുണ്ടായത്. ഇന്ന് ഇംഗ്ലീഷ്മീഡിയം സ്കൂളിൽ കുപ്പിപ്പാലുമായി പഠിക്കാൻ പോകുന്നു കുട്ടികൾ. ആ

കുട്ടികളാണ് നാളെ സിനിമയുണ്ടാക്കുന്നത്. അവർ സിനിമ പഠിക്കുന്നത് ഫെസ്റ്റിവെലുകളിൽനിന്നും ഇൻസ്റ്റിറ്റ്യൂട്ടുകളിൽനിന്നുമാണ്. അവരെ പറഞ്ഞിട്ടുകാര്യമില്ല. നമ്മുടെ അവസ്ഥ അങ്ങനെയാണ്. നമു ക്ക് കാര്യാട്ട് ജീവിച്ചിരുന്ന കാലത്തേക്ക് തിരിച്ചുപോകാൻ പറ്റില്ല. എന്നി ട്ട് ജീവിതം പഠിക്കാൻ പറ്റില്ല. എന്നിട്ട് സിനിമയെടുക്കാനും പറ്റില്ല.'

രാമു കാര്യാട്ട് രാഷ്ട്രീയ പ്രവർത്തകനുമായിരുന്നില്ലേ? എന്തായിരുന്നു അദ്ദേഹത്തിന്റെ രാഷ്ട്രീയം.?

ശ്രീനാരായണഗുരു, നടരാജസ്വാമികൾ, ബോധാനന്ദസ്വാമികൾ എന്നിങ്ങനെയുള്ള നവോത്ഥാനനായകന്മാർക്ക് സജീവമായ സാന്നിദ്ധ്യമുണ്ടായിരുന്ന ഒരു സ്ഥലമാണീ മണപ്പുറം. എന്നെപ്പോലുള്ള സാധാരണക്കാർക്ക് നാരായണഗുരുവിനെയും അതുപോലുള്ള മഹാത്മാക്കളെയും നേരിട്ടുകാണാനും അവരുടെ വാക്കുകൾ കേൾക്കാനുമുള്ള അവസരം ഉണ്ടായിട്ടുണ്ട്. ബോധാനന്ദ സ്വാമികളുടെ പൂർവ്വാശ്രമം പെരിങ്ങോട്ടുകരയിലായിരുന്നു. ആത്മീയ സാരോപദേശങ്ങൾ ചെയ്യുന്നതിനേക്കാൾ അദ്ദേഹം താല്പര്യം കാണിച്ചത് അടിമത്ത സ്വ ഭാവമുള്ള മനുഷ്യരുടെ ആത്മാഭിമാനം ഉണർത്തുന്ന, അവരിൽ നീതിബോധം വളർത്തുന്ന, ആത്മധൈര്യം ഉണ്ടാക്കുന്ന പ്രബോധന പ്രവർ ത്തനങ്ങളിലാണ്. ഒരു വാൾ നീട്ടിപ്പിടിച്ചുകൊണ്ട് ശിഷ്യരോട് അദ്ദേഹംഅതിൽ കൈതൊട്ടുനിൽക്കാൻ പറയും. 'ഞാനാരെയും വഴി തടയില്ല. ഞാനാർക്കും വഴിമാറില്ല' എന്നിങ്ങനെയുള്ള വാചകങ്ങൾ ചൊല്ലിയാണ് പ്രതിജ്ഞയെടുപ്പിക്കുക. അതൊക്കെ കണ്ടും അറിഞ്ഞുമാണ് രാമു വളർന്നിട്ടുള്ളത്. രാമു മരിച്ചതിനുശേഷം ഉണ്ണികൃഷ്ണൻ തിരുവാഴിയോട് മലയാളനാടിലോ മറ്റോ എഴുതിയ ഒരു അനുസ്മരണലേഖനത്തിൽ ഞാൻ വായിക്കുകയുണ്ടായി. ഡൽഹി എയർപോർട്ടി ൽവെച്ച് എയറോഡ്രോം മാനേജർ രാമുവിനെ എമിഗ്രേഷൻ കൗണ്ടറിനുമുന്നിൽ തടഞ്ഞുനിർത്തിക്കൊണ്ട് ചോദിച്ചത്രെ. 'ഹു ആർ യു' എന്ന്. 'അയാം എ സിറ്റിസൺ ഓഫ് ഇന്ത്യ' എന്ന് ഉച്ചത്തിൽ പറഞ്ഞുകൊണ്ട് രാമു മേശപ്പുറത്താഞ്ഞടിച്ചു. എന്നിട്ട് മാനേജരോട് ചോദിച്ചത്രെ. 'ഹു ആർ യു'എന്ന്. എയർപോർട്ട് മുഴുവൻ പ്രകമ്പനം കൊള്ളു ന്ന അത്ര ഉച്ചത്തിലായിരുന്നു മറുപടിയും ചോദ്യവും. അത്ര ഗംഭീരമായിരുന്നു കാര്യാട്ടിന്റെ ശബ്ദം. മാനേജർ വിളറിവെളുത്ത് സ്ഥലം വിട്ടു. ആ ആത്മധൈര്യം രാമു സംഭരിച്ചത് ഈ മണപ്പുറത്തിന്റെ രാ ഷ്ട്രീയപ്രബുദ്ധതയിൽനിന്നാണ്. സർദാർ ഗോപാലകൃഷ്ണനെ കണ്ടാ ണ് രാമു വളർന്നത്. സർദാർ ഗോപാലകൃഷ്ണൻ 1950 ൽ ജനുവരിയിൽ കമ്മ്യുണിസ്റ്റുപാർട്ടിയുടെ നിർദ്ദേശാനുസരണം പെരി

ഞ്ഞനത്തുനിന്ന് നാരായണപുരത്തേക്ക് പൗരസ്വാതന്ത്ര്യജാഥ നടത്തി. ഭരണഘടനയിൽ ഉറപ്പുനൽകിയിട്ടുള്ള മൗലികാവകാശങ്ങൾ സത്യമായിട്ടുള്ളതാണെങ്കിൽ കമ്മ്യൂണിസ്റ്റുകാർക്കും ജാഥനടത്താനുള്ള അവകാശമുണ്ട് എന്ന് പ്രഖ്യാപിച്ചുകൊണ്ടാണ് ജാഥ പുറപ്പെട്ടത്. മതിലകം പോലീസ് സ്റ്റേഷനടുത്ത് എത്തിയപ്പോഴേക്കും സബ് ഇൻസ്പെക്ടർ സി.കെ.ഗോവിന്ദൻനായർ സർദാറിന്റെമേൽ ചാടിവീണു. മതിലകം പോലീസ് ലോക്കപ്പിൽവെച്ചും പിന്നീട് വലപ്പാട് പോലീസ്‌ലോക്കപ്പിൽ വെച്ചും നടത്തിയ ക്രൂരമായ മർദ്ദനത്താൽ അദ്ദേഹം മരണപ്പെട്ടു. കലാസാംസ്കാരിക രംഗങ്ങളിൽ പ്രവർത്തിച്ചിരുന്ന ഗോപാലകൃഷ്ണൻ മാസ്റ്റർ കുറച്ചുകാലം പട്ടാളത്തിൽ സേവനമനുഷ്ഠിച്ചിട്ടുണ്ട്. അങ്ങനെയാണ് സർദാർ ഗോപാലകൃഷ്ണനാവുന്നത്.

കവി, ചെറുകഥാകൃത്ത്, നോവലിസ്റ്റ്, നാടകകൃത്ത്, പത്രാധിപർ, സിനിമാസംവിധായകൻ എന്നീ രംഗങ്ങളിൽ വ്യക്തിമുദ്ര പതിപ്പിച്ച ഡി.എം.പൊറ്റെക്കാട്ട് എന്നിങ്ങനെ നിരവധിപേർ മണപ്പുറത്ത് രാമുകാര്യാട്ടിന്റെ കാലത്ത് ജീവിച്ചിരുന്നു. ആ ഒരു കാലഘട്ടത്തിന്റെ കരുത്താണ് കാര്യാട്ടിന്റെ സിനിമാജീവിതത്തിന്റെ അന്തർപ്രേരണയായി നിലനിന്നിട്ടുള്ളത്.

സിനിമയിൽ വന്ന് അഡ്രസ്സുണ്ടാക്കിയതിനുശേഷവും രാഷ്ട്രീയത്തിൽ പ്രവേശിക്കുന്നവരാണിന്ന്. കാര്യാട്ട് രാഷ്ട്രീയത്തിൽനിന്ന് സിനിമയിലേക്കു വന്നവരുടെ ഗണത്തിൽപ്പെട്ട ആളാണ്. അതുകൊണ്ടാണ് ഇവിടെ നാട്ടിക നിയോജകമണ്ഡലത്തിൽനിന്ന് സ്വതന്ത്ര സ്ഥാനാർത്ഥിയായി നിന്നിട്ടുപോലും അസംബ്ലിയിലേക്ക് വിജയിച്ചത്. കുടുംബക്കാരും പ്രമാണിമാരുമൊക്കെ എതിരായാണ് പ്രവർത്തിച്ചത്. അതു എന്തുകൊണ്ടായിരുന്നു?

അവരുടെ കണ്ണിൽ രാമു ഒരു കൊള്ളരുതാത്തവനാണ്. നാടകം കളിച്ചും സിനിമ പിടിച്ചും നടക്കുന്ന ആഭിജാത്യമില്ലാത്തവൻ. കുടുംബത്തിൽ പിറന്നെങ്കിലും കുടുംബത്തിൽ വളരാത്തവൻ. അയോഗ്യതയ്ക്ക് ഇനി മറ്റെന്തെങ്കിലും വേണോ?

ഒടുവിൽ രാമു കാര്യാട്ട് ഒരു മദ്യപാനി എന്ന നിലയ്ക്ക് ദുഷ്പേര് സമ്പാദിച്ചിട്ടുണ്ടല്ലോ?

അങ്ങനെയല്ലായിരുന്നു അദ്ദേഹം. തന്റെ മൂത്തമകൻ സോമന്റെ മരണം അദ്ദേഹത്തെ വല്ലാതെ തളർത്തിക്കളഞ്ഞു. അതിൽനിന്നുള്ള ഒരു റിലീഫ് ആയിട്ടായിരിക്കാം മദ്യത്തെ ആശ്രയിച്ചിരിക്കുക.

രാമുകാര്യാട്ടിന്റെ സാഹിത്യാഭിരുചിയെപ്പറ്റി എന്താണ് പറയാനുള്ളത്?

ഒന്നാന്തരം വായനക്കാരനായിരുന്നു എന്നു പറഞ്ഞല്ലോ. ഉറൂബ്, എൻ. പി.മുഹമ്മദ്, എം.ടി, തകഴി, ബഷീർ അങ്ങനെ അക്കാലത്തെ പ്രമുഖ സാഹിത്യകാരന്മാരെല്ലാം അടുത്ത സുഹൃത്തുക്കളായിരുന്നു. തൃശൂരിൽ നിന്ന് പ്രസിദ്ധീകരിച്ചിരുന്ന ഒരു വാരിക കാര്യാട്ടായിരുന്നു നടത്തിയിരുന്നത്. ഒരിക്കലെങ്കിലും ഏതെങ്കിലുമൊരു പുസ്തകം കയ്യിലോ കക്ഷത്തിലോ ഇല്ലാതെ രാമുവിനെ കാണാൻ പ്രയാസമായിരുന്നു. പിന്നെ അതിലൊക്കെ ഉപരി കരുത്തനായ ഒരു ഓർഗനൈസറായിരുന്നു. ആരെയും ചെന്നുകണ്ട് തന്റെ സംരംഭത്തിലേക്ക് കൊണ്ടുവരാനുള്ള കഴിവ് അദ്ദേഹത്തിനുണ്ടായിരുന്നു. തൊള്ളായിരത്തി അമ്പതിലൊക്കെ ഒരു ലക്ഷം ഉറുപ്പികാന്നു പറഞ്ഞാൽ, ഇന്ന് അതിന്റെ വില സങ്കല്പിക്കാനാവുന്നതിലുമൊക്കെ അപ്പുറത്താണ്. പരീക്കുട്ടി സാഹിബിനെ കണ്ട് പത്തിരുപതുവയസ്സുള്ള ഒരു ചെറുപ്പക്കാരൻ കാര്യം പറയുകയാണ് -സിനിമ എടുക്കാൻ ഒരുലക്ഷം രൂപ തരാമോ എന്ന്. മുൻപ് സിനിമ എടുത്തിട്ടുള്ളവരല്ല കാര്യാട്ടും പരീകുട്ടിയും. എന്നിട്ടും ആ സിനിമ ഉണ്ടായി. അതാണ് നീലക്കുയിൽ.

1979-ൽ മരിക്കുമ്പോൾ രാമുകാര്യാട്ടിന് അമ്പത്തിയൊന്നു വയസ്സു മാത്രമേ പ്രായമുണ്ടായിരുന്നുള്ളു. ഇരുപത്തിയഞ്ചുവർഷത്തെ സിനിമാ ജീവിതത്തിനിടയ്ക്ക് അദ്ദേഹം മലയാളസിനിമയ്ക്ക് അപരിചിതമായിരുന്ന ഒരു ലോകത്തേക്ക് അതിനെ ഉയർത്തിവെച്ചു. ഏതു വിഹായസ്സിലേക്കു പറന്നുയർന്നപ്പോഴും തന്റെ കാലുകളെ പൊള്ളിച്ച മണപ്പുറത്തിന്റെ പെരുവഴിയിലേക്ക് അയാൾ തിരിച്ചുനടന്നു. പ്രസിഡണ്ടിന്റെ സുവർണപുരസ്കാരവും ലോകത്തുടനീളമുള്ള ചലച്ചിത്രപ്രതിഭകളുടെ ആദരങ്ങളും മണപ്പുറത്തിന്റെ മഹാകവിയെ തേടിവന്നു.

അയാൾ അന്നങ്ങനെ ചോദിച്ചിരിക്കണം.

'ചെമ്മീൻതൊട്ടു നെല്ലുവരെ കഴിഞ്ഞു. ഇനി നമുക്ക് 'അമ്മുവിന്റെ ആട്ടിൻകുട്ടി' എടുക്കണ്ടേ?'

അതുകേട്ട് ഗുരുവായ കവിയുടെ കണ്ണുകൾ അപ്പോൾ നിറഞ്ഞിരിക്കും. അതെ, ഗുരുവിന്റെ കണ്ണുകൾ നിറഞ്ഞിരിക്കും. എനിക്കുറപ്പാണ്.

(2006)

പാലകാപ്യാ പൊറുക്കുക

'നിന്നെ ഓർക്കുന്നു എന്നതിനർത്ഥം
നിന്റെ രുചി എന്റെ നാവിൽ വന്നു എന്നാണ്.
നിന്നെ മനസ്സിലാക്കി എന്നതിനർത്ഥം
എത്ര തരത്തിൽ നിന്നെ പാചകം ചെയ്യാം എന്നാണ്.'

– പി.എൻ.ഗോപീകൃഷ്ണൻ.

വൃശ്ചികത്തിലെ കാർത്തികയ്ക്കാണ് കീഴൂർ കാർത്യായനിക്ഷേത്രത്തിലെ ഉത്സവം. ആനയ്ക്കും വെടിക്കെട്ടിനും പേരുകേട്ടതാണ് കീഴൂർ പൂരം. അത് പൂരങ്ങളുടെ പൂത്തറവന്ദനമാണ്. അവിടന്നങ്ങോട്ട് പാലക്കാട് കണ്ണമ്പ്രപൂരം - ഇടവപ്പാതിക്ക്- വരെ അഞ്ചാറുമാസം പിന്നെ ആനകൾക്കു നിന്നുതിരിയാൻ നേരം കിട്ടില്ല. എഴുന്നെള്ളിപ്പോടെഴുന്നെള്ളിപ്പുതന്നെ. നെന്മാറ വല്ലങ്കി, ഊത്രാളിക്കാവ്, പാർക്കാടി, തൃശൂർപൂരം അങ്ങനെ അമ്പതും നൂറും ആനകളെ വീതം നിരത്തി എഴുന്നെള്ളിക്കുന്ന പൂരങ്ങളുണ്ട്. അതിനിടെ മണത്തല, ചാവക്കാട് മുതലായ പള്ളികളിൽ ചന്ദനക്കുടം നേർച്ചയ്ക്കു ആനകൾതന്നെ വേണം.

പാലകാപ്യാൻ ഹസ്ത്യായുർവേദം ചമയ്ക്കുന്ന കാലത്ത് എന്തായാലും ഇത്തരം ആനപ്പൂരങ്ങൾ ഉണ്ടാവാനിടയില്ല. ആന എന്നുവെച്ചാൽ പൂരത്തിന് നെറ്റിപ്പട്ടം കെട്ടി എഴുന്നെള്ളിക്കാനുള്ള ഒരു ജന്തുജാതി എന്നാണ് തൃശൂർ, പാലക്കാട് ജില്ലയിലുള്ള മനുഷ്യന്മാരേറെയും കരുതുന്നത്. ഉയരമോ വലുപ്പമോ ആരോഗ്യമോ കൊമ്പിന്റെ നീളമോ ഒന്നുമല്ല നല്ല എഴുന്നെള്ളിപ്പാനയുടെ ഗുണങ്ങൾ. സ്വർണം മുക്കിയ നെറ്റിപ്പട്ടം കെട്ടി തലയിൽ കോലം കേറ്റിവെച്ചാൽ ഗംഭീരമാവണം ആ കെട്ടുകാഴ്ച. പൂരപ്പറമ്പിൽ വെടിക്കെട്ടോ കൂട്ടത്തല്ലോ ഉണ്ടായാൽ ഞാനൊന്നുമറിഞ്ഞില്ല എന്ന മട്ടിൽ ശാന്തനായി ചെവിയാട്ടി നിൽക്കണം. അടുത്തുനിൽക്കുന്ന ആനകൾ കൊമ്പുകൊണ്ടു കുത്തുക തുമ്പിക്കൈകൊണ്ട് അടിക്കുക മുതലായ വികൃതികൾ കാണിച്ചാൽ കണ്ടില്ലെന്നുവയ്ക്കണം. പുറത്ത് അഞ്ചാറു മല്ലന്മാരെയും കയറ്റി നട്ടപ്ര വെയിലത്ത് മണിക്കൂറുകളോളം നിന്നാലും ശീലക്കേടു കാട്ടരുത്. തലപൊക്കിപ്പിടിച്ച് 'തലയെടുപ്പോ' ടെ നിൽക്കാനായി പാപ്പാൻ ഇടയ്ക്കിടെ കീഴ്ത്താടിക്ക്

കുന്തംകൊണ്ടു കുത്തും. നല്ലതിനല്ലേ എന്നു കരുതി അനുസരിക്കണം. ചിലപ്പോൾ പാപ്പാന്മാർ വാട്ടീസ്സടിച്ച് മദമിളകും. അപ്പോളവർ കത്തികൊണ്ടും തോട്ടികൊണ്ടും സ്നേഹപ്രകടനങ്ങൾ നടത്തും. ഇഷ്ടംകൊണ്ടല്ലേ എന്നു വയ്ക്കണം. ഇതൊക്കെയാണ് ഒരു നല്ല ആനയുടെ ലക്ഷണങ്ങൾ.

ചീത്ത ആനകൾക്ക് പൂരം സീസണിലാണ് മദപ്പാടുണ്ടാവുക. അങ്ങനെ ഉള്ളവയെ ഒരു ഇന്റർനാഷണൽ ക്രിമിനലിനെ കോടതിയിൽ ഹാജരാക്കുന്നതുപോലെയാണ് കൊണ്ടുവരിക. കാലുകൾ ചങ്ങലകൊണ്ട് ബന്ധിച്ചിരിക്കും. ഇടയും തടയും പൂട്ടും. മയക്കുവെടിക്കാരുടെ സെൽ നമ്പറുകൾ പാപ്പാൻമാർ ഓർത്തുവെയ്ക്കും. കത്തി, തോട്ടി, കുന്തം, മുന മേലോട്ടാക്കി ആണികൾ തറച്ചുനിർത്തിയ പലക ഇതൊ ക്കെ അകമ്പടിയായി ഉണ്ടാവും. മദം ആനയുടെ കുറ്റമോ ദോഷമോ അഹമ്മതിയോ ആണ്. അതിനെ നേരിടാനുള്ള മുൻകരുതലുകൾ എടുക്കേണ്ടത് നമ്മൾ മനുഷ്യരുടെ ബാധ്യതയാണല്ലോ.

എന്നാൽ 'ആന കഥയും കാര്യവും' എന്ന പുസ്തകത്തിൽ ഡോ. കെ.സി പണിക്കർ പറയുന്നത് ബ്രഹ്മാവ് സൃഷ്ടിച്ച കാലത്ത് ആനകൾക്ക് മദം എന്ന ക്ഷാത്രവീര്യം ഉണ്ടായിരുന്നില്ലെന്നാണ്. പാവങ്ങളായിരുന്നു അവ. രണ്ടുജോഡി കൊമ്പുകളും രണ്ടു വൻചിറകുകളുമുള്ള പറക്കും തടിയന്മാരായിരുന്നു പൂർവ്വികരായ ആനകൾ. ഒരുദിവസം ഈ ആനപ്പക്ഷികൾ ദീർഘതപസ്സ് എന്ന മഹർഷിയുടെ ആശ്രമത്തിനരികിലുള്ള അരയാലിനുമുകളിൽ താവളമടിച്ചു. ഭാരക്കൂടുതൽ കാരണം ആലിന്റെ കൊമ്പുകൾ ഒടിഞ്ഞുവീണ് ആശ്രമത്തിന്റെ മേൽ ക്കൂര തകർന്നു. മഹർഷി കോപിച്ചുണർന്നു. ആനകളെ ശപിച്ചു.

'നിങ്ങളുടെ ചിറകുകൾ അറ്റുപോകട്ടെ!' ചിറകുകളും രണ്ടു കൊമ്പുകളും അവയ്ക്കു നഷ്ടപ്പെട്ടു. അങ്ങനെയാണ് ഗജങ്ങൾ ഇന്നത്തെ രൂപത്തിലായത്.

പിന്നീടൊരിക്കൽ ദേവാസുരയുദ്ധത്തിൽ പങ്കെടുത്ത ആന അസുരന്മാരുടെ മുന്നേറ്റം കണ്ട് ഭയന്ന് പിന്തിരിഞ്ഞോടി. ഇതുകണ്ട ബ്രഹ്മാവ് ആനകൾക്ക് ക്ഷാത്രഗുണം ഉണ്ടാവുന്നതിനായി 'ആനകൾക്ക് മദം ഉണ്ടാവട്ടെ' എന്നു കല്പിച്ചു. അങ്ങനെ ഗജങ്ങൾക്ക് മദോന്മാദമുണ്ടായി. മദപ്പാടിൽ ആന ആരെയും നേരിടും. എന്തും തകർക്കും. മയക്കുവെടിക്കാരായ ഡോക്ടർമാർ ഉണ്ടാവുമെന്ന് ബ്രഹ്മാവ് അന്ന് കണക്കുകൂട്ടിക്കാണില്ല. മയക്കുവെടി ഡോക്ടർമാർ വരുന്നതിനുമുമ്പ് ഇടഞ്ഞു കൈവിട്ട ആനയെ പോലീസ് വെടിവെച്ചുകൊന്നിരുന്നു.

ആന ഒരു കച്ചവടക്കാരായിത്തീരുമെന്നും ബ്രഹ്മാവ് കരുതിക്കാണില്ല. ഇന്നലെ ഒരു പത്രം ആനബിസിനസ്സിനെപ്പറ്റി വിശദമായി എഴുതിയിരിക്കുന്നതു കണ്ടു. 'ആന ഉടമസ്ഥ വിവിധോദ്ദേശ്യ സഹകരണസംഘം' എന്ന ഒരു സംഘം ഉണ്ടെന്നും അതിന്റെ അധ്യക്ഷൻ ഒരു ജോസപ്പാണെന്നും ലേഖനത്തിൽ ഉണ്ട്. ജോസപ്പിന്റെ അഭിപ്രായത്തിൽ ആനയ്ക്കിപ്പോൾ വൻവിലയാണ്. സോൺ മേളയിൽ ഒരിടത്തരം ആനയ്ക്ക് പതിനാലു ലക്ഷംവരെ വിലയുണ്ട്. നാലഞ്ചുകൊല്ലംമുമ്പ് ഏഴുലക്ഷം കൊടുത്താൽ കിട്ടുമായിരുന്നു. വില എത്ര കൂടിയാലും കച്ചവടം പൊടിപൊടിച്ചുതന്നെ നടക്കുന്നു. പണ്ട് 'ആന ഇരുന്നാലും പന്തീരായിരം ചെരിഞ്ഞാലും പന്തീരായിരം' എന്നായിരുന്നു ചൊല്ല്. പക്ഷെ, ഇന്ന് ആന ചെരിഞ്ഞാൽ ഉടമ കരിഞ്ഞുപോകുമത്രെ. കരിയാതിരിക്കണമെങ്കിൽ ചരിഞ്ഞ ആനയുടെ കൊമ്പുപിഴുതെടുത്ത് സൂത്രത്തിൽ വിൽക്കണം. നിയമവിരുദ്ധമാകയാലാണ് സൂത്രം പ്രയോഗിക്കേണ്ടിവരുന്നത്. ലക്ഷണമൊത്ത വലിയ ആനയ്ക്ക് മോഹവില നാല്പതു ലക്ഷം വരെ പോയേക്കാമെന്നും ലേഖനത്തിൽ പരാമർശമുണ്ട്. വലിയ ആനയ്ക്ക് 'ലാർജ്' എന്നും ചെറിയതിന് 'സ്മോൾ' എന്നും ആണ് പ്രയോഗം. അബ്കാരികൾക്ക് ഈ ബിസിനസ്സിൽ മേൽക്കയ്യുള്ളതുകൊണ്ടായിരിക്കാം ആനകളെ ഇപ്രകാരം അളന്നുതിരിക്കുന്നത്. തുടർന്ന് ആനബിസിനസ്സിന്റെ ഓപ്പറേഷൻ ആന്റ് മെയിന്റനൻസ് കോസ്റ്റ് തൊട്ട് ബോട്ടം ലൈൻവരെ വിവരിക്കുന്നുണ്ട്. ഇത്തരത്തിൽ ആനയെ എങ്ങനെയൊക്കെ 'പാചകം' ചെയ്യാമെന്ന് ഗജാനുരാഗികളായ വിവിധോദ്ദേശ്യസംഘടങ്ങൾ ചിന്തിക്കുന്ന കാലത്താണ് ഞാൻ മേഴത്തൂർവൈദ്യമഠത്തിൽ പാലകാപ്യന്റെ ഹസ്ത്യായുർവ്വേദം എന്ന പുസ്തകത്തിന്റെ പ്രകാശനച്ചടങ്ങിൽ സംബന്ധിക്കാൻ പോയത്. വൈദ്യമഠം ചെറിയ നാരായണൻനമ്പൂതിരിയെന്ന പ്രശസ്ത ആയുർവ്വേദജ്ഞനനാണ് സംസ്കൃതത്തിൽ നിന്ന പാലകാപ്യം മലയാളത്തിലാക്കിയിട്ടുള്ളത്. ഒട്ടൊക്കെ പദ്യത്തിലും ചില അധ്യായങ്ങൾ ഗദ്യത്തിലുമാണ് തർജ്ജമ.

ദേവലോകവാസികളായിരുന്നു ആനകൾ എന്നു പറഞ്ഞല്ലോ. അവ അവിടെ ചില വികൃതികൾ കാട്ടാൻ തുടങ്ങിയപ്പോൾ മഹർഷിമാർ അവയെ ശപിച്ചു. 'നിങ്ങൾ ഭൂമിയിൽ പോയി രാജാവിന്റെയും മനുഷ്യരുടെയും വാഹനമായി തീരട്ടെ' എന്ന്. വലിയ ഒരു ശാപപരമ്പരയുടെ തുടക്കമായിരുന്നു അത്. ശാപമേറ്റ ഗജങ്ങൾ ഖിന്നരായി. അവ പിതാവായ ബ്രഹ്മാവിനെ കണ്ട് സങ്കടം ബോധിപ്പിച്ചു.

'അതുകൊണ്ടെന്താ നിങ്ങൾക്കു ഭൂമിയിൽ പോയി സുഖമായി കഴി

യാമല്ലോ.' എന്നു ബ്രഹ്മാവ് സമാധാനിപ്പിച്ചു.

'ഭൂമിയിൽചെന്ന് അപരിചിതമായ കാട്ടിലും മലയിലുമൊക്കെ അലഞ്ഞുനടക്കുമ്പോൾ ഞങ്ങൾക്കു ദണ്ഡങ്ങൾ പിടിപെട്ടാൽ ആരു ഞങ്ങളെ രക്ഷിക്കും?' ആനകൾ കരഞ്ഞുകൊണ്ട് ബ്രഹ്മാവിനോട് ചോദിച്ചു.

'ഗജഗർഭത്തിൽ ജനിച്ചവനും ആയുർവ്വേദജ്ഞാനിയുമായ ഒരു മഹർഷി വന്നു നിങ്ങളെ പരിപാലിക്കും.'

ബ്രഹ്മാവ് ആനകൾക്ക് ഉറപ്പുകൊടുത്തു.

ദിഗ്ഗജങ്ങളുടെ വംശപരമ്പര അങ്ങനെ ഭൂമിയിലേക്കു വന്നു. അവ വനാന്തരങ്ങളിൽ അലഞ്ഞു. കാട്ടാളരെയും രാക്ഷസന്മാരെയും കണ്ട് ഭീതി പൂണ്ടു. ഹിംസ്രജന്തുക്കൾ മാൻപേടകളെ ഓടിച്ചുപിടിച്ച് കൊന്നു തിന്നുന്നതു കണ്ട് പിടിയാനകൾ നിലവിളിച്ചു. അവ മുനിമാരുടെ ആശ്രമവാടികളിൽ അഭയംതേടി. ചകിതമായ വാഴ്വിനിടയിലും ഇണചേർന്നു കാടുകളിൽ പെറ്റുപെരുകി.

പീയുഷമഹസ്സ് എന്ന പണ്ഡിതനായ മഹർഷി ശിഷ്യർക്ക് ആനകളുടെ കഥ പറഞ്ഞുകൊടുക്കുകയായിരുന്നു.

അദിതി എന്ന ദേവദാസിയാണ് ഗജങ്ങളുടെ മാതാവ്. ബ്രഹ്മാവ് ഒരു മണ്ണുരുളയിൽ രേതസ്സ് പകർന്ന് അവൾക്കു കൊടുത്തു. അദിതി അതു വിഴുങ്ങി. ആയിരം സംവത്സരങ്ങൾ അവളുടെ ഗർഭത്തിൽ അതു കിടന്നു. ഒടുവിൽ മാസംഉളമായ ഒരണ്ഡമായി അതു പുറത്തുവന്നു. അണ്ഡം രണ്ടായി പിളർന്നു. അതിൽനിന്ന് ഒരു തേജസ്സ് മേലോട്ടുയർന്നു. അത് ആദിത്യനായി. താഴെക്കിടന്ന അണ്ഡത്തിന്റെ തോടുകൾ എടുത്ത് മഹർഷിമാർ ബ്രഹ്മാവിന്റെ കൈകളിൽ കൊടുത്തു. ബ്രഹ്മാവ് ഏഴുസാമഗാനങ്ങൾ ഉരുവിട്ടു. വലത്തെ കയ്യിലെ അണ്ഡകവചത്തിൽനിന്ന് ഐരാവതം എന്ന വെളുത്തനിറമുള്ള ആന ഉണ്ടായി. അതിന് നാലുകൊമ്പുകളും ചിറകുകളുമുണ്ടായിരുന്നു. ഇടത്തേ കയ്യിലെ കപാലത്തിൽനിന്ന് അഭ്രുമു എന്ന പിടിയാനയെയും സൃഷ്ടിച്ചു. ഏഴു സാമഗാനങ്ങളാൽ ഏഴു രണ്ട് പതിനാലാനകൾ പിന്നെയും ബ്രഹ്മാവിനാൽ സൃഷ്ടിക്കപ്പെട്ടു. അവയിൽനിന്നാണ് ലോകത്തിൽ ഗജവംശമുണ്ടായത്.

ശാപഗ്രസ്തരായ ആനകൾ വനാന്തരങ്ങളിൽ അലയുന്ന കാലത്ത് അങ്ങ് ദേവലോകത്തിൽ, സൗന്ദര്യത്താൽ അഹങ്കാരിയായിത്തീർന്ന ഒരു ദേവസ്ത്രീയെ ബ്രഹ്മാവ് ശപിച്ചു ഭൂമിയിലേക്കയച്ചു. അവൾ ഭാർഗമുനിയുടെ മകളായി ഭൂമിയിൽ പിറന്നു. ഗുണവതി എന്ന് മുനി അവൾക്ക് നാമകരണം ചെയ്തു. യൗവനയുക്തയായ ഗുണവതി ഒരുദിവസം

കാട്ടിൽ സഞ്ചരിക്കവെ, മാതംഗമുനിയുടെ പർണശാലയ്ക്കരികിൽ ചെന്നുപെട്ടു. ഗുണവതിയെ കണ്ട മാതംഗൻ ധരിച്ചത് ഈ സുന്ദരിയെ തന്റെ തപം മുടക്കാനായി ദേവേന്ദ്രൻ അയച്ചതാണ് എന്നാണ്. എത്ര ജ്ഞാനികൾക്കും ചില ധാരണപ്പിശകുകൾ സംഭവിക്കാമല്ലോ.

'നീ ഒരു പിടിയാനയായിത്തീരട്ടെ!' എന്നു മുനി അവളെ ശപിച്ചു.

ഗുണവതി പൊട്ടിക്കരഞ്ഞുകൊണ്ട് താൻ നിരപരാധിയാണെന്ന് മഹർഷിയോട് പറഞ്ഞു. ചിന്തിച്ചപ്പോൾ മഹർഷിക്കും സത്യം ബോധ്യമായി. അദ്ദേഹമവൾക്ക് ശാപമോക്ഷംനൽകി.

'നീ സാമഗായന മഹർഷിയുടെ ശുക്ലം ഭുജിച്ച് ഒരു പുത്രനെ പ്രസവിച്ചാൽ ശാപമോക്ഷം ലഭിക്കും.'

അതുകേട്ടപ്പോൾ ഗുണവതിക്കെന്തു തോന്നിക്കാണുമെന്ന് ആന ബിസിനസ്സുകാരുടെ ഈ ലോകത്തിരുന്ന് സങ്കല്പിച്ചുനോക്കാൻ എനിക്കു കഴിയുന്നില്ല.

ഗുണവതി പിടിയാനയായി, അവൾ സാമഗായന്റെ പർണശാലയ്ക്കരികിൽ ചുറ്റിപ്പറ്റി നടന്നു. എങ്ങനെയാണ് മഹർഷിക്ക് ശുക്ലസ്രവമുണ്ടാവുക? ഉണ്ടായാൽത്തന്നെ അതെങ്ങനെ ഭുജിക്കും? അങ്ങനെ ഓരോന്ന് ചിന്തിച്ച് അവൾ കഴിയ്ക്കവേ, ഒരു രാത്രി സ്വപ്നത്തിൽ യക്ഷിയായ് ഒരുത്തി സാമഗായനെ പ്രാപിച്ചു. മഹർഷി ഉടനുണർന്ന് ആശ്രമത്തിനു പുറത്തുപോയി മൂത്രവിസർജ്ജനം നടത്തി. മൂത്രത്തിലൂടെ പുറത്തേക്കുവന്ന രേതസ്സ് ഗുണവതി തുമ്പിക്കൈയിൽ ഏറ്റുവാങ്ങി. അവളത് പാനം ചെയ്തു. ഇരുട്ടായതിനാൽ മഹർഷി ഇതൊ ന്നും അറിഞ്ഞില്ല. സ്വപ്നഭ്രമം വിട്ടുമാറാത്തതിനാൽ മുനി ആനയെ കണ്ടതുപോലുമില്ല.

ഗുണവതി ഗർഭിണിയായി. വായിലൂടെ ബീജം സ്വീകരിച്ചതിനാൽ വായിലൂടെതന്നെ അവൾ ഒരു പുത്രനെ പ്രസവിക്കുകയും ചെയ്തു. എന്തായാലും ഇത്രയുമൊക്കെ കഴിഞ്ഞപ്പോൾ ദേവലോകത്തുവെച്ച് അവൾക്കുണ്ടായ അഹങ്കാരമെല്ലാം ശമിച്ചിരിക്കണം.

ഗുണവതി പുത്രനെ സാമഗായനെത്തന്നെ ഏല്പിച്ചു. തന്റെ ബീജത്തിൽ ജനിച്ചവൻതന്നെയാണ് ഇവനെന്ന് മഹർഷി തന്റെ ജ്ഞാനദൃഷ്ടിയാൽ മനസ്സിലാക്കിയിരിക്കാം. അദ്ദേഹം അവനെ പാലകാപ്യൻ എന്നു പേരിട്ടു വളർത്തി. അമ്മ ഗജമായതുകൊണ്ടാവാം കാട്ടാനകളായിരുന്നു അവന്റെ കളിക്കൂട്ടുകാർ.

'സരസ്സിൽ കളിക്കൂട്ടമൊത്തുകൊണ്ടു കളിച്ചു ഞാൻ
കാട്ടിൽ വർണ്ണപ്പകിട്ടാർന്ന കുറ്റിക്കാടുകളിൽ പ്രഭോ
നദിതൻ പുളിനത്തിങ്കൽ പർവ്വതത്തിന്റെ സാനുവിൽ

കൊടുങ്കാറ്റിലതില്ലാത്ത കൊടുങ്കാറ്റിൽ നടന്നു ഞാൻ.'

ആനകളോടൊത്ത് പത്തുപന്തീരായിരം സംവത്സരങ്ങളാണ് പാല കാപ്യൻ കഴിഞ്ഞത്. ആ സഹജീവിതത്തിൽനിന്നാണ് ഹസ്ത്യായുർ വേദം ചമയ്ക്കാൻ പാലകാപ്യൻ യോഗ്യനാവുന്നത്. അവയുടെ പ്രകൃ തിയും സ്വഭാവവും ഇഷ്ടാനിഷ്ടങ്ങളും രോഗങ്ങളും ഔഷധങ്ങളും അ ദ്ദേഹം മനസ്സിലാക്കി.

ആയിടയ്ക്ക് ചമ്പാപുരിയിൽ കാട്ടാനകളുടെ ശല്യം വർദ്ധിച്ചു. അവ കൃഷിയിടങ്ങളിൽ ഇറങ്ങിച്ചെന്നു വിള തിന്നു. ആനകളെ ചമ്പാപുരിയി ലെ കർഷകർ മുൻപു കണ്ടിട്ടുണ്ടായിരുന്നില്ല.

'പണ്ടു കാണാത്ത സത്വങ്ങൾ ഭൂമിയിൽ കണ്ടിരുന്നതേ
സർവ്വസ്യവിനാശത്തെ നിത്യം ചെയ്വൂ മഹീപതേ.'

എന്നാണു കർഷകർ ആനകളെപ്പറ്റി രാജാവിനോട് പറഞ്ഞത്. ഗൗ തമാദി മഹർഷികളുടെ വരബലമുള്ള രാജാവ് രോമപാദൻ കാട്ടാനക ളെ പിടിച്ചുകെട്ടിക്കൊണ്ടുവരാൻ ഭടന്മാർക്കു കല്പന കൊടുത്തു.

രാജഭടന്മാർ ആനകളെത്തിരഞ്ഞു കാട്ടിലെങ്ങും നടന്നു. ഒടുവിൽ അവർ അത്ഭുതകരമായ ആ കാഴ്ച കണ്ടു. ഒരു മഹർഷി ആനകളോ ടൊത്തു വിഹരിക്കുന്നു. ആനകൾ അദ്ദേഹത്തെ, രാജാവിനെ ഭൃത്യന്മാർ എന്നതുപോലെ അനുസരിക്കുന്നു. നദീപുളിനത്തിൽ നടക്കുന്ന ഈ ലീ ലകണ്ട് രാജഭടന്മാർ നിർന്നിമേഷരായി നിന്നുപോയി. ഇതും കണ്ട്നി ന്നിട്ട് കാര്യമില്ലല്ലോ. ആനകളെ പിടിച്ചുകെട്ടി കൊണ്ടുവരാനാണ് രാജാ വ് തങ്ങളെ അയച്ചിരിക്കുന്നത്. പക്ഷെ, എങ്ങനെ അതു ചെയ്യും? വട വും കുന്തവുമായി അവയെ സമീപിച്ചാൽ മഹർഷി കോപിച്ചാലോ? അ വർ ധർമ്മസങ്കടത്തിലായി. ഏറെനേരം മറഞ്ഞുനിന്ന് ആ കാഴ്ച ക ണ്ടു. അങ്ങനെ സന്ധ്യയായി, ആനകളോട് യാത്ര പറഞ്ഞു മഹർഷി ആശ്രമത്തിലേക്കു പോയി. ആ തക്കംനോക്കി രാജഭടന്മാർ ആനകളെ വടമെറിഞ്ഞുപിടിച്ച് കുത്തിയും തല്ലിയും ബന്ധനസ്ഥരാക്കി ചമ്പാപു രിയിലേക്ക് കൊണ്ടുപോയി.

നേരം പുലർന്നു. പാലകാപ്യൻ ഉണർന്നു. ദിനചര്യകളെല്ലാം കഴിച്ച് ആനകളോടൊത്ത് കളിക്കുന്നതിനായി കാട്ടിലേക്കു ചെന്നു. പക്ഷെ, ത ന്റെ പ്രിയമിത്രങ്ങളെ കാട്ടിലൊരിടത്തും കണ്ടില്ല. ആനകളെ തിരഞ്ഞ് മുനി ദിവസങ്ങളോളം മുനി കാട്ടിലെല്ലാടവും നടന്നു. കാനനത്തിൽ പാ ലകാപ്യന്റെ നിമന്ത്രണങ്ങൾ മാറ്റൊലി കൊണ്ടു.

നിരന്തരമായ അന്വേഷണത്തിനൊടുവിൽ, കാപ്യൻ ബന്ധനസ്ഥരാ യ നിലയിൽ തന്റെ കൂട്ടുകാരെ കണ്ടെത്തി. അദ്ദേഹത്തിന് കഠിനമായ

ദുഃഖമുണ്ടായി. രാജഭടന്മാരുടെ പീഡനമേറ്റ് ആനകളുടെ ശരീരത്തിലൊക്കെ വ്രണങ്ങൾ ഉണ്ടായിരുന്നു. അവ ഭയപ്പെട്ടും പരവശരായും കാണപ്പെട്ടു. ആരോ കൊണ്ടുവന്നിട്ട തീറ്റകൾ തൊടാതെ ചെവി യും വാലും ചലിപ്പിക്കാതെ പ്രതിമകൾപോലെ അവ നിലകൊണ്ടു. പാലകാപ്യൻ അവയ്ക്കടുത്തേക്ക് ഓടിച്ചെന്നു. പാദങ്ങളും തുമ്പിയും തൊട്ടുതലോടി. ആശ്വാസവചനങ്ങൾ പറഞ്ഞു. കയ്യുയർത്തി കൺതട ങ്ങളിൽനിന്ന് കണ്ണീരുതുടച്ചു. അവയുടെ വ്രണങ്ങൾ കഴുകി, കാട്ടിൽ ചെന്നു മരുന്നു കൊണ്ടുവന്നു ലേപനംചെയ്തു. അവയ്ക്കിഷ്ടപ്പെട്ട തീൻപണ്ടങ്ങൾ കൊടുത്തു. ആനകൾ ഒരമ്മയുടെ സാമീപ്യത്താൽ മക്കളെന്നപോൽ സന്തുഷ്ടരായി. അവ തുമ്പി ചുറ്റി പാലകാപ്യനെ ആശ്ലേഷിച്ചു.

ഗൗതമാദിമഹർഷിമാർ അത്ഭുതകരമായ ഈ കാഴ്ച കണ്ടു പാലകാപ്യന്റെ സമീപത്തെത്തി. അവർ ജിജ്ഞാസയോടെ പലതും ചോദിച്ചു. പാലകാപ്യൻ ഒരു ചോദ്യത്തിനും ഉത്തരംപറഞ്ഞില്ല. സ്വന്തം സുഖസൗകര്യത്തിനുവേണ്ടി ഈ സാധുമൃഗങ്ങളെ ഇങ്ങനെ ദ്രോഹിച്ചു ബന്ധിച്ചതിന് ഉത്തരവാദികൾ ഈ മുനിമാരാണെന്ന് പാലകാപ്യൻ മനസ്സിലാക്കിയിരുന്നു.

മഹർഷി ആരെന്നറിയാനും ആനകളെ പരിപാലിക്കാൻ അദ്ദേഹം എങ്ങനെ പഠിച്ചു എന്നറിയാനും ആയതിന്റെ ഔഷധങ്ങളും ചികിത്സയും എന്തൊക്കെയാണെന്നു മനസ്സിലാക്കാനും മുനിമാർ പലവിധത്തിലും പരിശ്രമിച്ചെങ്കിലും പാലകാപ്യൻ ഒരക്ഷരം ഉരിയാടിയില്ല. ഒടുവിൽ മുനിമാർ രാജാവിനെ ഈ അത്ഭുതവൃത്താന്തം അറിയിച്ചു. രോമപാദ മഹാരാജാവ് പാലകാപ്യന്റെയും ആനകളുടെയും സമീപത്തേക്കു എഴുന്നെള്ളി.

'ഇരുത്തിയർഘ്യപാദങ്ങ'ളേകിയാ മുനിവര്യനെ
അർപ്പിച്ചു കാൽകളിൽ വീണു സ്തുതിച്ചു വഴിപോലവെ
വിനയത്താൽ കൈകൾ കൂപ്പിച്ചോദിച്ചു സാവകാശമായ്
അരുളിച്ചെയ്ക ഭഗവാൻ ജന്മനാമ
ശത്രുക്കളെ.'

പക്ഷെ, പാലകാപ്യൻ അപ്പോഴും ഉത്തരമൊന്നും പറഞ്ഞില്ല. വീണ്ടും വീണ്ടും രാജാവ് മുനിയെ വാഴ്ത്തിക്കൊണ്ടു ചോദിച്ചു.

'ഇവയിൽ പ്രീതിയെയും ദമനപ്രതിരൂപവും' എങ്ങിനെയാണ് അങ്ങയ്ക്കു കൈവന്നത്?'

ഒടുവിൽ പാലകാപ്യൻ രാജാഭിലാഷത്തിനു വഴങ്ങിക്കൊണ്ടു പറഞ്ഞു.

‘കേൾക്കൂ കാട്ടാനകൾക്കുണ്ടാ-
മാരോഗ്യത്തിന്റെ കാരണം.
മധുഗന്ധമെഴും കാട്ടിൽ ഗജങ്ങൾ-
പിടിയൊത്തകഥ
കറുകക്കാട്ടിൽ മേയുന്ന സ്വേച്ഛ-
പോലെ യഥാസുഖം
തൊലി വള്ളിഫലം പിന്നെ പലതിൻ
പല്ലവങ്ങളും
ചവർപ്പുമെരിയും പിന്നെ കയ്പമുള്ളവയും തഥാ-
മധുരം പുളിയെന്നാറു രസങ്ങളെ-
മതംഗജം.
ഋതുനോക്കി സേവ ചെയ്യും വെവ്വേ-
റെ മനുജാധിപ!
മരത്തടിയുപേക്ഷിക്കും കാട്ടിൽ
വർഷത്തുവെത്തുകിൽ.
ഹേമന്തത്തിലുമപ്പോലെ വേനലിൽ-
തടി തിന്നിടും
കൊന്നയീന്തൽ പനകളും ഇത്തിയും
കുന്നകത്തിയും.
പേരാൽ കൊമ്പരയാൽ കൊമ്പും
പുല്ലും വെള്ളവുമങ്ങിനെ
ഇഷ്ടംപോൽ കൂട്ടമായ്മേഞ്ഞും
കിട്ടും വെള്ളം കുടിച്ചുമേ
കൂട്ടവും കുട്ടികളുമായിഷ്ടംപോലെ
കളിച്ചുമേ.
സ്വപ്നജാഗരണങ്ങൾ കൊണ്ടൊരു-
ദീനം പെടാതെയാം
നാട്ടിലേക്കാനയിച്ചപ്പോൾ ഭയദുഃഖ-
ങ്ങൾ കാരണം.
വനബന്ധങ്ങൾ പേടിച്ചു ദുഃഖിപ്പൂ
വിരഹത്തിനാൽ
തീഷ്ണമാം ഉഗ്രമാം വാക്കുകേട്ടും-
ക്ലേശിച്ചുപോലവർ.
അനിഷ്ടമാം തീറ്റ, യാത്രയിവകൊണ്ടാമിവറ്റകൾ

ദുസ്ഥാനത്തെ ശയനവു,മിവയാൽ-
പീഡിതങ്ങളാം.
പൊറുപ്പിക്കാൻ വിഷമമാം മഹാരോ-
ഗവമേറ്റുപോയ്
അസാധ്യയാപ്യസാധ്യങ്ങ,ളാകും-
വ്യാധികളാൽ പ്രഭോ.'

യുഗങ്ങൾക്കുമുമ്പ് ആ കാരുണ്യഹൃദയൻ ഒരു ഭരണാധികാരിയോട് പറഞ്ഞ വാക്കുകളാണിവ. യഥേഷ്ടം കാനനത്തിൽ ജീവിക്കുമ്പോഴാണ് ആനകൾക്ക് ആരോഗ്യവും സന്തോഷവും അഭിവൃദ്ധിയുമുണ്ടാവുന്നത്. കടുത്ത വാക്കുകൾപോലും അവയ്ക്ക് സഹിക്കില്ല. അത്ര മൃദുവാണവയുടെ മനസ്സ്. നിങ്ങളെന്താണ് ചെയ്യുന്നത്? അവയ്ക്കിഷ്ടമില്ലാത്ത ഭക്ഷണംതൊട്ട് എല്ലാം അവയുടെ പ്രകൃതിക്ക് വിരുദ്ധമായി ചെയ്തിരിക്കുന്നു. അധർമ്മമാണിത്.

'പാലകാപ്യം' വായിച്ചപ്പോഴാണ് ഇത്രയും എഴുതുവാനുള്ള പ്രേരണയുണ്ടായത്. എന്നെ ആകർഷിച്ചത് പാലകാപ്യന്റെ ചരിത്രവും ഗജവംശത്തിന്റെ ഉൽപ്പത്തികഥയുമാണ്. ഏറെക്കുറെ മറ്റ് അധ്യായങ്ങളിലെല്ലാം ആനയ്ക്കുണ്ടാവുന്ന രോഗങ്ങളെക്കുറിച്ചും അതിന്റെ ചികിത്സ, ഔഷധം, പരിചരണം എന്നിത്യാദികളെക്കുറിച്ചുമാണ് പ്രതിപാദിച്ചിട്ടുള്ളത്. 670 പുറങ്ങളുള്ള ഈ വൈദ്യശാസ്ത്രഗ്രന്ഥത്തിന് പ്രശസ്ത ആനചികിത്സകനായ ഡോ.കെ.പണിക്കറാണ് മുഖവുര എഴുതിയിട്ടുള്ളത്. മഹാരോഗസ്ഥാനം മുതൽ ഗജശാന്തിക്കായുള്ള യജ്ഞാദികർമ്മങ്ങളും മന്ത്രങ്ങളും വരെ വിശദമായി പ്രതിപാദിക്കുന്നുണ്ട്. പുസ്തകം സമർപ്പിച്ചിരിക്കുന്നത് പ്രസിദ്ധ ശാസ്ത്ര പണ്ഡിതനായിരുന്ന പൂമുള്ളി ആറാംതമ്പുരാനാണ്.

പുസ്തകം വായിച്ചുകഴിഞ്ഞപ്പോൾ ഞാൻ ആറാംതമ്പുരാൻ ആനകളെപ്പറ്റി പറഞ്ഞ ചില കാര്യങ്ങൾ ഓർത്തു.

'മനുഷ്യരുടെ ഇടയിലേക്ക്, അവരുടെ നാഗരീകസംസ്കാരത്തിലേക്ക് കാട്ടിൽ യഥേഷ്ടം ജീവിക്കേണ്ട ഈ ജീവി ചേരില്ല. ഡൊമസ്റ്റിക്കേറ്റ് ചെയ്യാനുള്ള ശ്രമങ്ങൾ എന്ന നിലയ്ക്ക് മാത്രമാണ് ഈ വൈ ദ്യോം ചികിത്സേം കൂട്ടാൻ പറ്റൂ. ഓരോ ജീവിവർഗ്ഗത്തിനും അതിന്റെ പ്രകൃതിക്കിണങ്ങുന്ന ആവാസസ്ഥലങ്ങളുണ്ട്. അത് ഇല്ലാതെ ആയിക്കൊണ്ടിരിക്കുകയാണ്. ആഹാരം, വിസർജ്ജനം, വിശ്രമം, വ്യായാമം എന്നിങ്ങനെ അതിനു വേണ്ടുന്നതായ കാര്യങ്ങൾ വേണ്ടപോലെ കിട്ടിയാലേ ആരോഗ്യത്തോടെ ആനയ്ക്കു കഴിയാൻ പറ്റൂ. എല്ലാ ജീവജാലങ്ങളുടെ

യും അടിസ്ഥാനനിയമമാണിത്. ആന യുദ്ധത്തിനോ എഴുന്നെള്ളിപ്പിനോ വേണ്ടി ഉണ്ടായതല്ല. രാജാവിന്റെയും മനുഷ്യന്റെയും ആവശ്യത്തിനൊത്താണ് ശാസ്ത്രഗതി വരുന്നത്. ആനയുടെ ഇഷ്ടത്തിനൊത്തല്ല. അടക്കുക, മെരുക്കുക, ചട്ടമാക്കുക, തളയ്ക്കുക എന്നൊക്കെയാണ് ആനക്കാരുടെ വാക്കുകൾ. ലോകത്തിലുള്ള സമസ്തവും തന്റെ ആവശ്യത്തിനായിക്കൊണ്ട് എന്ന മട്ടിലുള്ളതാണ് മനുഷ്യചിന്ത.'

'അന്യജീവനുതകി സ്വജീവിതം
ധന്യമാക്കുമമലേ വിവേകികൾ'

അത്തരം വിവേകികൾ കുറഞ്ഞുവരുന്നു. മറ്റുള്ളവയെക്കൊണ്ട് തനിക്കെങ്ങനെ സുഖമാവാം എന്നാണ് സർവ്വമനുഷ്യരും ചിന്തിക്കുന്നത്.

(2007)

താരം നരനാകുമ്പോൾ

Fanatic എന്ന പദത്തിൽനിന്നാണ് Fan ഉണ്ടായതത്രെ. മലയാളസിനിമയിലും ഇപ്പോൾ മിക്കവാറും എല്ലാ താരങ്ങൾക്കും ഫാനുകളും ഫാൻസ് അസോസിയേഷനുകളും ഉണ്ട്. താരത്തിന്റെ ആരാധകരും പ്രചാരകരും ആണ് ഈ രസികർ മണ്ഡ്രങ്ങൾ.

ഒരു താരത്തിന്റെ ഫാൻ മറ്റു താരങ്ങളുടെ കാര്യത്തിൽ വിമുഖനോ വിരോധിയോ ആവുന്നതു സ്വാഭാവികം. മലയാളത്തിലെ ഫാൻസ് സംഘങ്ങൾക്ക് താരസേവ എന്നതിലുപരി മറ്റ് രാഷ്ട്രീയലക്ഷ്യങ്ങൾ ഉള്ളതായി അറിവില്ല.

പുരാണകാലത്ത് ഈ രസികർ മണ്ഡ്രങ്ങൾ സ്വാമിഭക്തർ എന്നാണറിയപ്പെട്ടിരുന്നത്. രാമായണത്തിലെ വാനരസേന സ്വാമിഭക്തരായിരുന്നു. ധർമ്മസംരക്ഷണാർത്ഥം അവതാരങ്ങൾ ഭക്തരെ അണിനിരത്തി അധർമ്മികളോട് യുദ്ധം ചെയ്തതായി കാണുന്നു.

'ഭഗവദ്ഗീത'യിൽ ആർത്തൻ, അർത്ഥാർത്ഥി, ജിജ്ഞാസു, ജ്ഞാനി എന്നിങ്ങനെ നാലായി ഭക്തരെ തരംതിരിച്ചിരിക്കുന്നു. എന്നാൽ ഈ നാലിൽ ഏതെങ്കിലും വിഭാഗത്തിൽ ഫിലിംസ്റ്റാർ ഫാൻസിനെ പെടുത്താൻ കഴിയില്ല. പല മത, ജാതി, രാഷ്ട്രീയവിഭാഗത്തിൽ പെട്ടവർ സിനിമാതാരങ്ങളുടെ ഫാൻസായിത്തീരാറുണ്ട്. ഇവർ പ്രധാനമായും താരത്തിന്റെ ബാഹ്യപരിവേഷത്തെയും സ്ക്രീനിൽ തെളിയുന്ന ഇമേജിനെയുമാണ് ആരാധിക്കുന്നതും ഉള്ളിൽ പ്രതിഷ്ഠിക്കുന്നതും. താരത്തിന്റെ പിന്നിലെ യഥാർത്ഥമനുഷ്യനെ ഫാൻസ് അറിയുന്നില്ല. അറിയാൻ ശ്രമിക്കുന്നുമില്ല. റിലീസ് ചെയ്യപ്പെടുന്ന ഓരോ സിനിമയും പ്രതിഷ്ഠാബിംബത്തിനുള്ള കലശമോ കൊട്ടിപ്പാട്ടുസേവയോ ആണ് ബിംബത്തിന്റെ ഇച്ഛയ്ക്കും സ്വരൂപത്തിനും നിരക്കാത്തതായ സിനിമകൾ ഫാനുകൾ നിരസിക്കുകയും നിരാശയോ കോപമോ ഉള്ളവരായിത്തീരുകയും ചെയ്യുന്നു. വെള്ളിത്തിരയിൽ പ്രത്യക്ഷപ്പെടുന്നതുപോലെത്തന്നെ മാത്രമേ താരം രാഷ്ട്രീയവേദികളിൽ പ്രത്യക്ഷപ്പെടുന്നത് ഫാൻസിന് കാണാനൊക്കൂ.

താൻ താരത്തിന്റെ ഭാര്യയാണെന്നും തന്റെ കുട്ടികൾ താരത്തിന്റെതാണെന്നും വിശ്വസിക്കുന്ന ഒരു സ്ത്രീ താരത്തിനെഴുതുന്ന കത്തു

കൾ ഞാൻ കണ്ടിട്ടുണ്ട്. 'മോനെപ്പോഴും അച്ഛനെന്താ വരാത്തത് അമ്മേ എന്നു ചോദിക്കുന്നു. ഇന്നുവരും നാളെവരും എന്നു പറഞ്ഞ് ഞാനവനെ സമാധാനിപ്പിക്കുകയാണ്. ചുമരിൽ ഒട്ടിച്ചവെച്ച ചിത്രങ്ങളിൽ നോക്കി നെടുവീർപ്പിട്ടും കണ്ണീർവാർത്തും ദിവസങ്ങൾ തള്ളിനീക്കുകയാണ് ഈ ദൗർഭാഗ്യവതി'എന്ന തരത്തിലുള്ളതായിരുന്നു കത്തിലെ വാചകങ്ങൾ. മനശാസ്ത്രപരമായി എങ്ങനെയാണ് ഈ അവസ്ഥയെ അപഗ്രഥിക്കുക എന്നെനിക്കറിയില്ല. എന്തായാലും ഇത് ഒരു രോഗപീഡയാണെന്നതിൽ സംശയമില്ല. ഇത്തരത്തിൽപ്പെട്ട ഒരു വലിയ വിഭാഗം ജനത്തെ താരത്തെ മുൻനിർത്തി രാഷ്ട്രീയവൽക്കരിച്ചെടുക്കാം എന്നു ചിന്തിക്കുന്നതിൽ തെറ്റൊന്നുമില്ല.

'വേറിട്ട കാഴ്ച'കളുടെ അന്വേഷണത്തിൽ ചാവക്കാട്ടുകാരനായ ഒരു അമിതാഭ് ബച്ചനെ കണ്ടെത്തുകയുണ്ടായി ഞാൻ. അയാൾ സ്വന്തം ഭാര്യയായ സുബൈദയെ ജയ എന്നാണ് വിളിക്കുന്നത്. ജയഭാദുരിയെ അങ്ങനെയാണത്രെ ബച്ചൻ വിളിക്കുക. താൻ അമിതാഭ്ബച്ചനല്ലെന്നുള്ള അറിവാണ് കമറുദ്ദീൻ എന്നുപേരുള്ള ഈ മനുഷ്യന്റെ ഏറ്റവും വലിയ പ്രാണസങ്കടം. പണ്ട് 'മായാവി' എന്ന സിനിമ കണ്ട് (പുതിയ മായാവിയല്ല) തൊപ്പിയും കൂളിംഗ് ഗ്ലാസും വെച്ച് സങ്കല്പകുതിരയുടെ പുറത്ത് സവാരി ചെയ്തിരുന്ന ഒരാൾ എന്റെ നാട്ടിലുണ്ട്. ചില മന്ത്രവാദത്തിനും ചികിത്സക്കുംശേഷം അയാളുടെ ശരീരത്തിൽനിന്ന് മായാവി ഒഴിഞ്ഞുപോയെങ്കിലും ഇന്നും ടിയാൻ മായാവി എന്ന പേരിലാണ് അറിയപ്പെടുന്നത്. 'ഓന് മായാവി മെയ്യിമ്മക്കേറിയതാ' എന്നാണ് ആ സംഭവത്തെപ്പറ്റി നാട്ടുകാർ പറഞ്ഞത്. പലർക്കും ഇതുപോലെ പലതും മെയ്യിമ്മേൽ കയറാറുണ്ട്. ഭൂതാവിഷ്ടരുടെ സമൂഹം വർദ്ധിച്ചുവരികയാണല്ലോ.

ജനാധിപത്യവ്യവസ്ഥ നേരിടുന്ന ഒരു പ്രതിസന്ധിയാണ് ഇത്. ഒരു മനുഷ്യന് മറ്റുള്ളവരുടെ മേലുള്ള സ്വാധീനവും ആധിപത്യവും; അതുപോലെ കുറെ മനുഷ്യർക്ക് മറ്റൊരു മനുഷ്യന്റെ പ്രതിച്ഛായയിൽ മതിഭ്രമമുണ്ടാവുക-രണ്ടും വികലമാണ്. സമൂഹത്തെ സ്വാതന്ത്ര്യത്തിലേക്കും സമതയിലേക്കും നന്മയിലേക്കും നയിക്കാൻ ചില വ്യക്തികൾക്കുള്ള അസാധാരണമായ കഴിവുകൾ അവരെ ആരാധനാബിംബങ്ങളാക്കാറുണ്ട്. എന്നാൽ മലയാളത്തിലെ സിനിമാതാരങ്ങൾ സിനിമാഭിനയം എന്ന വൃത്തിയിലാണ്. അസാധാരണ കഴിവു തെളിയിച്ച് ഇന്ത്യയിലെ തന്നെ മികച്ച അഭിനേതാവ് എന്ന പദവിയിലെത്തുന്നത്. മോഹ ൻലാൽ, മമ്മൂട്ടി, മുരളി, സുരേഷ്ഗോപി എന്നിങ്ങനെ നിരവധി കഴിവുറ്റ നടന്മാർ നമുക്കുണ്ട്. ഇവർക്കൊക്കെ ആസ്വാദകരും ആരാധകരും ഫാൻസും സ്വാ

ഭാവികമായി ഉണ്ടായിട്ടുമുണ്ട്. മുരളിയെപ്പോലുള്ള നടന്മാർ സജീവരാഷ്ട്രീയപ്രവേശം നടത്തുകയും തെരഞ്ഞെടുപ്പിൽ മത്സരിക്കുകയും ചെയ്തിട്ടുണ്ട്. ഗണേഷ്കുമാറിനെപ്പോലുള്ളവർ മന്ത്രിപദംവരെ കയ്യേറ്റു. ഈ ചരിത്രപശ്ചാത്തലത്തിൽ എന്തുകൊണ്ടാണ് മമ്മൂട്ടിയുടെ ഡി.വൈ.എഫ്.ഐ സമ്മേളനത്തിലെ പ്രസംഗം ഒരു വിഭാഗത്തെ കടുത്ത പ്രതിഷേധത്തിന് ഇടയാക്കിയതെന്ന് ആരായേണ്ടതുണ്ട്. അത് രാഷ്ട്രീയപ്രവേശത്തിന്റെ ഭാഗമായി നടത്തിയ പ്രസ്താവനയാണെങ്കിൽ പി.ടി.കുഞ്ഞുമുഹമ്മദും ടി.കെ ഹംസയും പാലൊളിയും മഞ്ഞളാംകുഴി അലിയുമൊക്കെ മമ്മൂട്ടിയുടെ നിലപാടിനോട് യോജിച്ചുനിൽക്കുന്നവരാണ്. ഇടതുപക്ഷ രാഷ്ട്രീയം സജീവമായ സമൂഹത്തിൽ വർഗീയകലാപങ്ങൾ ഉണ്ടാവില്ല എന്നൊരു ആശയമാണ് മമ്മൂട്ടി മുന്നോട്ടുവെച്ചത്. അങ്ങനെ ഒരു ആശയം പ്രകടിപ്പിച്ചപ്പോൾ വർഗീയവാദിയാവുന്നത് എങ്ങനെയാണ്? ഈ സന്ദർഭത്തിലാണ് രസികന്റെ രസതന്ത്രത്തിൽ രാഷ്ട്രീയരസങ്ങൾ ചേർത്ത് വഴി തിരിച്ചുവിടാനുള്ള ഗൂഢനീക്കങ്ങൾ വെളിപ്പെട്ടുവരുന്നത്.

സമൂഹത്തിലുണ്ടാകുന്ന ദുരിതങ്ങളിലും ദുരന്തങ്ങളിലും സഹതപിക്കുകയും അതിന് പരിഹാരങ്ങൾ ആരായുകയും ചെയ്യുന്നത് ഏതു മനുഷ്യസ്നേഹിയുടെയും ധർമ്മമായിട്ടേ കാണാനാകൂ. ഇത്തരം കാര്യങ്ങളൊന്നും എന്നെ ബാധിക്കുന്നില്ലെന്നും ഞാനെന്തിന് അതിനെപ്പറ്റിയൊക്കെ ചിന്തിച്ച് വേവലാതിപ്പെടണം എന്നും കരുതുന്നത് സാമൂഹിക വിരുദ്ധനായ മനുഷ്യന്റെ ലക്ഷണവുമാണ്. എന്റെ പട്ടി, എന്റെ കുട്ടി, എന്റെ പൂച്ചട്ടി എന്നിങ്ങനെയുള്ള നടപ്പു വേവലാതികളിൽനിന്ന് ഒരു താരം പുറത്തുവരികയും തനിക്കുചുറ്റുമുള്ളവരുടെ ദുഃഖങ്ങളിൽ പങ്കുചേരുകയും ചെയ്യുന്നത് സാക്ഷരകേരളം ശുഭസൂചകമായാണു കാണേണ്ടിയിരുന്നത്. എന്താണ് മമ്മൂട്ടിയിൽനിന്ന് കേരളം പ്രതീക്ഷിക്കുന്നത്?

തമിഴ്നാട്ടിൽ എം.ജി.ആർ തന്റെ രസികർമൺട്രത്തെ അദ്ദേഹത്തിന്റെ രാഷ്ട്രീയപ്രവർത്തനത്തിന്റെ പ്രധാനമായ ഉപകരണമായി ഉപയോഗിച്ചു. ഏറ്റവും ജനപ്രീതി നേടിയ അദ്ദേഹത്തിന്റെ സിനിമകൾ ഏഴൈകൾക്കുവേണ്ടി നിർമ്മിക്കപ്പെട്ടവയായിരുന്നു. കലൈഞ്ജർ കരുണാനിധിയുടെ തിരക്കഥകളും രാഷ്ട്രീയദിശാബോധമുള്ളവയായിരുന്നു. എം.ജി.ആർ സിനിമകളിലെ ഗാനങ്ങൾ തമിഴ്നാടിനെ സംബന്ധിച്ചിടത്തോളം അധഃസ്ഥിതവർഗ്ഗത്തിന്റെ ഉണർത്തുപാട്ടായി. എം.ജി.ആറും ജയലളിതയുമൊക്കെ തമിഴ്നാട് മുഖ്യമന്ത്രി പദത്തിലെത്തുന്നത് 'സിനിമാരാഷ്ട്രീയ'ത്തിൽനിന്നാണ്.

മലയാളത്തെ സംബന്ധിച്ചിടത്തോളം കഥാപ്രസംഗം, നാടകം, മുത

ലായ ജനകീയകലാരൂപങ്ങൾ ഇടതുപക്ഷ രാഷ്ട്രീയ പ്രചാരണത്തിനുവേണ്ടി ശക്തമായി പ്രയോഗിക്കപ്പെട്ടുവെങ്കിലും സിനിമയുടെ മേൽക്കൈ ധനലാഭലക്ഷ്യം മാത്രമുള്ള കച്ചവടക്കാരന്റേതായിരുന്നു. ഉദയാ, നീലാ തുടങ്ങിയ കമ്പനികളാണ് ആദ്യകാല മലയാളസിനിമകൾ പ്രധാനമായും നിർമ്മിച്ചത്. ജനപ്രീതി നേടി ലാഭമുണ്ടാക്കാനുള്ള സിനിമാസംരംഭങ്ങളിൽ ഇടതുപക്ഷ ചിന്താഗതിക്കാരായ കവികളും സാഹിത്യകാരന്മാരും നടന്മാരുമൊക്കെ ഉപയോഗിക്കപ്പെട്ടു. വിമോചനസമരത്തിൽ അണിചേർന്ന ഉദയാ മുതലാളിയുടെ ചിത്രങ്ങളിലാണ് വയലാർ രാമവർമ്മ ഏറെയും ഗാനങ്ങളെഴുതുകയും ഒടുവിൽ 'വാളല്ലെൻ സമരായുധം' എന്ന് മനസ്സിലാക്കുകയും 'മണിപ്പൊൻവീണ' വാങ്ങി വായിക്കുകയും ചെയ്തത്.

രാമായണത്തിൽ ശ്രീരാമൻ സവർണാധിപത്യത്തിന്റെ പ്രതീകമാണെന്നും അധഃസ്ഥിതരായ ദ്രാവിഡരെ വാനരന്മാരാക്കിയാണ് രാമായണം ചിത്രീകരിക്കപ്പെട്ടിരിക്കുന്നതെന്നുമായിരുന്നു പെരിയോറുടെ പക്ഷം. പെരിയോർ എന്ന രാമസ്വാമി നായ്ക്കരുടെ ദ്രാവിഡകഴകം ഉയർത്തിവിട്ട പോരാട്ടങ്ങളിലൊക്കെ ശ്രീരാമവിരോധം ഉയർത്തിപ്പിടിച്ചിരുന്നു. ഈ പരമ്പരയിലൂടെയാണ് അണ്ണാദുരൈയും കരുണാനിധിയും വന്നത്. 'ഉഴയ്ക്കും കരങ്ങൾ' ക്കുവേണ്ടി ആടിയും പാടിയും ശണ്ഠകൂടിയും തലൈവരായിത്തീർന്ന മക്കൾ തിലകവും പിന്നീട് രാമായണത്തിലെ ശ്രീരാമചന്ദ്രനെപ്പോലെ സംപൂജ്യനായിത്തീർന്നു. എം.ജി.ആർ ഇന്നും തമിഴ്നാടിന്റെ പ്രധാന ആരാധനാബിംബമാണ്. സംപൂജ്യന്റെ ഇദയക്കനിയെ പിന്നീട് ഭക്തന്മാർ നെഞ്ചിലേറ്റി ശ്രീകോവിലിനടുത്ത് പ്രധാന ഉപദേവതയായി പ്രതിഷ്ഠിച്ചു. ഈ തമിഴ്നാട് സിനിമാരാഷ്ട്രീയം ഇപ്പോഴും ഇന്ത്യൻ പാർലമെന്റിനകത്ത് ഒരു നിർണായക ശക്തിയായി നിലകൊള്ളുന്നു.

ദൈന്യമായ ജനപദങ്ങളിലേക്ക് തങ്ങൾക്കു ലഭിച്ച ജനസമ്മതിയുടെ കരുത്തുമായി താരങ്ങൾ കടന്നുവരികയും നീതി നിഷേധിക്കപ്പെട്ടവരെയും ആലംബഹീനരെയും അടുപ്പിച്ചുനിർത്തി അവരെ പ്രതീക്ഷയിലേക്കും പ്രകാശത്തിലേക്കും ഉയർത്താൻ താരങ്ങൾ തയ്യാറാവുകയും വേണം. കൃത്രിമമായി സൃഷ്ടിക്കപ്പെട്ട 'ലക്ഷൂറിയസ് പ്രൈവസി'യിൽ നിന്ന് പൊള്ളുന്ന പെരുമ്പാതകളിലേക്ക് ഇറങ്ങിവന്ന് ജനപക്ഷത്തു നിൽക്കാൻ ജനം നെഞ്ചിലേറ്റിവെച്ചിരിക്കുന്ന ഇവർ ബാധ്യസ്ഥരാണ്. നമ്പൂതിരിയെ മനുഷ്യനാക്കുക എന്നതുപോലെ താരത്തെ നരനാക്കാനുള്ള ശ്രമങ്ങളാണ് നാം നടത്തേണ്ടത്.

(2007)

കണ്ടാണശ്ശേരിയിലെ പാരീസ് റോഡ്

യേശു എന്നാൽ

യേശു ഒരു കറുത്ത വർഗ്ഗക്കാരനാണ് എന്നതിന് മൂന്നു നല്ല വാദങ്ങളുണ്ട്.

ഒന്ന്: അവൻ എല്ലാവരെയും സഹോദരാ എന്നു വിളിച്ചു.

രണ്ട് : അവൻ സുവിശേഷം പറയാൻ ഇഷ്ടപ്പെട്ടു.

മൂന്ന് : അവന് നല്ല ഒരു വിചാരണ ലഭിച്ചില്ല.

പക്ഷേ, യേശു ഒരു ജൂതനായിരുന്നു എന്നതിനും മൂന്ന് തത്തുല്യ വാദങ്ങളുണ്ട്.

ഒന്ന് : അവൻ അപ്പന്റെ തൊഴിലിൽ ഏർപ്പെട്ടു.

രണ്ട് : അവൻ 32 വയസ്സുവരെ സ്വന്തം വീട്ടിൽ കഴിഞ്ഞു.

മൂന്ന് : അമ്മ കന്യകയാണെന്ന് അവനും അവൻ ദൈവമാണെന്ന് അമ്മയും വിശ്വസിച്ചു.

പക്ഷേ, യേശു ഒരു ഇറ്റലിക്കാരനാണ് എന്നതിന് മൂന്നു തത്തുല്യ വാദങ്ങളുണ്ട്.

ഒന്ന് : അവൻ ആംഗ്യങ്ങൾകൊണ്ട് സംസാരിച്ചു.

രണ്ട് : ഓരോ ഭക്ഷണത്തിനോടൊപ്പവും അവൻ വീഞ്ഞുകുടിച്ചു.

മൂന്ന് : അവൻ ഒലീവെണ്ണ ധാരാളം ഉപയോഗിച്ചു.

പക്ഷേ, യേശു കാലിഫോർണിയക്കാരനായിരുന്നു എന്നതിനും മൂന്ന് തത്തുല്യവാദങ്ങളുണ്ട്.

ഒന്ന് : അവൻ ഒരിക്കലും മുടി മുറിച്ചില്ല.

രണ്ട് : എല്ലാ സമയവും അവൻ നഗ്നപാദനായി ചുറ്റിനടന്നു.

മൂന്ന് : അവൻ ഒരു പുതിയ മതം തുടങ്ങിവെച്ചു.

പക്ഷേ, യേശു അയർലണ്ടുകാരനായിരുന്നു എന്നതിന് മൂന്ന് തത്തുല്യവാദങ്ങളുണ്ട്.

ഒന്ന് : അവൻ വിവാഹമേ കഴിച്ചില്ല.

രണ്ട് : അവൻ എപ്പോഴും കഥകൾ പറഞ്ഞുകൊണ്ടിരുന്നു.

മൂന്ന് : അവൻ പുൽമൈതാനങ്ങളെ സ്നേഹിച്ചു.

എന്നാൽ യേശു ഒരു സ്ത്രീ ആയിരുന്നു എന്നതിന് മൂന്ന് ശക്തമാ

യ വാദങ്ങളുണ്ട്.

ഒന്ന് : തീരെ ഭക്ഷണമില്ലാതിരുന്ന സമയത്ത് ഒരുനിമിഷത്തെ മുന്നറിയിപ്പിൽ ഒരു ആൾക്കൂട്ടത്തെ അവൻ ഊട്ടേണ്ടിവന്നു.

രണ്ട് : ഒരിക്കലും ഒന്നും മനസ്സിലാവാത്ത പുരുഷാരത്തിനു കുറുകെ സന്ദേശമയക്കാൻ അവൻ ശ്രമിച്ചുകൊണ്ടേയിരുന്നു.

മൂന്ന് : പണികൾ ചെയ്തുതീർക്കാൻ ബാക്കിയുള്ളതുകൊണ്ട് മരിച്ചിടത്തുനിന്നുപോലും അവന് എണീറ്റുവരേണ്ടിവരുന്നു.

(2007 ഫിബ്രവരി 25 ന് പവിത്രന്റെ ഒന്നാം ചരമവാർഷികയോഗത്തിൽ എഴുതിയതാരാണ് എന്നറിയില്ലെന്നു പറഞ്ഞുകൊണ്ട്, പി.എൻ.ഗോപീകൃഷ്ണൻ പറഞ്ഞ കവിത)

കണ്ടാണശ്ശേരി ഗ്രാമീണവായനശാലയുടെ പടിഞ്ഞാപ്പുറത്തുനിന്നും ചൊവ്വല്ലൂർ ക്ഷേത്രത്തിലേക്കുള്ള വെട്ടുവഴിക്ക് പാരീസ് റോഡെന്നു പേര്. ചൊവ്വല്ലൂർ ശിവൻ, ചൊവ്വയും ശിവനും ഒന്നായി നിൽക്കുന്നിടം. ശിവൻ, കണ്ഠാകാളൻ, കണ്ഠാകാളന്റെ തട്ടകം കണ്ടാണശ്ശേരി.

പാരീസ് റോഡ് തുടങ്ങുന്നിടത്തെ മുക്കൂട്ടയ്ക്കൽ ഒരു പീടികക്കെട്ടിടത്തിന്റെ തട്ടിൻപുറത്തെ ഒറ്റമുറിയിൽ പവിത്രൻ ബീഡിക്കമ്പനി നടത്തിയിരുന്ന കാലം. പാരീസ് ബീഡി വർക്സ് എന്നായിരുന്നു സ്ഥാപനത്തിന്റെ പേര്.

'യാരോ ഒരാൾ' എന്ന ചിത്രം സ്വയം നിർമ്മിച്ച് തിരക്കഥയെഴുതി സംവിധാനം ചെയ്ത് ദേശീയ അവാർഡു കമ്മിറ്റിയുടെ പ്രത്യേക ശ്രദ്ധയ്ക്കും പ്രശംസയ്ക്കും വിധേയമായിട്ട് അഞ്ചാറുകൊല്ലം കഴിഞ്ഞിരുന്നു അപ്പോൾ. 'സ്ഥലകാലസങ്കല്പങ്ങൾക്ക് അതീതമായി സംവിധാനം ചെയ്യപ്പെട്ട ചിത്രം' എന്നായിരുന്നു കമ്മിറ്റി അഭിപ്രായപ്പെട്ടത്. 'സ്ഥലകാലബോധമില്ലാതെ എടുത്ത ചിത്രം' എന്ന് സുഹൃത്തുക്കളും ഫിലിം ഇൻസ്റ്റിറ്റ്യൂട്ടുകാരായ കെ.ആർ.മോഹനൻ, കെ.എൻ.ശശിധരൻ എന്നിവർ അത് തിരുത്തിപ്പറഞ്ഞിരിക്കുന്നു.

അതിനുംമുമ്പ് അടിയന്തിരാവസ്ഥക്കാലത്ത് പവിത്രൻ നിർമ്മിച്ച 'കബനീനദി ചുവന്നപ്പോൾ' എന്ന രാഷ്ട്രീയചിത്രം ഏറെ ജനശ്രദ്ധ നേടിയിരുന്നു.

'യാരോ ഒരാൾ' ഇന്ത്യൻചലച്ചിത്രരംഗത്ത് പേഴ്സണൽസിനിമയുടെ പുതിയൊരദ്ധ്യായം തുറക്കുകയാണെന്ന് കെ.എൽ.അറോറയെപ്പോലുള്ള ചലച്ചിത്രനിരൂപകർ കണ്ടെത്തിയിട്ടുണ്ട്. 1979-ലെ ഫിലിം ഫെസ്റ്റിവെൽകാലത്ത് ഡൽഹിയിലെ ഫിലിംജേതാക്കളെ ഏറ്റവും ആകർഷിച്ച ചിത്രമായിരുന്നു യാരോ ഒരാൾ.

പാരീസ് ബീഡിക്കമ്പനിക്കു മുൻപ് പവിത്രൻ കണ്ടാണശ്ശേരിയിൽ ആരംഭിച്ചത് ഹസ്തിനപുരി സൈക്കിൾഷോപ്പ് ആന്റ് റിക്രിയേഷൻ സെന്റർ ആയിരുന്നു. വാടകയ്ക്കു കൊടുക്കാനായി ഏഴെട്ടു സൈക്കിളുകൾ ഉണ്ടായിരുന്നു ഹസ്തിനപുരിയിൽ. ബൈസിക്കിൾ തീവ്സിന്റെ ഒരു ബ്ലാക്ക് ആന്റ് വൈറ്റ് പോസ്റ്റർ ഹസ്തിനപുരിയുടെ പുറംചുവരിലുണ്ടായിരുന്നു. കണ്ടാണശ്ശേരി വായനശാലയുടെ കിഴക്കെപ്പുറത്തുള്ള ആലിൻചുവട്ടിൽ നിരപ്പലകയിട്ട ഒരു പഴയ പീടികമുറിയായിരുന്നു ഹസ്തിനപുരി. വമ്പുള്ളി മോഹൻദാസ്, നരിയമ്പുള്ളി ദാസൻ, കൂനമ്മുച്ചി ജയൻ, അരിയന്നൂർ ഉണ്ണി എന്നിങ്ങനെ ആറേഴുകലാകാരന്മാർ കാലത്തും വൈകിട്ടും ഹസ്തിനപുരിയിൽ ഇരുന്ന് ലോകസിനിമയെ പ്പറ്റിയും തർക്കോവ്സ്കിയുടെ ഭ്രമാത്മകദർശനങ്ങളെക്കുറിച്ചും ലൂത്വിക്ഘട്ടക്കിനെക്കുറിച്ചുമൊക്കെ സംസാരിച്ചു. മന്ത്രവാദം പഠിപ്പിക്കാൻ ചക്കരമാക്കലെ ജോർജ്ജുമാഷും വന്നു.

ഹസ്തിനപുരിയിലെ സൈക്കിളുകൾക്കെല്ലാം പേരുകൾ ഉണ്ടായിരുന്നു. കരിയൻ, പറങ്ങോടൻ, ചാത്തൻ, വീരഭദ്രൻ, വൈദ്യർ എന്നിങ്ങനെയൊക്കെയാണ് പേരുകൾ. പേരുകൾ സൈക്കിളുകളും മുന്നിലും പിന്നിലും എഴുതിവെച്ചിരുന്നു. സൈക്കിളുകളുടെ സമയവിവരക്കണക്കുകൾ എഴുതിവെച്ചിരുന്നതും ഹസ്തിനപുരി തുറക്കുകയും രാത്രി നിരപ്പലകകളിലൂടെ കമ്പിയോടിച്ച് താഴിച്ച് പൂട്ടിയിരുന്നതും നരിയമ്പുള്ളി ദാസനാണ്. ദാസൻ നല്ല നടനായിരുന്നു. പവിത്രനുമായുള്ള നിരന്തര സമ്പർക്കംകൊണ്ടാവാം മുടിയൊക്കെ വളർന്ന് പവിത്രനോട് ഏറെ സാമ്യമമുള്ള രൂപത്തിലായിത്തീർന്നിരുന്നു ദാസൻ. 'ഭ്രമരകീട ന്യായേണ' എന്നാണ് ആ രൂപരിണാമത്തെപ്പറ്റി കുഴുപ്പുള്ളി വാസു വൈദര്യർ അഭിപ്രായപ്പെട്ടത്. സൈക്കിളുകളുടെ കണക്കെഴുത്തുപുസ്തകം എല്ലാവർക്കും വായിക്കത്തക്കതരത്തിൽ ഹസ്തിനപുരത്തെ ഉമ്മറത്തെ ടൂൾബോക്സിനു മുകളിലുണ്ടാവും. കണക്കുകൾ താഴെ പറയുംപ്രകാരമാണ് എഴുതപ്പെട്ടിരുന്നത്.

ഉച്ചയ്ക്ക് 12.30 ന് വീരഭദ്രൻ തിരിച്ചെത്തി. ചളിയും ചേടിയും കേറി ഭീകരമായ രൂപം. കൂടെവന്ന സുകുമാരൻ പരവശനാണ്.

സുകു: ഇടയ്ക്കിടയ്ക്ക് ചെയിൻ തെറ്റുന്നു. ബ്രേക്ക് പിടിച്ചാൽ അലറിക്കൊണ്ടേ നിൽക്കൂ. ബെല്ലമർത്തി എന്റെ തള്ളവെരലിന്റെ എല്ലുപൊട്ടീന്നാ തോന്നണ്. എണ്ണ കൊടുത്താലേ ഇതിനെ കൊണ്ടുനടക്കാൻ പറ്റൂ.

യമപുരി, മസ്തബ, സംഘമരം തുടങ്ങിയ നാടകങ്ങൾ ഹസ്തിനപുരിയിലെ കലാകാരന്മാർ വാഴാവിലെ വേലയ്ക്കും കല്ലൂത്തിപ്പാറയി

ലെ വയലിക്കും അതുപോലെ മറ്റു പല സ്ഥലങ്ങളിലും അവതരിപ്പിച്ചു. സ്റ്റേജും മൈക്കുമില്ല. മാറിമാറിക്കത്തുന്ന ബഹുവർണ്ണവിളക്കുകളില്ല. പവിത്രനായിരുന്നു എല്ലാത്തിന്റെയും സംവിധാനം; പ്രധാന നടൻ ദാസനും.

ജ്ഞാനികളുടെ സദസ്സുകൾ ഒഴിഞ്ഞ ഉച്ചനേരങ്ങളിൽ നിരപ്പലകകൾ ചേർത്തിട്ട് അതിൽ മലർന്നുകിടന്ന് പവിത്രൻ ദാസനോടു ചോദിക്കും, 'നമ്മുടെ വൈദ്യര് എങ്ങടാ പോയത് ദാസാ?'

'പാറുക്കുട്ട്യമ്മായീടെ സുകുമാരന്റെ കൂടെ ചിറ്റാട്ടുകരയ്ക്കാന്നു പറഞ്ഞു പോയിട്ട് മണിക്കൂറ് രണ്ടു കഴിഞ്ഞു. കാണാല്യ.'

'ചാത്തനോ?'

'ടയറും ട്യൂബും പോയിട്ട് വെട്ടത്തെ ഭരതന്റോടെ കെടക്കണ്ണ്ട്. പറ്റെ വയ്യാണ്ടായി ചാത്തന്.'

അങ്ങനെ ചാത്തനും വൈദ്യരും പറങ്ങോടനുമൊക്കെ കണ്ടാണശ്ശേരിയുടെ കുണ്ടുവെട്ടോഴികളിൽ ചുറ്റിത്തിരിഞ്ഞു നടക്കുന്ന കാലത്ത് ഹസ്തിനപുരിയിൽ നാടകം കളിക്കാൻ കോഴിക്കോട്ടുനിന്ന് സുരാസു വന്നു. ഹസ്തിനപുരി ഒന്നുണർന്നു. നാടകങ്ങൾക്ക് ശക്തി പോരാ. ഡയലോഗുകൾക്ക് പഞ്ച് വേണം. സുരാസുവിന്റെ നിലപാടുകൾക്ക് പവിത്രൻ മറിച്ചൊന്നും പറഞ്ഞില്ല.

റേഷൻകടക്കാരൻ ശേഖരന്റെ വീട്ടിലായിരുന്നു റിഹേഴ്സൽ ക്യാമ്പ്. അഭിനയത്തിൽ അല്പം താല്പര്യമുള്ള ശേഖറൻ സുരാസുവിന് ശിഷ്യപ്പെടുകയും നാടകം കഴിയുംവരെ വീട്ടിൽത്തന്നെ താമസഭക്ഷണസൗകര്യങ്ങൾ ചെയ്തുകൊടുക്കാൻ തയ്യാറാവുകയും ചെയ്തു.

'ശേഖരേട്ടൻ ഇത്ര വിശാലഹൃദയനാണെന്ന് ഞാൻ മനസ്സിലാക്കീട്ട്ണ്ടാർന്നില്ല.' ദാസൻ പറഞ്ഞു.

'ചില മനുഷ്യര് അങ്ങന്യാ ദാസാ. നമ്മടെ കണക്കുകൂട്ടലൊക്കെ തെറ്റിച്ചുകളയും.' പവിത്രൻ ആത്മഗതമെന്നോണം അതിനു മറുപടി പറഞ്ഞു.

'സുരാസുവേട്ടന് നമ്മടെ സംഘമരത്തിൽ വിപ്ലവം പോരാന്നും റിവോൾട്ട് വേണ്ടത് ഇല്ല്യാന്നും അഭിപ്രായമുണ്ട്.' ദാസൻ പറഞ്ഞു.

'മൊല്ലാക്ക ഏല്പിച്ചുപോയിട്ടും നൈസാമലി ബാങ്കു കൊടുത്തില്ല. അത്രയേ വേണ്ടൂ റിവോൾട്ട്. പിന്നെ റിവോൾട്ടാണോ റിവല്യൂഷനാണോ വേണ്ടത് എന്ന് സുരാസുവിന് തിട്ടല്ല്യാഞ്ഞിട്ടാവും.'

അങ്ങനെ നാടകത്തിന്റെ റിഹേഴ്സൽ മുന്നേറിക്കൊണ്ടിരിക്കുന്ന കാലത്ത് ഒരുദിവസം രാത്രി, പുതുക്കാനായി ഉടമകൾ കൊണ്ടുവന്ന് കൊ

ടുത്തിരുന്ന നൂറോളം റേഷൻകാർഡുകൾ ഒരുമിച്ച് കൂട്ടിയിട്ട് മണ്ണെ ണ്ണ ഒഴിച്ച് കത്തിച്ചു സുരാസു. ശേഖരന്റെ നിലയും വിളിയും കേട്ട് ആളു കൾ ഓടിക്കൂടി തീയണച്ചു.

'വീട് മുഴുവനായും കത്തിപ്പോയേർന്നു. അയാളെന്തു മനുഷ്യനാ.'

ദാസൻ പറഞ്ഞു.

'ചില മനുഷ്യരങ്ങന്യാ ദാസാ, നമ്മുടെ കണക്കുകൂട്ടലൊക്കെ തെറ്റി ച്ചുക്കളയും.' ശാന്തനായി പവിത്രൻ മറുപടി പറഞ്ഞു.

അങ്ങനെ ഹസ്തിനപുരി അവസാനിച്ചു. ചാത്തനെയും വീരഭദ്രനെ യുമൊക്കെ ഇരുമ്പുവിലയ്ക്കാണ് വെട്ടത്തെ ഗോപാലൻ വാങ്ങിക്കൊ ണ്ടുപോയത്. അതിനുശേഷം അഞ്ചാറുമാസം ആലിൻചുവട്ടിൽ ചർച്ച കൾ നടന്നെങ്കിലും നാടകം ഉടനെ വേണ്ട എന്ന തീരുമാനത്തിലാണ് ഒ ടുവിൽ എല്ലാവരും ചെന്നെത്തിയത്.

ഇനിയെന്ത് എന്ന് ജ്ഞാനികൾ ചിന്തിച്ചു.

'കൃഷ്ണൻക്കുട്ട്യേട്ടന്റെ 'നിർമാല്യം' നോവലോ അയ്യപ്പേട്ടന്റെ തോ റ്റങ്ങളോ നാടകാക്ക്യാൽ പ്രൊഫഷണൽ ട്രൂപ്പുണ്ടാക്കാം.' അരിയന്നൂർ ഉണ്ണി ഒരാശയം മുന്നോട്ടുവെച്ചു.

'പണം ണ്ടാക്കാണാച്ചാ നമുക്ക് ട്രൂപ്പായി കക്കാൻ പോയാപ്പോരേ? കറുത്ത ഒരു ലങ്കോട്ടി ഉണ്ടായ മതി എല്ലാവർക്കും. ഉണ്ണീടെ മോത്ത് പു രട്ടാൻ ചെരട്ടക്കരീം വെളിച്ചെണ്ണേം കുറച്ചധികം വേണ്ടിവരും. വെളുവെ ളുത്ത ദേഹാ...' പവിത്രൻ പറഞ്ഞു.

'അതും ഒരു നാടകാണ്. ഏകാംഗമായിട്ടും ട്രൂപ്പായിട്ടും കളിക്കാം.' വമ്പുള്ളി മോഹൻദാസ് പിൻതാങ്ങി.

നാടകചർച്ച പൂർണ്ണമായും വഴിമുട്ടിയെന്ന് വിശ്വസിക്കാൻ ദാസനാ യില്ല. ദാസൻ പവിത്രനോടു ചോദിച്ചു.

'അല്ലാ പവിത്രേട്ടാ നാടകം പറ്റെ ഉപേക്ഷിക്ക്യാണോ?'

'ഒന്നു തിരിച്ചു ചെന്നാലെന്തെന്ന് മാധവൻനായർ ഓർത്തു. ഇനിയും വേണമെങ്കിൽ തിരിച്ചുചെല്ലാം. ആ രാത്രിയിൽ രവി ഞാറ്റുപുരയിൽ ഉറ ങ്ങിക്കിടക്കും. ചെന്നു വിളിച്ചുണർത്താം. ഇത്തിരിനേരം കൂടി വർത്തമാ നം പറഞ്ഞിരിക്കാം. പിന്നെ യാത്ര പറയാം. പിന്നെയും വേണമെങ്കിൽ തിരിച്ചുചെല്ലാം.'

പവിത്രന് ഖസാക്കിന്റെ ഇതിഹാസത്തിലെ വരികൾ മനപാഠമായി രുന്നു.

'ഇത് മേപ്പട്ടും കീപ്പട്ടും പറഞ്ഞിട്ടുകാര്യമില്ല. ഒരു മൂവ്മെന്റ് വേണ്ടേ?' എം.ആർ.സി എന്ന ഒരു നവാഗതജ്ഞാനിയാണ് അതു ചോദിച്ചത്. ആ

ചോദ്യത്തിനുത്തരമായാണ് പിന്നീട് പാരീസ് ബീഡി വർക്സ് രൂപം കൊണ്ടത്.

ഹസ്തിനപുരിയിലെ ജ്ഞാനികൾക്കു പുറമെ മറ്റു ചിലർ കൂടി വന്നുചേർന്നു. ബീഡിക്കമ്പനി തുടങ്ങിയപ്പോൾ എം.ആർ.സി ആയിരുന്നു ബീഡിതെറുപ്പിന്റെയും മറ്റും നടത്തിപ്പ്. വിൻസ്റ്റൺ ചർച്ചിൽ, എം.ടി, രാമു കാര്യാട്ട് തുടങ്ങിയ പ്രതിഭാശാലികളൊക്കെ ധൂമസേവകരായിരുന്നുവെന്നു അയാൾ ഇടയ്ക്കിടെ പറഞ്ഞുകൊണ്ടിരുന്നു. കണ്ണൂർമുതൽ കാശ്മീരിലെ ശ്രീനഗർവരെ പല സ്ഥലങ്ങളിലും ബീഡി തെറുത്ത് പെരെടുത്തിട്ടുള്ള ആളാണ് എം.ആർ.സി. പുകയിലയുടെ രാഷ്ട്രീയവും പുകയിലയുടെ രീതിശാസ്ത്രവും എം.ആർ,സിയ്ക്കു പച്ചവെള്ളംപോലെ അറിയാം.

എം.ആർ.സി കഴിഞ്ഞാൽ പിന്നെ ബായി എന്നു വിളിക്കുന്ന ഒരു മൂലക്കുരു വൈദ്യനായിരുന്നു പാരീസിൽ പ്രധാനി. ബീഡി തെറുപ്പറിയില്ലെങ്കിലും ബായി വൈദ്യന്റെ കൈയിലായിരുന്നു പാരീസിന്റെ താക്കോൽ. അയാൾ വലിയ ശബ്ദമുണ്ടാക്കുന്ന ചെറിയൊരു മോട്ടോർസൈക്കിളിൽ കയറി ചാവക്കാട്, ഗുരുവായൂർ, പാവർട്ടി, ചിറ്റാട്ടുകര, ഒരുമനയൂർ, മറ്റം, വാക മുതലായ സ്ഥലങ്ങളിൽ സഞ്ചരിച്ച് രോഗികളെ പരിശോധിക്കുകയും ചികിത്സിക്കുകയും ചെയ്തുവന്നു. അകത്തും പുറത്തും പ്രയോഗിക്കാൻ ബായി നൽകിയ ഔഷധങ്ങൾ യൂനാനി സമ്പ്രദായത്തിലുള്ളതായിരുന്നു.

മൂലക്കുരുവിന്റെ 'അസ്കിത' ഉണ്ടോ എന്നു ശങ്കയുള്ള ആർക്കും പരിശോധിപ്പിക്കാം. പരിശോധന ഫ്രീ ആണ്. ആയതിനു വിധേയരായ രോഗികളോ ബായി വൈദ്യനോ ഇതുവരെ പരിശോധനയുടെ രീതിശാസ്ത്രം വെളിപ്പെടുത്തിയിട്ടില്ല. പൈൽസ്, ഫിസ്റ്റുല, ഫിഷർ ഏതായിക്കൊള്ളട്ടെ നിഷ്പ്രയാസം ബായി വൈദ്യർ കണ്ടുപിടിക്കും.

'എന്തായിരിക്കും അതിന്റെ ടെക്നിക്ക്?'

ദാസൻ പവിത്രനോട് ചോദിച്ചു.

'പരഹൃദയജ്ഞാനം എന്നൊക്കെ കേട്ടില്ലേ. അതുപോലെ പരമുഖജ്ഞാനം ഉണ്ടാവും അയാൾക്ക്.' പവിത്രൻ പറഞ്ഞു.

പരിശോധനയ്ക്കുശേഷം രോഗം ഉണ്ടെന്ന് ഉറപ്പായിക്കഴിഞ്ഞാൽ ചികിത്സ ആരംഭിക്കുമ്പോൾ പണം കൊടുത്താൽ മതിയെന്നാണ് ബായി വൈദ്യന്റെ വ്യവസ്ഥ. 'എത്ര പുരാതനമായ മൂലക്കുരുവും ഓപ്പറേഷൻ കൂടാതെ സുഖപ്പെടുത്തിക്കൊടുക്കുന്നു' എന്നെഴുതിയ ഒരു പരസ്യപ്പലക മോട്ടോർസൈക്കിളിൽ ഘടിപ്പിച്ചുവെച്ചായിരുന്നു വൈദ്യന്റെ പര്യ

ടനം. ചിരിച്ചുകൊണ്ട് കൈകൂപ്പിനിൽക്കുന്ന എം.ജി.ആറിന്റെ ചിത്രം ഹാൻഡിൽ ബാറിൽ ഉയർന്നുനിന്ന് രോഗികളെ സ്വാഗതം ചെയ്തു.

മരുന്നുകൾക്കും ഗ്ലൗസ്, സോപ്പ് മുതലായ പരിശോധനാ ഉപകരണങ്ങൾക്കുംപുറമെ തോൽസഞ്ചിയിൽ കെട്ടിപ്പൊതിഞ്ഞ ഒരു എയർ ഗണ്ണും ബായിവൈദ്യന്റെ മോപ്പഡിന്റെ കരിയറിൽ ഉണ്ടാകും. ഉന്നംതെറ്റാതെ വെടിവെക്കുന്നതിൽ വിദഗ്ദ്ധനായിരുന്നു അയാൾ. ചികിത്സിക്കാൻ രോഗികളെ കിട്ടാത്ത ദിവസങ്ങളിൽ കൊക്ക്, കുളക്കോഴി, വവ്വാൽ മുതലായ പക്ഷിജാതികളെ വെടിവെച്ചുപിടിച്ച് ബീഡിക്കമ്പനിയിൽ കൊണ്ടുവന്ന് മണ്ണെണ്ണ സ്റ്റൗ കത്തിച്ച് പൊരിച്ചുതിന്നും.

'അനുപമ' എന്ന പേരിലുള്ള സർക്കാർ ചാരായവും 'നാട്ടറിവ്' എന്ന് ജ്ഞാനികൾ വിളിക്കുന്ന വാറ്റും പാരീസിൽ സുലഭമായിരുന്നു. 'യൂനാനി'യിൽ ആൽക്കഹോളിന് വിരോധമില്ലെന്നും എല്ലാ ഔഷധങ്ങളുടെയും രസായനങ്ങളുടെയും അടിസ്ഥാനം ആൽക്കഹാൾ ആ ണെന്നും ബായിവൈദ്യൻ കണ്ടാണശ്ശേരിയിലെ കലാകാരന്മാരെ ഉദ് ബോധിപ്പിച്ചുകൊണ്ടിരുന്നു.

എം.ആർ.സിയുടെ ധൂമശാസ്ത്രത്തിലും ചില നവദർശനങ്ങൾ ഉണ്ടായി വന്നു. ഹിമാലയത്തിലെ യോഗിമാരെക്കുറിച്ചും സൂഫികളായ ബാബമാരെക്കുറിച്ചും അയാൾ പറയാൻ തുടങ്ങി.

അങ്ങനെ പല ശാസ്ത്രങ്ങളും ദർശനങ്ങളും ഇഴചേർന്നൊഴുകുന്ന കാലത്ത് ഒരുദിവസം ഞാനവിടേക്ക് കയറിച്ചെന്നു. നേരം സന്ധ്യ മയങ്ങി ഇരുട്ടുപരക്കാൻ തുടങ്ങിയിരുന്നു.

പാരീസ് ബീഡിക്കമ്പനിയിൽ പതിവിലും കൂടുതൽ കലാകാരന്മാരുണ്ടായിരുന്നു അന്ന്. ഒരു ഭാഗത്ത് കൊക്കുകളെയും കുളക്കോഴികളുടെയും തോലുപൊളിക്കുന്ന വൈദ്യരും സഹായികളും. മറ്റൊരു ഭാഗത്ത് നാട്ടറിവും എം.ആർ.സിയും. ചിലർ ചുമരിൽ ചാരിയിരുന്നു പുക മേൽപ്പോട്ടെടുക്കുകയും സാവധാനം പുറത്തേക്കൂതുകയും ചെയ്യുന്നു. നിലത്തു വിരിച്ചിട്ടൊരു പുല്ലായിയിൽ കാലുകൾ നീട്ടിവെച്ചിരുന്ന് പവിത്രൻ എല്ലാം നോക്കിക്കാണുകയാണ്.

ആരുടെയും ദേഹത്ത് മുട്ടാതെ കാലുകൾ ഉയർത്തിവെച്ച് ശ്രദ്ധയോടെ ഞാൻ പവിത്രന്റെ അടുത്തേക്ക് ചെന്നു.

'നീ വന്നതു നന്നായി. ഇരിയ്ക്കെടോ. നിനക്ക് പറ്റിയ രാത്രിയാണ് ഇന്ന്.'

എനിക്കു പക്ഷെ, അതൊന്നും അനുഭവിക്കാനുള്ള നേരമില്ലായിരുന്നു. വളരെ ഗൗരവമുള്ള ഒരു കാര്യമെന്ന രീതിയിൽ ഞാൻ പവിത്രന്റെ

ചെവിയിൽ പറഞ്ഞു. 'നീ എന്റെ കൂടെ ഗുരുവായൂർ വരെ ഒന്നു വരണം.'

'നീയെന്തു വർത്താനാ ഈ പറേണ്. ഇതൊക്കെ കണ്ടില്ലേ? മീറ്റ് ഔവ്വർ യൂനാനി ഷെഫ്.'

പവിത്രൻ ബായി വൈദ്യർക്കുനേരെ കൈയുയർത്തിക്കൊണ്ട് പറഞ്ഞു. 'വളരെ പ്രധാനപ്പെട്ടൊരു കാര്യാണ്. ഇതൊക്കെ കഴിഞ്ഞിട്ട് നമുക്ക് ഗുരുവായൂർക്കോ കാശിക്കോ എവിടേയ്ക്കാച്ചാ പോവാം.'

പവിത്രൻ എന്റെ ഷർട്ടിൽ പിടിച്ചുവലിച്ച് ഇരിയ്ക്കാൻ നിർബന്ധിച്ചു.

'നീ എന്റെ കൂടെ വന്നില്ലെങ്കിൽ ഞാനതു ഒറ്റയ്ക്കു സഹിക്കേണ്ടിവരും. ഒരാപത്തിൽ പെട്ടിരിക്കുകയാണ് ഞാൻ. താഴെ ഒരാൾ എന്നെ കാത്തുനിൽപുണ്ട്.'

'നീ അയാളെ ഇങ്ങോട്ടു വിളിക്ക്. ഏതു പ്രശ്നവും നമുക്കിവിടെ വെച്ചു പരിഹരിക്കാം.'

'അത് ഒരിക്കലും നടക്കുന്ന കാര്യമല്ല. ഇവിടെ വന്ന് ഇതൊക്കെ കണ്ടാൽ അയാളാകെ ബേജാറാവും. നിനക്ക് എന്റെ കൂടെ വരാൻ പറ്റില്ലെങ്കിൽ വേണ്ട. ഞാൻ പോണു.'

ശബ്ദം താഴ്ത്തിയെങ്കിലും നീരസത്തോടെ ഇത്രയും പറഞ്ഞ് ഞാൻ തിരിച്ചുനടന്നു. ദാസനും ബായിവൈദ്യരും എന്നെ തിരിച്ചു വിളിക്കുന്നുണ്ടായിരുന്നു.

'ടാ ശ്രീരാമാ....'

പവിത്രന്റെ ഉച്ചത്തിലുള്ള വിളി കേട്ട് ഞാൻ തിരിഞ്ഞു. അവൻ എഴുന്നേറ്റ് എന്റെ അരികിലേക്കു വന്നു.

'ഞാൻ വരാം. പക്ഷേ, വൈകരുത്. എന്നെ വേഗം തിരിച്ചിവിടെത്തന്നെ എത്തിക്കണം.'

'ശരി.'

ഗോവണിപ്പടി ഇറങ്ങുമ്പോൾ പവിത്രൻ ചോദിച്ചു.

'എന്താ കാര്യം? നീ തുറന്നു പറയ്.'

'ഒരാള് സിനിമയ്ക്കുവേണ്ടിയുള്ള ഒരു കഥ പറയാൻ പോകുന്നു. ഞാൻ ഒറ്റയ്ക്കു അതു കേൾക്കണം. അതാണ് സിറ്റുവേഷൻ. എനിക്ക് ഒറ്റയ്ക്ക് ഒരു സിനിമാകഥ കേൾക്കാനുള്ള ശേഷിയില്ലെന്നത് നിനക്കറിയാലോ. നീ കൂടെ വന്നാൽ കാര്യങ്ങളൊക്കെ ഒന്നു ലളിതമാവും.'

'അതുശരി. കഥ കേൾക്കാനൊന്നും ഞാനില്ല.'

താഴേക്കുവെച്ച കാൽ മേലോട്ടെടുത്ത് പവിത്രൻ കോണിപ്പടിയിൽ നിന്നു.

'ഒറ്റയ്ക്കു കഥകേട്ട് ഞാൻ ചത്തുപോയാലോ?'

'കഥകേട്ട് ചത്തുപോയ കഥയില്ലാത്തവനെന്ന് ജനം പറയും.'

അതുപറഞ്ഞ് ഇറങ്ങിയ പടികൾ അവൻ മേലോട്ടുതന്നെ കയറി. തിരിഞ്ഞപ്പോൾ എനിക്കവന്റെ കാലാണ് കയ്യിൽ കിട്ടിയത്. ഞാൻ അതു മുറുക്കെ പിടിച്ചു.

'കൊന്നാലും വിടില്ല. നീയെന്റെ കൂടെപ്പോരണം.'

'നീ വെറുതെ സീനുണ്ടാക്കല്ലേ ശ്രീരാമാ. കാലീന്നു വിട്. ഞാൻ വരാം.' പവിത്രൻ എന്റെ കൂടെ പടികളിറങ്ങി.

താഴെ കാറിനകത്ത് കഥ പറയാനുള്ള തയ്യാറെടുപ്പിൽ ഒരാൾ ഇരിക്കുന്നുണ്ടായിരുന്നു. ഞാനയാൾക്ക് പവിത്രനെ പരിചയപ്പെടുത്തി.

'ഇത് പവിത്രൻ. എന്റെ സ്നേഹിതനാണ്.'

അയാൾ പവിത്രന്റെ മുഖത്തേക്കു സൂക്ഷിച്ചുനോക്കി. പിന്നെ ഒട്ടും താല്പര്യമില്ലാത്ത മട്ടിൽ പറഞ്ഞു.

'ഞാൻ തിരൂരിൽവെച്ച് കണ്ടിട്ടുണ്ട്, ഹംസയുടെ കൂടെ.'

ഗുരുവായൂരിലെ ഹോട്ടൽമുറിയിൽ തുറക്കാതെവെച്ച കുപ്പിയിലേക്കു നോക്കുകപോലും ചെയ്യാതെ പവിത്രൻ കഥയത്രയും കേട്ടു. അവന്റെ മുഖത്തേക്കുനോക്കാൻ ഞാൻ ധൈര്യപ്പെട്ടില്ല. കാരണം 'യാരോ ഒരാൾ' ഒരു പത്തുതവണയെങ്കിലും കണ്ടിട്ടുള്ള ആളാണ് ഞാൻ. ഇപ്പോൾ ചെയ്യുന്ന ഈ ഏറനാടൻ കഥ ഏറ്റുവാങ്ങാൻ പവിത്രന്റെ മനസ്സിൽ ഇടമുണ്ടാവില്ലെന്ന് എനിക്കറിയാമായിരുന്നു.

കഥ ഒരുവിധം പെയ്തടങ്ങി. ഞാൻ ശ്വാസംവിട്ടു. കഥാകാരൻ ഞങ്ങളെ പ്രതീക്ഷാപൂർവ്വം നോക്കി. 'എങ്ങനെയുണ്ടെന്റെ കഥ?' എന്നായിരുന്നു ആ നോട്ടത്തിന്റെ അർത്ഥം.

ഞാൻ വടുതല വടാശ്ശേരി ഉണ്ണിമാക്കോത, ഉണ്ണീരി മുത്തപ്പൻ തുടങ്ങി കാലം ചെയ്തുപോയ മഹാബാഹുക്കളെ മനസ്സിൽ വിളിച്ചു. 'മുത്തപ്പന്മാരെ, അരുതാത്തൊന്നും ഇവന്റെ നാക്കിൽനിന്ന് പുറപ്പെടരുതേ.'

കഥാകാരൻ പവിത്രനെയും എന്നെയും വീണ്ടും മാറിമാറി നോക്കി. എനിക്ക് എന്താണ് പറയേണ്ടത് എന്ന് ഒരു രൂപവുമില്ലായിരുന്നു. അപ്പോൾ അവൻ ഊശാന്താടി ഒന്നുഴിഞ്ഞ് കാട്ടുപൊന്തപോലുള്ള ജഡാഭാരം കുടഞ്ഞ് എന്നെ നോക്കിക്കൊണ്ട് പറഞ്ഞു.

'ഹൗ, ശ്രീരാമാ...എത്രയോ കാലമായി നമ്മൾ ഇങ്ങനെ നെഞ്ചത്തു കൊള്ളുന്ന ഒരു കഥ കേട്ടിട്ട്.'

എന്റെ ശ്വാസം നേരെ വീണു. നെഞ്ചിടിപ്പ് നോർമലായി. അവൻ വീണ്ടും പറഞ്ഞു. 'ഇറ്റ്സ് എ ഹാർട്ട് റെന്റിംഗ് ഹ്യൂമൺ സ്റ്റോറി.' അവൻ അതുകൂടി പറഞ്ഞപ്പോൾ കഥാകാരന്റെ മുഖം തുടുത്തു. കണ്ണുകൾ

നിറഞ്ഞു.

'എന്നാൽ ഇനി നമുക്ക്....' ഞാൻ കുപ്പി തുറക്കാൻ ആഞ്ഞപ്പോൾ അവൻ തടഞ്ഞു.

'നോ, പ്ലീസ്. ഇതു കഴിച്ചാൽ ആ കഥയുടെ പ്യൂരിറ്റി ഉള്ളിൽ നഷ്ടപ്പെടും. എനിക്ക് എന്നും ഓർത്തുവെക്കാനുള്ള കഥയാണിത്. യു ആർ ഗ്രേറ്റ്. താങ്കൾ കഥ പറഞ്ഞ ഈ രാത്രി! ഇറ്റ്സ് വർത്ത്!'

മറുപടി പറയാൻ ശ്രമിച്ച കഥാകൃത്തിന്റെ കണ്ഠവും ഇടറിപ്പോയിരുന്നു. എങ്കിലും അയാൾ പറഞ്ഞൊപ്പിച്ചു.

'തിരൂരു വെച്ച് കണ്ടപ്പോൾ അങ്ങയെ എനിക്ക് ഉൾക്കൊള്ളാനായില്ല. സോറി. ഞാനിത്രയും മനസ്സിലാക്കിയില്ല. എല്ലാത്തിനും അതിന്റേതായ സമയമുണ്ടല്ലോ. യുവാർ എ ജീനിയസ്.'

അയാൾ ആലിംഗനം ചെയ്യാൻ കയ്യുകൾ ഉയർത്തുന്നതിനിടെ പവിത്രൻ ടോയ്‌ലെറ്റിലേക്ക് നടന്നു. കഥയുടെ അഭിപ്രായമറിയാൻ ഞാൻ പിന്നാലെ ചെന്നു.

വാഷ്ബേസിനിൽനിന്ന് തലയുയർത്തി മുഖത്തെ വെള്ളം കൈപ്പടം കൊണ്ട് തുടച്ചുകളഞ്ഞ് അവൻ എന്നോടു ചോദിച്ചു, ഒട്ടും മയമില്ലാത്ത സ്വരത്തിൽ...'എവിടുന്ന് കിട്ടുന്നു നിനക്ക് ഇങ്ങനെയുള്ള ആൾക്കാരേം ഇതുപോലുള്ള ട്രാഷ് സാധനങ്ങളും? ചവറ്. അതല്ല, എനിക്ക് നിന്റെ കാര്യം ഓർത്തിട്ടാ സങ്കടം. ഡാ കാലത്തിന്റെ ചുമരെഴുത്തു വായിക്കാൻ പഠിക്ക്.'

'പ്ലീസ് പതുക്കെ...ചുമരെഴുത്തൊക്കെ ഞാൻ വായിച്ചോളാം. പക്ഷേ ഇതങ്ങേര് കേട്ടാൽ മോശമല്ലേ?'

ഞാനവന്റെ വായ പൊത്തി.

എന്റെ കൈ പിടിച്ചുമാറ്റിക്കൊണ്ടവൻ പറഞ്ഞു, 'നിനക്കുവേണ്ടി ഞാൻ ക്ഷമിക്കുന്നു. ഇനി ആവർത്തിക്കരുത്.'

'ഇല്ല. ചന്തയ്ക്കുപോയ ഉണ്ണീരിമുത്തപ്പനാണെ സത്യം.'

ടെയിൽ എന്റ്

ദാസനുപിറകെ പവിത്രനും അരങ്ങൊഴിഞ്ഞുപോയി. എം.ആർ.സി ഇപ്പോഴും ധൂമദർശനങ്ങളുടെ ഏകാംഗനാടകത്തിലുണ്ട്. ബായിവൈദ്യർ മൂലക്കുരുചികിത്സയും പക്ഷിവെട്ടയുമായി കണ്ടാണശ്ശേരിയിലെവിടെയോ അലയുന്നു.

ആ രാത്രി ഹോട്ടൽമുറിയിൽ വെച്ച് പറഞ്ഞ കഥ പിന്നീട് 'ഉപ്പ്' എന്ന സിനിമയായി മാറി. അന്നു കഥ പറഞ്ഞ ആളായിരുന്നു ഉപ്പിന്റെ

കഥ, തിരക്കഥ, നിർമ്മാണം മുതലായവ നിർവ്വഹിച്ച റഹീം. റഹീം പവിത്രന്റെ അവസാനചിത്രമായ 'കുട്ടപ്പൻ സാക്ഷി'യിൽ ഒരു തോക്കുമായി പ്രത്യക്ഷപ്പെടുന്നുണ്ട്. പക്ഷികളെ അന്വേഷിച്ചുനടക്കുന്ന വേട്ടക്കാരനായിട്ട്.

ഉപ്പിന് 1986 ലെ മികച്ച പ്രാദേശികചിത്രത്തിനുള്ള ദേശീയഅവാർഡും മികച്ച സംവിധായകനുള്ള സംസ്ഥാന അവാർഡും ലഭിച്ചു.

(2007)

അഭയാർത്ഥികൾ

പ്രകൃതിയുടെ പ്രലോഭനങ്ങളെ മറികടക്കാൻ എളുപ്പമല്ല. ഗൗതമനെപ്പോലെ ചിലർ പ്രലോഭനങ്ങളെ ജയിച്ച് ബുദ്ധന്മാരായി. പിന്നെ ഹിതാഹിതങ്ങൾക്ക് അപ്പുറത്തുള്ള പെരുമ്പാതകളിൽവെച്ച് ഭിക്ഷയായി ലഭിച്ച പന്നിയിറച്ചിയുടെ വിഷം പറ്റി മരണത്തിന്റെ അനിവാര്യതയിലേക്ക് കടന്നുപോയി.

ബാലേട്ടനാണ് (സി.വി.ശ്രീരാമൻ) എനിക്ക് കൺഫ്യൂഷൻസിന്റെ കഥ പറഞ്ഞുതന്നത്.

സോക്രട്ടീസിന്റെയും ബുദ്ധന്റെയുമൊക്കെ കാലഘട്ടത്തിൽ തന്നെയാണ് ചൈനയിലെ ലൂ എന്ന പ്രദേശത്ത് ക്വങ് ജനിക്കുന്നത്. 2500 വർഷങ്ങൾക്കുമുമ്പ് ആട്ടിടയനായും പശുക്കളെ മേച്ചും ബാലകൗമാരങ്ങൾ പിന്നിട്ട ക്വങ് ഗ്രന്ഥശാലാ സൂക്ഷിപ്പുകാരനായും ഗുമസ്ഥനായും ജോലി നോക്കിയിട്ടുണ്ടത്രെ. അമ്മയുടെ മരണത്തിൽനിന്ന് 'വിഷാദയോഗി'യായി മാറിയ ക്വങ് എപ്പഴോ തന്റെ പഠനം ആരംഭിച്ചു. ഗുരു എന്ന അർത്ഥം വരുന്ന 'ഫൂട്സു' എന്ന വിശേഷണം ക്വങിന് വന്നുചേർന്നു. അതോടെ ക്വങ് ഫൂട്സൂ ആയി അറിയപ്പെടാൻ തുടങ്ങി. അമ്പത്തിമൂന്നാമത്തെ വയസ്സാകുമ്പോഴേക്കും അദ്ദേഹം ലൂവിന്റെ ഭരണാധികാരിയുടെ 'മിനിസ്റ്റർ ഓഫ് ജസ്റ്റിസ്' ആയി ഉയർന്നു. മാത്രമല്ല അദ്ദേഹത്തിന്റെ രാഷ്ട്രമീമാംസയും തത്വജ്ഞാനവും ലൂവിന്റെ ഭരണാധികാരിയെ ശക്തനും അജയ്യനുമാക്കിത്തീർത്തു. ക്വങ് ഫൂട്സുവിന്റെ ബുദ്ധിയിലാണ് ഓരോദിവസവും ഭരണചക്രം തിരിഞ്ഞത്. സ്വാഭാവികമായും അയൽരാജ്യങ്ങൾ ലൂവിന്റെ വളർച്ചയിൽ അസ്വ സ്ഥരായി. അവർ കൂടിയാലോചിച്ച് ബുദ്ധിപൂർവ്വം ഒരു നീക്കം നടത്തി. ലൂവിലെ രജാവിന് അതീവസുന്ദരിയായ 80 നർത്തികമാരെയും 100 പന്തയക്കുതിരകളെയും സമ്മാനമായി കൊടുത്തയച്ചു. കൂത്തച്ചികളും കുതിരകളും വന്നുചേർന്നപ്പോൾ രാജാവ് ആനന്ദതുന്ദിലനായി. തത്വജ്ഞാനവും രാഷ്ട്രീയതന്ത്രവും അടഞ്ഞ വാതിൽക്കൽ ഏറനേരം കാത്തുനിന്ന് തിരിച്ചുപോയി. ദിവസങ്ങൾ കാത്തുനിന്നിട്ടും നർത്തകിമാരിൽനിന്ന് മുക്തനായ രാജാവിനെ ക്വങ് ഫൂട്സുവിന് സന്ധിക്കാനായില്ല. അദ്ദേഹം മന്ത്രിപദം രാജി

വെച്ച് തന്റെ തത്വജ്ഞാനങ്ങൾ പ്രചരിപ്പിക്കുന്നതിനായി ദേശാടനം ചെയ്തു. കാലങ്ങൾക്കുശേഷം ക്വങ് പുട്സെയെ ലാറ്റനൈസ് ചെയ്തതാണ് കൺഫ്യൂഷ്യസ്. ഇന്നും ചൈനയിലെ ഭരണനീതിശാസ്ത്രത്തിന്റെ അടിസ്ഥാനം കൺഫ്യൂഷ്യസിന്റെ തത്വശാസ്ത്രമാണ്.

"To put the world in order we must put the nation in order, to put the nation in order, we must put the family in order, to put the family in order, we must cultivate our personal life. and to cultivate our personal life, we must first set our hearts right"

- confucius.

'ഒളിവിൽപോയി ജനത്തെ സംഘടിപ്പിച്ച് രാജഭരണം അട്ടിമറിച്ച് രാജ്യത്തെ രക്ഷിക്കാമായിരുന്നില്ലേ, കൺഫ്യൂഷ്യസിന്?'

ഞാനന്നു ബാലേട്ടനോട് ചോദിച്ചു.

'ഒരു വിദുരന്റെ റോളായിരിക്കും ധർമോപദേശകൻ.'

'അപ്പോൾ പിന്നെ എന്താ ഈ കഥകളുടെ അർത്ഥം?' ഞാൻ വീണ്ടും ചോദിച്ചു.

'അർത്ഥം എന്താണെന്നു ചോദിച്ചാ ഒറ്റവാക്കിലുത്തരം ഇല്ല. തത്വശാസ്ത്രത്തിന്റെ പ്രയോഗം ഏറെ ദുഷ്ക്കരമാണ്. തത്വജ്ഞാനിയായ യോഗിയും നിപുണനുമായ ഭരണാധികാരിയും ഒരാളാകുന്നതുവരെ ഈ കഥ തുടരും. പ്രലോഭനങ്ങളെ ജയിക്കുക എന്നതാണ് മനുഷ്യൻ നേരിടുന്ന കടമ്പ.'

ഭരതനും ഭരതന്റെ വഴിയെ പവിത്രനും പോയത് കരൾരോഗം വന്നിട്ടായിരുന്നു. കരൾദീനത്തിന് കടന്നുവരാൻ മദ്യപാനം വഴിയൊരുക്കുമെന്ന് വൈദ്യശാസ്ത്രത്തിന്റെ ചുവടുപിടിച്ച് ആളുകൾ പരസ്പരം ഓർമ്മിപ്പിച്ചിരുന്നു പണ്ട്. ഇപ്പോൾ ഇതത്ര കേൾക്കാറില്ല. വൈദ്യശാസ്ത്രത്തിലുള്ള വിശ്വാസം കുറഞ്ഞുവരുന്നതുകൊണ്ടാവാം. അല്ലെങ്കിൽ കോഴിപ്പനിവന്നാലും യുദ്ധംവന്നാലും ഈ സൈബർയുഗത്തി ലും ജനം ചത്തുപോകും എന്നു ബോധ്യപ്പെട്ടതുകൊണ്ടതുമാവാം, 'ആരോഗ്യം ശ്രദ്ധിക്കണം' എന്ന മട്ടിലുള്ള ഉപദേശങ്ങൾ കുറഞ്ഞുവരുന്നു. എന്തായാലും ഏതുകാലത്തും ശത്രു അജയ്യനായിരുന്നു.

മരണമാണോ രോഗമാണോ ശത്രു? എന്നും കൂടെയുള്ളതുകൊണ്ട് ബന്ധുസ്ഥാനത്തെ മരണത്തെ നിർത്താൻ പറ്റൂ.

'രോഗങ്ങളായുള്ള ശത്രുക്കളും വന്ന ദേഹം നശിപ്പിക്കുമേവനും നിർണ്ണയം' എന്നാണെഴുത്തച്ഛൻ പറയുന്നത്.

'ഉറപ്പാണ് എങ്കിൽ ഡിഫെന്റ്സിന് ഇത്രേം പണോം പവ്വറും ചെലവാക്കുന്നത് വേസ്റ്റല്ലേ?' ഒരു കൂടിക്കൂട്ടത്തിലിരുന്നു പവിത്രൻ ബാലേട്ട

നോടു ചോദിച്ചു.

'രോഗത്തെ ഡിഫന്റു ചെയ്യാലോ...?'

ബാലേട്ടന്റെ പരിഹാസം കലർന്ന മറുപടി.

മരണവും ശവമടക്കും കഴിഞ്ഞ് പിറ്റേദിവസം പരേതൻ പത്രമോഫീസിൽ പ്രത്യക്ഷപ്പെടുന്ന രംഗം പവിത്രന്റെ യാരോ ഒരാൾ എന്ന സിനിമയിലുണ്ട്. വാതിൽക്കൽ പോത്തിനെ 'പാർക്കു' ചെയ്തു കാലൻ പരേതന്റെ മുന്നിൽ ഓച്ഛാനിച്ചുനിൽക്കുന്നു. പത്രപ്രവർത്തകനായ സുഹൃത്ത് പരേതനോട് പറയുന്നു, 'നീ അയാൾടെ കൂടെച്ചെല്ല്. അല്ലെങ്കിൽ പാവത്തിന്റെ ജോലി പോകും.'

ചാത്തൻ, വീരഭദ്രൻ എന്നീ ദൈവങ്ങളെയും ഉണ്ണിരിമുത്തപ്പൻ, കണ്ടര് മുത്തപ്പൻ എന്നീ മനുഷ്യാത്മാക്കളെയും കുടി വെച്ചിട്ടുണ്ട് പവിത്രന്റെ വട്ടമ്പറമ്പിൽ തറവാട്ടുവീട്ടിൽ. മൃതപ്പെട്ടുപോയ മുത്തപ്പന്മാരും ജനനമരണങ്ങളില്ലാത്ത ദൈവങ്ങളും തോറ്റം കേട്ടുണർന്നു നൃത്തം ചെയ്യുന്നത് കണ്ടാണ് പവിത്രൻ വളർന്നത്.

'സിനിമേലും മുത്തപ്പൻ കളത്തിലും ഒക്കെ ആവാം. മരണം ഇല്ല്യാന്നങ്ങട് ബോധ്യപ്പെട്ടാ പിന്നെ ഇതൊന്നും വേണ്ടാ. കാര്യങ്ങളുടെ രീതികളൊക്കെ മാറും. അപ്പോൾ അതു ബോധ്യപ്പെടാനാ വിഷമം.'

ബാലേട്ടൻ എന്താണ് ഉദ്ദേശിച്ചതെന്ന് അന്നെനിക്ക് മനസ്സിലായില്ല. എന്തായാലും ആ ജീവിതത്തെ ഏറെ അടുത്തുനിന്നു കണ്ടൊരാൾ എന്ന നിലയ്ക്ക് എനിക്ക് ബോധ്യപ്പെടാത്ത അല്ലെങ്കിൽ ബോധ്യപ്പെട്ട പലതുമുണ്ട്. അതിലൊന്ന് ശരീരതൃഷ്ണയുടെ പ്രലോഭനങ്ങൾക്കു മുന്നിൽ കാലിടറിപ്പോയിരുന്നു ബാലേട്ടന് എന്നതാണ്. ഒരു പ്രത്യയശാസ്ത്രത്തിലും അതിന്റെ രാഷ്ട്രീയപ്രയോഗത്തിലും വിശ്വസിച്ചാണ് അശ്വഘോഷനെപ്പോലെ താനും എഴുതുന്നതെന്ന് സ്വയം വിലയിരുത്തുമ്പോൾ തന്നെ മരണംവരെ അരക്ഷിതനാണ് താനെന്ന് ബാലേട്ടന് തോന്നിയിരുന്നു. റൊമാന്റിക്കായ എഴുത്തുകാരനും നാട്ടുകാര്യസ്ഥനായ പഞ്ചായത്തു പ്രസിഡണ്ടും ന്യായക്കോടതിയിലെ വക്കീലും പരസ്പരം കലഹിച്ചു, തറവാട്ടുകാരണവരായ മാന്യപുരുഷൻ, ദുർബലനായ കാമുകൻ, ഭർത്താവ്, പിതാവ്, മുത്തശ്ശൻ – അങ്ങനെ കലഹങ്ങൾ വളർന്നു. ഈ യുദ്ധങ്ങളിൽ നിന്നായിരിക്കാം ബാലേട്ടന്റെ നെഞ്ചിൽ കഥകളുണ്ടായത്.

കഴിഞ്ഞ മാർച്ച്മാസത്തിൽ ഒരു പനി വന്നാണ് ബാലേട്ടനെ തൃശ്ശൂരിലെ മിഷൻ ആശുപത്രിയിൽ പ്രവേശിപ്പിച്ചത്. നാലഞ്ചുദിവസത്തെ ചികിത്സക്കുശേഷം പനിമാറി തിരിച്ചുപോരുമ്പോൾ ബാലേട്ടന്റെ ഇളയ മകൻ ഋത്വിക്കിനോട് ഡോക്ടർ പറഞ്ഞു, 'കരൾവീക്കമുണ്ട്. ശ്രദ്ധിക്കണം. ഇനി ആൽക്കഹോൾ ഉപയോഗിക്കരുത്. കൃത്യമായി മരുന്നുകൾ

കൊടുത്ത് ശ്രദ്ധയോടെ പരിചരിക്കണം. വളരെ ശ്രദ്ധിച്ചു ജീവിക്കുക യാണെങ്കിൽ ആറുമാസം മുതൽ ആറുവർഷംവരെയുണ്ട്. എല്ലാത്തി നും നിഷ്കർഷ വേണം.'

പത്തിരുപത്തഞ്ചുവർഷങ്ങൾക്കു മുൻപ് മാതൃഭൂമി ആഴ്ചപ്പതിപ്പിൽ പ്രത്യക്ഷപ്പെട്ട കഥയിൽ ബാലേട്ടന്റെ 'അയാൾ' ചിദംബരം ക്ഷേത്രത്തി ന്റെ തെക്കേ ഗോപുരം കടക്കുന്നു.

അയാൾ അപ്പോൾ തന്നെപ്പറ്റി ഓർത്തുപോയി. 'നിങ്ങൾക്കു കുറച്ചു കാലംകൂടി ജീവിക്കാം. ഞാൻ പറയുന്നത് അനുസരിക്കാമെങ്കിൽ.'

അത് ഒരു വേദാന്തി പറഞ്ഞല്ല. തന്നെ ചികിത്സിക്കുന്ന ഡോക്ടർ പ റഞ്ഞതാണ്.

നാളുകൾക്കുശേഷം വീണ്ടും കണ്ടപ്പോൾ ഡോക്ടർ പറഞ്ഞു. 'നീ ങ്ങൾ നിർത്തിയിട്ടില്ല. തീർച്ച. നിങ്ങളുടെ ലിവറിന്റെ സ്ഥിതി എന്താ ണെന്നോ...റിയലി എലാമിംഗ്.' ഡോക്ടർ തുടർന്നു. 'ഞാൻ ഒരു ഹാർ ട്ട് പേഷ്യന്റാണ്. എനിക്കും ചില വൈസസ് ഒക്കെ ഉണ്ടായിരുന്നു. ഇത്ര എക്യൂട്ട് അല്ലെങ്കിലും. ഞാൻ എങ്ങനെ നിറുത്തിയെന്നോ? ഐ ബി ക്കം മോർ ആന്റ് മോർ റിലിജിയസ്. ടെംപ്റ്റേഷൻസ് വരുമ്പോഴൊക്കെ ബൈബിൾ എടുത്തുവായിക്കും. നിങ്ങളും റിലീജിയസ് ആകൂ. റിലീജി യസ് ബുക്സ് വായിക്കൂ.'

തിലകന്റെയും റോമറോളയുടെയും പുസ്തകങ്ങൾ വാങ്ങി വായി ക്കാനാരംഭിച്ചപ്പോൾ കൂടുതൽ ദുഃഖംതോന്നി. തനിക്കറിയാത്ത പുതിയ തൊന്നും അതിൽ കണ്ടില്ല. എങ്കിലും വാക്ധോരണി അസൂയാവഹമാ യിരുന്നു. പിന്നെയും പിന്നെയും വായിച്ചു. ആയിടയ്ക്ക് കാലിൽ നീരു വരുവാൻ തുടങ്ങിയിരുന്നു. അപ്പോൾ അയാൾ ഡോക്ടറെ ചെന്നുക ണ്ടു. നിങ്ങൾക്ക് നിർത്താൻ സാധിക്കണമെങ്കിൽ ഈ അറ്റ്മോസ്ഫിയ റിൽനിന്ന് മാറിത്താമസിക്കണം. എവിടേയ്ക്കെങ്കിലും യാത്ര ചെയ്യൂ. പ്രി ഫറബിളി ടു റിലീജിയസ് പ്ലെയ്സസ്.'

അങ്ങനെ ആരംഭിച്ചതാണീ യാത്ര.

മത്സ്യക്കാവടി തൂണിൽ ചാരി, ചമ്രം പടിഞ്ഞ് ഇരുന്ന് ശ്രോതാവി നോടു വേദാന്തം പറയുന്ന ആ മനുഷ്യന്റെ ഘനഗാത്രത കാണുമ്പോൾ ഓർത്തുപോകുന്നു.

'കായികക്ലേശമാണോ സന്ന്യാസത്തിന്റെ ആരംഭം?'

ആതുരന്റെ ആശാകേന്ദ്രമാണോ സന്ന്യാസം? അതോ ജീവിക്കാനു ള്ള അത്യാർത്തിയുടെ സാഹസമോ?'

അടച്ചിട്ട കനത്ത നടവാതിൽക്കൽ അയാൾ നിന്നു. കണ്ണുകളടച്ചു.

ശംഭുദേവന്റെ രൂപം നടരാജനായി സങ്കല്പിച്ചുകൊണ്ട് അപ്പോൾ

അയാൾ ഓർത്തു. 'നട തുറക്കുമ്പോൾ നടരാജവിഗ്രഹം കൺമുന്നിൽ നിറഞ്ഞുനിൽക്കുമ്പോൾ എന്ത് അപേക്ഷിക്കുവാനുണ്ട്. കരൾവ്യാധി മാറ്റിത്തരേണമെന്നോ, മനസ്സിനു സ്വസ്ഥത നൽകണമെന്നോ, മോക്ഷപ്രാപ്തിക്ക് അനുഗ്രഹിക്കണമെന്നോ.'

സംഭവിക്കാനിരിക്കുന്ന വിപത്ത് നേരത്തെ തന്റെ പേനയിലൂടെ വെളിപ്പെടുത്തിയ ക്രാന്തദർശി എന്ന നിലയിലോ എഴുതിയ ദുരന്തവാക്യങ്ങൾ അറംപറ്റിയ നിർഭാഗ്യവാനായ സാഹിത്യകാരൻ എന്ന നിലയിലോ നോക്കിക്കാണാനല്ല ഞാൻ 'ചിദംബര'ത്തിലെ ആ കഥാസന്ദർഭം എടുത്തെഴുതിയത്. ഒരുപക്ഷേ, മദ്യപിക്കുന്നവർക്കു വന്നുചേരാവുന്ന കരൾരോഗം തനിക്കും വന്നുകൂടായ്കയില്ലെന്നു ബാലേട്ടൻ ചിന്തിച്ചു കാണും. അപ്പോൾ സംഭവിക്കാവുന്ന ചില രംഗങ്ങൾ അദ്ദേഹത്തിന്റെ മനസ്സിൽ രൂപം കൊണ്ടിട്ടുമുണ്ടായിരിക്കണം.

2007 ഒക്ടോബർ പത്ത് ബുധനാഴ്ച വൈകീട്ട് എട്ട്മണി.

തൃശ്ശൂർ മിഷൻ ഹോസ്പിറ്റലിന്റെ വിശാലമായ വരാന്തയിൽ ബാലേട്ടന്റെ മൃതദേഹം കിടത്തിയിരിക്കുന്നു. ഫ്രീസറിനുചുറ്റും ചെടിച്ചട്ടികളും തലയ്ക്കൽ പ്ലാസ്റ്റിക്ക് പൂക്കളും കൊണ്ടുവച്ച് അലങ്കരിക്കുന്ന പാതിരിമാർ. കൂടിനിന്നവരിൽ ആരോ ഒരു കമന്റു പറഞ്ഞു.

'ശ്രീരാമനെ പള്ളിക്കാർ ഹൈജാക്ക് ചെയ്യുകയാണ്.'

സി.എ.മേനോൻ വന്നെന്റെ ചെവിയിൽ ചോദിച്ചു. 'ഇതിങ്ങനെ നോക്കിനിന്നിട്ട് എന്താ കാര്യം. നമുക്കൊന്നു പുറത്തുപോയിട്ട് വന്നാലോ. എലൈറ്റിൽ റൂമുണ്ട്.' അതിനിടെ ശ്രീകല തനിക്കുവന്ന ഒരു എസ്.എം.എസ് കാണിച്ചുതന്നു. 'സി.വി.ശ്രീരാമന്റെ മരണത്തിന്റെ ഉത്തരവാദിയെ കണ്ടുപിടിക്കാൻ സമീപിക്കണ്ട ആളെ ചൂണ്ടിക്കാണിക്കുന്ന സൈബർതമാശ.'

അതിനിടെ ബാലേട്ടന്റെ മൂത്തമകൻ സഞ്ജയനും, ഋത്വിക്കും കൂടി വന്ന് എന്നോടു ചോദിച്ചു.

'നാളെ നമുക്ക് എന്താണു വേണ്ടത്?'

'നാളെ മൃതദേഹം സംസ്കരിക്കണം. അല്ലാതെന്താ?'

'പാപ്പൻ സീരിയസ്സാക്. അതല്ല ചോദിക്കുന്നത്.'

'പിന്നെന്താ?'

'ശാന്തികർമ്മം വേണമെന്നും വേണ്ടെന്നും രണ്ട് അഭിപ്രായമുണ്ട്. പാപ്പന്റെ അഭിപ്രായമെന്താണ്?'

'നിങ്ങൾ ഒരു തീരുമാനത്തിലെത്തുക. അതു നടക്കുന്നില്ലെങ്കിൽ മറ്റുള്ളവരെ ഇടപെടുത്തിയാൽ പോരെ. ശാന്തിക്കാരനെ വിളിക്കാനാണ് തീരുമാനമെങ്കിൽ എനിക്കു വിരോധമൊന്നുമില്ല. അതല്ല, എങ്കിലും എ

നിക്കു എതിർപ്പില്ല. പക്ഷേ, ശാന്തിക്കാരനെ വിളിച്ച് കർമ്മങ്ങളൊക്കെ ചെയ്തശേഷം ഒഴിവുകിട്ടുമ്പോൾ....'

ആ വാചകം മുഴുവനാക്കിയില്ല. അശ്വതി എന്ന കഥയിലെ വൃദ്ധനായ ശാന്തിക്കാരൻ മനസ്സിൽ തെളിഞ്ഞുവന്നു.

അശ്വതിയുടെ ആദ്യഖണ്ഡികയിൽതന്നെ ശാന്തി പ്രത്യക്ഷപ്പെടുന്നുണ്ട്. മരണാന്തരകർമ്മങ്ങളുമായി ബന്ധപ്പെട്ടുകൊണ്ടുതന്നെ.

പിറ്റേന്നാൾ അമ്മയുടെ ശ്രാദ്ധമാണ്. ശാന്തി വരാമെന്ന് ഏറ്റിരുന്നതാണ്. ദർഭ ശാന്തി കൊണ്ടുവരും. ബാക്കി ഒരുക്കങ്ങൾക്കുള്ള ലിസ്റ്റ് എഴുതികൊടുത്തയച്ചിരുന്നതുമാണ്. പക്ഷേ, വൈകുന്നേരം ശാന്തി അറിയിച്ചിരിക്കുന്നു. വരാൻ പറ്റില്ല. ക്ഷമിക്കണം. ആ നിമിഷം തൊട്ടേ അയാളുടെ മനസ്സ് ചഞ്ചലമായിരുന്നു. ആടിയുലഞ്ഞ മനസ്സുമായി ഉറങ്ങാൻ കിടന്നതുകൊണ്ടാവാം അങ്ങനെയുള്ള സ്വപ്നം കണ്ടുണർന്നത്. അയാൾ പുറത്തിറങ്ങി. പുലരുന്നതിനുമുമ്പേ ചെന്നാൽ ശാന്തിയെ കാണാം. നേരിൽ കണ്ടാൽ മുഖത്തുനോക്കി പറ്റില്ലെന്നു പറയില്ല. തീർച്ച.

ഒരു വാഹനവും കിട്ടിയില്ല. അയാൾ നടന്നു. അയാളെ കണ്ടപ്പോൾ ശാന്തി അമ്പരന്നു.

'ഈ നേരത്തോ? നടന്നിട്ടോ? ഒറ്റയ്ക്കോ?' വാക്കുകൾകൊണ്ട് കുറ്റബോധം കഴുകിക്കളയാൻ ശാന്തി ശ്രമിക്കുന്നു.

'ഇന്നുവരെ അച്ഛന്റെയോ അമമയുടെയോ ശ്രാദ്ധത്തിന് ഞാൻ വരാതിരുന്നിട്ടുണ്ടോ? ഇതിനു വരാൻ പറ്റില്ല എന്നുപറഞ്ഞത് പറ്റാത്തതുകൊണ്ടുതന്നെയാണ്. ഒരിക്കലും മറിച്ചുകരുതരുത്.'

ശാന്തി അകത്തേക്കുപോയി ഒരു വലിയ കണ്ണാടിക്കുമുന്നിൽ നിന്ന് ചന്ദനക്കുറികൾ വരയ്ക്കുന്നു. ഓരോ വരയും ശ്രദ്ധിക്കുന്നു. ഹോമത്തിന് കളം വരയ്ക്കുന്ന നിഷ്കർഷയോടെ, കുറിയുടെ ഓരോ വരയും തീഷ്ണമായി തെളിയുന്നതുവരെ വരച്ചുകൊണ്ടേ ഇരിക്കുന്നു. നെറ്റിയിൽ എത്തിയ നീളത്തിൽ ചന്ദനക്കുറി. നെറ്റിയുടെ മധ്യത്തിൽ കളഭയുണ്ട പരത്തിയുള്ള വൃത്താകൃതിയിലുള്ള പൊട്ട്. കളഭപ്പൊട്ടിന് നടുവിൽസിന്ദൂരപ്പൊട്ട്. നെറ്റിയുടെ പാർശ്വങ്ങളിൽ ഭസ്മം. വെള്ളംവലിയും തോറും ഭസ്മക്കുറി മറ്റെല്ലാ കുറികളെക്കാളും ശ്രേഷ്ഠമാകുന്നു.

'ഇരിക്കൂ, ഞാനൊന്ന് വസ്ത്രം മാറ്റിയിട്ട് വരാം.'

ശാന്തി വസ്ത്രം മാറിവന്നു. ഇളം ചുവപ്പു പട്ടാണ് ഉടുത്തിരിക്കുന്നത്. അതേ നിറത്തിലുള്ള പട്ടുകൊണ്ട് ഉത്തരീയം കെട്ടിയിരിക്കുന്നു. എന്തോ മറന്നിട്ടെന്നപോലെ ശാന്തി അകത്തേക്കുപോയി. ഒരു ജോഡി മെതിയടി എടുത്തുകൊണ്ടുവന്നു. ശാന്തിയെ ഇങ്ങനെ പട്ടിൽ പൊതിഞ്ഞോ വെള്ളിക്കൊടമുള്ള മെതിയടിപ്പുറത്തോ കണ്ടിട്ടില്ല. മൽമേൽമു

ണ്ടും വെളുത്ത മുറിക്കയ്യൻ ഷർട്ടുമാണ് സ്ഥിരം വേഷം. കർമ്മത്തിരിക്കുമ്പോൾ ഷർട്ടിടാറില്ല.

ശാന്തിയുടെ ഈ വേഷം അയാളെ അത്ഭുതപ്പെടുത്തി.

'ഇതൊക്കെ നമ്മുടെ രുദ്രാ ഇന്റർനാഷണൽ ബാർമുതലാളിമാരുടെ സമ്മാനമാണ്. അവർ കാശിക്ക് പോയിരുന്നല്ലോ. കാളിയിലെ മഠാധിപതികളുടെ വേഷം കണ്ടപ്പോൾ അവർ എനിക്കും അതുതന്നെ വാങ്ങിത്തന്നു. ഈ ഉടുത്ത പട്ടിനും തോളിലിടുന്ന സാൾവയ്ക്കും കൂടി ഒരു സെറ്റിന് ആയിരത്തിന്റെ പുറത്ത് വിലയുണ്ട്. ഈ മെതിയടിക്ക് ഇരുന്നൂറ്റിയമ്പതു ഉറുപ്പിക വിലയാണ്. ഏതാ മരമെന്നറിയാമോ? മാനസ സരസ്സ് തടാകത്തിന്റെ കരയിൽ വളരുന്ന ഒരു പ്രത്യകതരം ദേവതാരുവാണ്. എന്താ വിശേഷം എന്നറിയാമോ? ഇതു ധരിച്ചാൽ ഒരു പാമ്പും അടുക്കില്ല'

'രുദ്രാ മുതലാളിമാർക്ക് എന്താ വാങ്ങിത്തരാൻ കഴിയാത്തത്...' അയാൾ ഉള്ളിൽ കരുതി. പറഞ്ഞതൊന്നും അയാൾ വിശ്വസിക്കുന്നില്ലെന്നു കരുതിയിട്ടാവണം ശാന്തി ബോധ്യപ്പെടുത്താൻ തുടങ്ങി.

'രുദ്രാ മുതലാളിമാർക്ക് അടിക്കടി ചില ദോഷങ്ങൾ വന്നിരുന്നത് അറിയാമല്ലോ. പ്രശ്നം വെച്ചുനോക്കിയപ്പോൾ പ്രേതബാധ. പ്രേതം അവരുടെ അച്ഛൻതന്നെ. ദുർമരണമല്ലേ. അച്ഛൻ പനയിൽനിന്നു വീണല്ലേ മരിച്ചത്. കാശിയിൽ കൊണ്ടുപോയി പ്രേതവേർപാട് നടത്തി. പിന്നെ വെച്ചടി വെച്ചടി കേറ്റംതന്നെ. എന്താ മോശം? രുദ്രാ ടെക്സ്റ്റൈൽസ്, രുദ്രാ ജ്വല്ലറി...'

പുറത്ത് ഒരു ടൂറിസ്റ്റ് കാർ വന്നുനിന്നു. ശാന്തി അമ്പലത്തിന്റെ പത്തായപ്പുരയുടെ ഉമ്മറത്തെ നിലക്കണ്ണാടിയിൽ നോക്കി. കുറികൾ പരിശോധിച്ചു. പടികളിറങ്ങുമ്പോൾ തപ്പിയതുകൊണ്ടാവാം മെതിയടി ഊരി കക്ഷത്ത് ഇറുക്കിപ്പിടിച്ചു. ശാന്തിക്ക് മെതിയടിയിൽ നടക്കാൻ വശമുണ്ടായിരുന്നില്ല.

കാറിൽ കയറുമ്പോൾ ശാന്തി ക്ഷണിച്ചു. 'വരൂ, ഒന്ന് അതുവരെ പോയിട്ടുവരാം. പേരിനുമാത്രം ഒരു കർമ്മം നടത്തേണ്ടിവരും. ഏറിയാൽ അരമണിക്കൂർ, അതിനുശേഷം ഞാൻ കൂടെ വീട്ടിലേക്കു വരാം.'

അയാൾ തൃപ്തനായി. ശ്രാദ്ധത്തിന് ശാന്തിയെത്തന്നെ കിട്ടുമല്ലോ.

'ഇത് അമ്മയുടെ ശ്രാദ്ധമല്ലേ?'

'അതെ. ശാന്തി നമ്മൾ ഇപ്പോൾ എവിടേക്കാണ് പോകുന്നത്?'

'പറയാം. ഗൾഫിൽനിന്നൊരു മൃതദേഹം കൊണ്ടുവന്നിട്ടുണ്ട്. അതി ന്റെ ക്രിയകൾ ഒന്നു നടത്തണം. ക്രിയ കൃത്യമാകണം. വീട്ടുകാരുടെ ആഗ്രഹം നടക്കുമോ എന്തോ...മരിച്ചിട്ട് ഇരുപത്തിനാലുദിവസം

കഴിഞ്ഞു.'

അയാൾ ഓർത്തു, 'ഇരുപത്തിനാലുദിവസം മുൻപ് പ്രാണൻ പറന്നുപോയ പിണ്ടിക്ക് ഒരു തിലോദകമോ?' ശാന്തി വളരെ ആവേശത്തോടെ പറഞ്ഞു, 'ഗൾഫുകാരുടെ വീട്ടിലെ ക്രിയകളല്ലേ, എല്ലാം സിനിമയിൽ പകർത്തും.'

വീഡിയോയിൽ പകർത്തും എന്നാവാം ശാന്തി ഉദ്ദേശിച്ചത്. അയാൾക്ക് ചിരി വന്നു. ശാന്തിക്ക് വാർദ്ധക്യം വന്നിരിക്കുന്നു. അതുകൊണ്ടാവാം ആഡംബരങ്ങളിൽ ഭ്രമം വർദ്ധിക്കുന്നു. മനസ്സ് ചപലമാകുന്നു. ശാന്തിയോട് അനുകമ്പ തോന്നി. വീഡിയോവിൽ പിടിക്കും എന്നു കരുതിയാണ് ഈ മനുഷ്യൻ വേഷവും കുറികളും ഇത്ര ശ്രദ്ധിച്ചത്.

2007 ഒക്ടോബർ 11 വ്യാഴാഴ്ച.

ചെറുതുരുത്തി വീടിന്റെ പടിഞ്ഞാറെ മുറ്റത്ത് ബാലേട്ടനെയും വഹിച്ചുവന്ന ആംബുലൻസിന്റെ അരികുപറ്റി ഞങ്ങളിരുന്നു. ജീവിതത്തിൽ തനിക്കു ഉത്തരം നൽകാനാവാത്ത ചോദ്യങ്ങളൊന്നുമില്ലെന്നു കരുതിയ മോഹൻദാസിന്റെ മുഖംപോലും കരഞ്ഞുവീർത്തിരിക്കുന്നു. വിദ്യാർത്ഥികൾക്കായി മാതൃഭൂമി ആഴ്ചപ്പതിപ്പു നടത്തിയ കഥാമത്സരങ്ങളുടെ ആദ്യവിഷുപ്പതിപ്പിൽ മോഹൻദാസിന്റെ 'ആർദ്ര' എന്ന കഥയ്ക്കായിരുന്നു ഒന്നാംസമ്മാനം.

മോഹൻദാസ് ആരോടെന്നില്ലാതെ പറഞ്ഞു, 'ഇരിക്കപിണ്ഡവും വാസ്തുഹാരയും വന്നപ്പോൾ അത്ഭുതപ്പെട്ടുപോയി അന്ന്. അന്വേഷിച്ചപ്പോഴാണറിഞ്ഞത് നമ്മുടെ ചാവക്കാട് കോടതിയിൽ പ്രാക്ടീസ് ചെയ്യുന്ന ഒരു വക്കീലാണ് സി.വി.ശ്രീരാമനെന്ന്.'

ഒഴിച്ചിട്ടിരുന്ന കസേരകളിൽ ഒന്നിൽ ആർട്ടിസ്റ്റ് നമ്പൂതിരി വന്നിരുന്നു.

'ഏറെയും കഥകൾക്ക് ഞാനാണ് ചിത്രം വരച്ചത്. നന്നല്ലാത്ത കഥകളൊന്നും ശ്രീരാമൻ എഴുതിയിട്ടില്ല. പലർക്കും അതു സാധിച്ചിട്ടില്ല. ധാരാളം എഴുതേണ്ടതായി വരുമ്പോൾ നിസ്സാരങ്ങളായ കഥകൾ എഴുതിപ്പോവും കഥാകൃത്തുക്കൾ. പത്രാധിപന്മാരുടെ നിർബന്ധത്തിനു വഴങ്ങി.'

മന്ത്രി ബേബിയും ഞങ്ങളുടെ അടുത്തു വന്നിരുന്നു.

'രണ്ടുദിവസം മുൻപ് കണ്ടപ്പോൾ ഡൽഹിയിൽ ചെന്നു കണ്ട വിശേഷങ്ങൾ ഓർമ്മിച്ചതാണ്. ഇത്ര പെട്ടെന്ന് പ്രതീക്ഷിച്ചില്ല.'

ആളുകളെ വരിക്കുനിർത്താൻ പാടുപെടുന്ന വളണ്ടിയർമാർ. നാഗപ്പാട്ടിന് കളംവരച്ച് കന്യകമാർ തുള്ളാനിരിക്കുന്ന മുറ്റത്ത് എല്ലാ കഥകളും പറഞ്ഞുതീർന്നില്ലല്ലോ എന്ന സങ്കടത്തോടെ ബാലേട്ടൻ മലർന്നു കിടക്കുന്നു. അനുഷ്ഠാനനിയമത്തിന്റെ വരികളിലൂടെ നിശ്ചലദൃശ്യ ത്തെ

വലംവെച്ചുനീങ്ങുന്ന പുരുഷാരം. പെട്ടെന്നെപ്പോഴോ കാവൽസേനാധിപന്റെ ഗർജ്ജനമുയരുന്നു.

'അറ്റൻഷൻ.'

ആംബുലൻസിന്റെ ചുറ്റിലും ഇരുന്ന എല്ലാവരും എഴുന്നേറ്റു. പുരുഷാരം നിശ്ശബ്ദമായി. ആകാശത്തു കണ്ട ഇരയെ ഉന്നം വെച്ചുയരുന്ന പ്രാപ്പിടിയന്മാരുടെ കഴുത്തുകൾ നിശ്ശബ്ദമായി കുനിഞ്ഞ ശിരസ്സുകൾക്കു മുകളിൽ പ്രത്യക്ഷപ്പെടുന്നു.

ദൂരെ അകന്നു നിൽക്കാനേ കഴിഞ്ഞുള്ളു. കഥകൾ കഴിഞ്ഞെന്ന് കാഹളം മുഴങ്ങുകയാണ്.

അജാതശത്രുവിന്റെ സേനാവ്യൂഹം ശൂന്യതയിലേക്കു വെടിയുതിർക്കുന്നതെന്തിനാവാം? പരിഹാസിയുടെ കണ്ണട ആരാണ് ഊരിയെടുക്കുന്നത്? നരകത്തിൽനിന്ന് അവനെ രക്ഷിക്കാൻ കെല്പുള്ള പുത്രനാരാണ്?

വേഗം അവിടെ നിന്നെങ്ങോട്ടെങ്കിലും പോകണമെന്നു തോന്നി എനിക്ക്, സ്വസ്ഥമാവണം. നടക്കാനായി തിരിഞ്ഞപ്പോൾ എൻ.പ്രഭാകരന്റെ മുഖത്ത് ജന്മാന്തരങ്ങളറിഞ്ഞ ഹസ്തരേഖാശാസ്ത്രജ്ഞന്റെ നിസ്സംഗമായ ചിരി.

'മാഷെപ്പഴാ വന്നത്?'

ആ ചോദ്യത്തിനുത്തരമായതും ഒരു ചിരി മാത്രം.

ബാലേട്ടൻ ഒരിക്കൽ മാത്രമേ കരഞ്ഞുകണ്ടിട്ടുള്ളു. കുഞ്ഞുമുഹമ്മദും മോഹനേട്ടനും ശശിയും പവിത്രനുമുണ്ടായിരുന്ന ഒരു സദസ്സ്. ഋത്വിക് ഘട്ടക്കിന്റെ സുവർണ്ണരേഖയുടെ കഥ പറഞ്ഞുപറഞ്ഞ് വിഭജനത്തിന്റെ ചിത്രദൃശ്യങ്ങൾ വിവരിക്കവെ പൊട്ടിക്കരഞ്ഞുപോയ ബാലേട്ടനെ എങ്ങനെയാണ് അവരന്ന് ആശ്വസിപ്പിച്ചിട്ടുണ്ടാവുക?

ഓർമ്മയില്ല.

വീണ്ടും വെടിയൊച്ചകൾ മുഴങ്ങുന്നു.

ആൾക്കൂട്ടത്തിൽനിന്നുകൊണ്ട് പത്തുപതിനാലു വയസ്സു പ്രായം തോന്നിക്കുന്ന ഒരാൺകുട്ടി വിതുമ്പിക്കരയുന്നു. സഞ്ജയന്റെയോ ഋത്വിക്കിന്റെയോ മകനല്ല. എന്തിനാണവൻ വിതുമ്പുന്നത്? മരിച്ചവരുടെ ലോകമെന്നും ജീവിച്ചിരിക്കുന്നവരുടെ ലോകമെന്നും രണ്ടു ലോകങ്ങളുണ്ടെന്നും വിഭജനകാലത്ത് മരിച്ചവരോ ജീവിച്ചിരിക്കുന്നവരോ അല്ലാത്ത ചില അഭയാർത്ഥികൾ വാഴ്‌വിനൊരിടം തേടി നിലവിളിച്ചുകൊണ്ടലയുമെന്നും അവൻ അറിഞ്ഞിരിക്കുമോ?

(2007)

○

www.ingramcontent.com/pod-product-compliance
Lightning Source LLC
LaVergne TN
LVHW060115051026
849517LV00007B/2304